अनोळखी दिशा
भाग-१

AA000696

नारायण धारप

साकेत प्रकाशन

अनोळखी दिशा - भाग १
कथा
नारायण धारप

प्रकाशन क्रमांक - १८६३
पहिली आवृत्ती - फेब्रुवारी, २००७
साकेत दुसरी आवृत्ती - २०२३

प्रकाशक
साकेत बाबा भांड
साकेत प्रकाशन प्रा. लि.
११५, म. गांधीनगर, स्टेशन रोड
औरंगाबाद - ४३१ ००५
फोन - (०२४०)२३३२६९२/९५
www.saketprakashan.in
saketpublication@gmail.com

पुणे कार्यालय
साकेत प्रकाशन प्रा. लि.
ऑफिस नं. ०२, 'ए' विंग
पहिला मजला, धनलक्ष्मी कॉम्प्लेक्स
३७३ शनिवार पेठ
कन्या शाळेसमोर, कागद गल्ली
पुणे - ४११ ०३०
फोन - (०२०) २४४३६६९२

Anolkhi Disha - Part 1
Stories
Narayan Dharap

© सर्व हक्क सुरक्षित, २०१९

शिरीष नारायण धारप
५०३, भैरवी अपार्टमेंट,
आयसीएस कॉलनी, भोसलेनगर,
पुणे - ०७

साकेत आवृत्ती - २०१९

अक्षरजुळणी : धारा प्रिंटर्स प्रा.लि.
मुखपृष्ठ : संतुक गोळेगावकर

मुद्रक :
प्रिंटवेल इंटरनॅशनल प्रा. लि.
जी-१२, चिकलठाणा, औरंगाबाद

ISBN-978-93-5220-208-9
किंमत : ३५० रुपये

प्रकाशकीय

नारायण धारप हे नाव युवावाचकांना नवीन असले तरीही आपल्या भयचकित करणाऱ्या लेखनाने मराठी साहित्यविश्वाचा एक काळ त्यांनी गाजवला होता, मराठी साहित्यात रहस्यकथेचे आणि कादंबरीचे दालन समृद्ध करणारे जे काही मोजकेच स्वतंत्र लेखन करणारे लेखक आहेत, त्यात नारायण धारपांचे स्थान अव्वल आहे. गेल्या शतकातील साठच्या दशकात त्यांनी लेखनाला सुरुवात केली आणि त्यानंतर अखेरपर्यंत ते सातत्याने लिहीत राहिले.

कथानकात पुढे काय होणार याची उत्सुकता कायम ठेवत, वाचकाला आपल्या लेखनात गुंतवून ठेवणे, इतकेच नाही तर त्या वातावरणाचा एक भाग बनविण्याचे कसब ज्या काही लेखकांना साध्य झाले; त्यापैकी नारायण धारप एक आहेत. वाचकांना त्यांचा अविश्वास क्षणभर दूर ठेवायला लावण्याची किमया हे त्यांच्या कथांचे वैशिष्ट्य आहे. धारपांची भाषा चित्रमय आहे. वाचकांच्या डोळ्यासमोर घटना प्रत्यक्ष उभी करण्याचे सामर्थ्य त्यांच्या भाषेत आणि लेखनशैलीत आहे. त्यामुळेच दूरदर्शन आणि इतर प्रसारमाध्यमांची फारशी चलती नव्हती, त्या काळात सामान्य वाचक अतिशय आतुरतेने त्यांच्या लेखनाची वाट पाहत असत. वाचनालयात विशेषतः सर्क्युलेटिंग लायब्ररीजमधून त्यांची पुस्तके वाचायला मिळविण्यासाठी वाचक रांगा लावीत असत, ही गोष्ट त्यांच्या लेखनाची वाचकप्रियता स्पष्ट करण्यास पुरेशी आहे.

माणसाला नेहमीच कोणतेही रहस्य जाणून घेण्याची मुळातच उत्कंठा असते. स्वतःचे कल्पनाविश्व विस्तारण्याचे जे समाधान वाचनातून मिळते ते दुसऱ्या कोणत्याही माध्यमातून मिळत नसल्यामुळे वाचनाकडे आकर्षित झालेली नवी पिढी रहस्यमय कथा, कादंबऱ्यांच्या प्रतीक्षेत आहे. या वाचकांची बौद्धिक भूक भागविण्यासाठी नारायण धारप यांचे रहस्यमय साहित्य पुन्हा नव्याने प्रकाशित करण्याचा आम्ही निर्णय घेतला.

नारायण धारपांच्या 'माणकाचे डोळे' या कथासंग्रहामधील काही कथा या पुस्तकात समाविष्ट करण्यात आलेल्या आहेत. नारायण धारप यांचे रहस्यमय साहित्य चांगल्या आणि दर्जेदार स्वरूपात प्रकाशित केल्यामुळे वाचकांना त्याचा मनासारखा आस्वाद घेता येईल. नव्या स्वरूपातील या अस्सल मराठी रहस्य साहित्याचे वाचक नक्कीच स्वागत करतील अशी खात्री आहे.

- प्रकाशक

नारायण धारप यांचे साहित्य

पाठलाग	नारायण धारप	१६०.००
ग्रास	नारायण धारप	१६०.००
महावीर आर्य, विधाता	नारायण धारप	१२०.००
सावधान	नारायण धारप	१६०.००
भुकेली रात्र	नारायण धारप	१२५.००
माणकाचे डोळे	नारायण धारप	१००.००
द्वैत	नारायण धारप	१५०.००
दरवाजे	नारायण धारप	१२०.००
अंधारयात्रा	नारायण धारप	२००.००
अघटित	नारायण धारप	१५०.००
फ्रँकेस्टाइन	नारायण धारप	२००.००
काळ्या कपारी	नारायण धारप	२००.००
इक्माई	नारायण धारप	१६०.००
शाडूचा शाप	नारायण धारप	१५०.००
कृष्णचंद्र	नारायण धारप	१६०.००
नवी माणसं	नारायण धारप	१२०.००
अनोळखी दिशा १	नारायण धारप	३२५.००
अनोळखी दिशा २	नारायण धारप	३२५.००
अनोळखी दिशा ३	नारायण धारप	३२५.००
स्वाहा	नारायण धारप	२५०.००
विश्वसम्राट	नारायण धारप	१००.००
काळी जोगीण	नारायण धारप	१७५.००
प्रा. वाईकरांची कथा	नारायण धारप	२२५.००
सीमेपलीकडून	नारायण धारप	२५०.००
चेटकीण	नारायण धारप	२२५.००
अत्रारचा फास	नारायण धारप	२२५.००
एक पापणी लवली आणि इतर कथा	नारायण धारप	१७५.००
नवे दैवत	नारायण धारप	१५०.००
४४०, चंदनवाडी	नारायण धारप	२५०.००
शपथ	नारायण धारप	२५०.००
ग्रहण	नारायण धारप	२५०.००
महंतांचे प्रस्थान	नारायण धारप	१७५.००
पळती झाडे	नारायण धारप	१७५.००
रावतेंचा पछाडलेला वाडा	नारायण धारप	२००.००

अनुक्रम

नारायण धारप यांचे साहित्य

लुचाई	नारायण धारप	३२५.००
संक्रमण	नारायण धारप	३००.००
वेडा विश्वनाथ	नारायण धारप	१७५.००
चक्रावळ	नारायण धारप	२२५.००
नेनचिम	नारायण धारप	२२५.००
बहुरूपी	नारायण धारप	३००.००
वासांसी नूतनानि	नारायण धारप	२००.००
कृलवृत्तांत	नारायण धारप	२२५.००
सैतान	नारायण धारप	२५०.००
परीस स्पर्श	नारायण धारप	२००.००
देवाज्ञा	नारायण धारप	३००.००
न्यायमंदीर	नारायण धारप	१५०.००
पडछाया	नारायण धारप	३००.००
रत्नपंचक	नारायण धारप	२५०.००
तळघर	नारायण धारप	१७५.००
विषारी वारसा	नारायण धारप	१७५.००
मैफल	नारायण धारप	२५०.००
कात	नारायण धारप	२७५.००
काळोखी पौर्णिमा	नारायण धारप	२००.००
झाकलेला चेहरा	नारायण धारप	आगामी
सावल्या	नारायण धारप	आगामी
अघोरी हिरावट	नारायण धारप	आगामी
थैलीतला खामरा	नारायण धारप	आगामी
कपटी कंदार आणि कंताचा मनोरा	नारायण धारप	आगामी
केशवगढी	नारायण धारप	आगामी
पाठमोरा	नारायण धारप	आगामी
चंद्रविलास	नारायण धारप	आगामी
दिवा मालवू नका	नारायण धारप	आगामी
ऐसी रत्ने मिळवीन	नारायण धारप	आगामी
शोध	नारायण धारप	आगामी
शिवराम	नारायण धारप	आगामी
चंद्रहास आणि इतर विलक्षण माणसं	नारायण धारप	आगामी
अंधारातील उर्वशी	नारायण धारप	आगामी
संसर्ग	नारायण धारप	आगामी

१. दार उघड ना गं आई

सातारच्या रस्त्यावर आमची एस. टी. नादुरुस्त झाली. पाठीमागच्या गाडीची वाट पाहत आम्ही एका झाडाखाली बसलो होतो. नाना विषयांवर आमचे संभाषण वळता वळता अद्भुत गोष्टींवर आले आणि आमच्यातील एकाने पुढील गोष्ट सांगितली :

मी त्या साली रेल्वेतून रिटायर झालो होतो. नोकरीत असताना मुलांच्या शिक्षणाकडे फार दुर्लक्ष झाले होते. आता त्याची उणीव भरून काढावी अशा हेतूने एखाद्या मोठ्या शहरात घर घेण्याचा मी विचार केला....ला त्यावेळी माझे मेहुणे असत. त्यांच्या माहितीत एक माझ्याजोगे घर होते, ते त्यांनी आम्हास सुचविले. एकच थोडीशी अडचण होती. घर अगदी मध्यभागी नव्हते; पण तेथून गावात नवी बस चालू होणार होती व बाकी सर्व दृष्टींनी योग्य वाटले, म्हणून आम्ही ते घर घेतले.

आमही राहावयास आलो तेव्हा उन्हाळा संपत आला होता. मुलांच्या शाळा सुरू व्हायला एक-दोन आठवडे होते. त्यामुळे सगळा जम व्यवस्थित बसला. त्यावेळी मोहन होता दहा-अकरा वर्षांचा आणि शकू दोन वर्षांनी लहान असेल. तिच्या शाळेत त्या वर्षीपासूनच एक मोटार ठेवली होती, त्यामुळे तिचा जाण्यायेण्याचा प्रश्न सुटला. मी मोहनसाठी एक लहान सायकल घेतली. त्यामुळे तोही एकदम खूश झाला.

मला बागेचा थोडा नाद आहे. त्यामुळे माझा वेळही चांगला जाऊ लागला. दोन-तीन महिन्यांत आम्ही नव्या वातावरणात अगदी रुळून गेलो. नव्या घरात दिवाळीही चांगली साजरी झाली. त्यानंतर शाळा सुरू झाल्या, तेव्हा या गोष्टीला प्रारंभ होतो.

आसपासच्या वाटा चांगल्या माहीत झाल्यावर मोहन मधल्या एका वाटेने शाळेत जात असे. त्या वाटेवर बरीच झाडे होती आणि मध्येच एक पडके घर होते. घर कसले-विटाचुन्याचा ढिगाराच! त्यातील फक्त एक भिंत उभी होती. त्या भिंतीत एक दाराची चौकट शिल्लक होती. भिंतीच्या दोन्ही बाजूस गवत व झुडपे वाढली होती. त्या जंगलवजा झाडीत माणसाच्या वस्तीचा तो अवशेष किती उदासवाणा वाटत असे.

हिवाळ्याचे दिवस होते. त्यामुळे मुले शाळेतून घरी येत तेव्हा अंधार पडलेला असे. त्या दिवशी मी काही कारणाने घरीच होतो. मी खिडकीतून बाहेर पाहत उभा होतो तो मला समोरच्या वाटेने मोहन घरी येताना दिसला. किती जोरात दामटत होता सायकल तो! घरी येताच मी त्याच्याशी या बाबतीत बोलावयाचे ठरविले; पण माझे सारे विचार मनातल्या मनात राहिले. तो सायकलवरून उतरला तो धावत धावत माझ्या खोलीत आला. त्याचा चेहरा अगदी कावराबावरा व घामाघूम झाला होता. माझ्याजवळ येऊन तो मोठमोठ्याने धापा टाकीत उभा राहिला. मी साहजिच त्याला विचारले,

"काय झाले रे मोहन?"

"अप्पा-त्या-त्या पडक्या घरापाशी किनई काहीतरी-काहीतरी आहे-"

त्यावेळीसुद्धा मला त्याचा 'काहीतरी' हा प्रयोग जरा चमत्कारिक वाटला.

"काहीतरी म्हणजे काय रे? वाघ की लांडगा?"

"कोणीतरी-कोणीतरी रडत होते अप्पा तिथे-"

आता आमच्या घरापासून तो मेनरोडपर्यंत वाटेत कोणतीच वस्ती नव्हती. तेव्हा मला थोडे नवल वाटले. "कोण होते ते पाहिलेस का तू मग?"

"नाही अप्पा- पण किनई लहान मुलासारखा आवाज येत होता."

मला हे सांगताना त्याचा चेहरा मोठा विलक्षण झाला होता. मला वाटले की, हा आता रडणार. जात्याच मोहन मोठा हळवा होता. कोणाला काही वेदना होत असलेल्या त्याला पाहवत नसत. एखादे चिमणीचे पिलू जरी आईसाठी चिंव चिंव करू लागले तरी त्याला अगदी गहिवरून यावयाचे. त्यामुळे वाटेत ऐकलेल्या या आवाजामुळे त्याच्यावर परिणाम झाला तर काही नवल नव्हते. 'असेल कोणाचे तरी चुकलेले मूल-' असे म्हणून मी त्याचे त्या वेळेपुरते समाधान केले.

पण तेवढ्याने काही हे प्रकारण थांबले नाही. दुसऱ्या दिवशी मी कुठे तरी गेलो होतो. सात-साडेसातच्या सुमाराला घरी परत आलो, तो घरात धावपळ चालू असलेली दिसली. सुशीला (माझी पत्नी) मी घरात येताच म्हणाली, "कोठे गेला होतात इतका वेळ तुम्ही? मला तर वेड लागायची पाळी आली आहे."

"हो हो, पण झालं तरी काय एवढं?"

"काय झालं काय? हा मोहन पाहा तापानं फणफणून पडला आहे. शाळेतून आल्यापासून नुसता जप चालवलाय तुमच्या नावाचा."

मी जरा धडधडत्या काळजाने मधल्या घरात गेलो. कॉटवर मोहन निपचित पडला होता. त्याच्या कपाळावर पट्टी होती. खोलीत कोलम वॉटरचा वास दरवळत होता. घर एकदम सुने वाटू लागले मला. माझ्या एकुलत्या एक मुलावर माझे जिवापाड प्रेम होते. त्याला काही होताच माझा जीव कासाविस होई. मी खुर्ची घेऊन त्याच्या कॉटजवळ बसलो. त्याचे कपाळ गरम झाले होते. तोंडही किती सुकून गेले होते. मी जवळ बसल्यावर थोड्या वेळाने त्याने डोळे उघडले. माझ्याकडे पाहून तो म्हणाला, "अप्पा."

"हो बाळ, मी आलो हं आता."

"अप्पा, त्या घरापाशी एक लहान मूल आहे."

आपल्या नेहमीच्या सवयीप्रमाणे त्याला गप्प बसण्यास मी सांगू लागलो.

"मोहन, आता त्याचा विचारच नाही करायचा. तू बरा झालास म्हणजे मी पाहीन त्याचं काय ते. तुला लवकर बरं व्हायचं ना?"

पण माझ्या बोलण्याकडे त्याचे लक्ष कोठे होते? तो त्याच्याच तंद्रीत होता.

"अप्पा, ते सारखे आपल्या आईस हाक मारीत होते. सारखे म्हणत होते, 'आई दार उघड ना गं! - आई मी आलोय - मी-दार उघडा ना गं आई-' अप्पा, तुम्ही पाहा ना ते कोण आहे? मला सारखे त्याचे रडणे ऐकू येते." सांगता सांगता त्याचे डोळे पाण्याने भरून आले होते. तेवढ्या भावनावेगानेसुद्धा त्याच्या कपाळावर घामाचे थेंब दिसू लागले. अशा प्रकारच्या त्याच्या तापावर अनिष्ट परिणाम होईल हे मनात आणून त्याच्या समाधानासाठी म्हणून मी म्हटले,

"मी पाहीन हं मोहन, काय आहे तेथे ते, मग झाले की नाही?"

"आज रात्री पाहणार ना?"

"हो, आज रात्री."

लहान मुलांचा विश्वास किती चटकन बसतो. पण तो टिकविण्यासाठी कायम परिश्रम करत राहावे लागतात. मी दुसऱ्या कोणाला दिलेला शब्द सहज मोडला असता, पण त्या रात्री जर मी प्रत्यक्ष गेलो नसतो तर दुसऱ्या दिवशी मोहनच्या नजरेला नजर देणे मला अशक्य झाले असते आणि म्हणून रात्री साडेदहाच्या सुमारास मी एक मोठा टॉर्च व काठी घेऊन त्या थंडीत बाहेर पडलो.

त्या घरापाशी आलो तेव्हा अकरा वाजले होते. रात्रीच्या अर्धवट प्रकाशात त्या दृश्यात एक भयाणपणा आला होता. आपल्याला काही दिसेल अशी माझी अपेक्षा नव्हती; पण तरीसुद्धा मनाला एक प्रकारचा अस्वस्थपणा वाटू लागला. मी टॉर्चचा प्रकाश त्या भिंतीवरून व चौकटीवरून फिरवला.

एकेकाळी माणसांनी गजबजलेल्या त्या जागेच्या ओसाड निर्जीवपणाने मन विषण्ण झाले. दूरवरच्या झाडीतून रातकिड्यांचे आवाज ऐकू येत होते. माझ्या जवळपास मात्र अगदी शांत होते. मी त्या चौकटीतून आत गेलो. आत-बाहेर या शब्दांना तेथे अर्थच नव्हता. दोन्हीकडून उजाड होते. मी त्या भिंतीस चक्कर मारून पुन्हा रस्त्याजवळ आलो. काही अनपेक्षित घडणार नाही याची जरी मला खात्री होती तरी तसे न घडल्यामुळे मला जास्त सुटल्यासारखे वाटले. मी टॉर्च मालवून वाटेला लागण्याच्या विचारात होतो.

आणि त्याच क्षणी मला माझ्या पाठीमागे एक दीर्घ सुस्कारा ऐकू आला. त्या आवाजाने एखादा स्फोट झाल्यासारखा मी दचकलो आणि टॉर्चचा प्रकाश सर्व बाजूला फिरविला. पण मला काही दिसले नाही आणि पुन्हा माझ्या अगदी जवळून तो दीर्घ निःश्वास परत मला ऐकू आला. मी दोन पावले मागे सरलो. पण माझा टॉर्च मला काहीच दाखवू शकत नव्हता. आणि तेवढ्यात ती विलक्षण शांतता दोन शब्दांनी मोडली.

'ए आई गं!'

ते शब्द लहानशा मुलाचे होते. त्यातील आर्जव, त्यातील निराशा ही माझ्या मनाला कशी कापीत गेली. टॉर्चने काही दिसत नाही. हे माहीत असूनसुद्धा वेड्यासारखा मी टॉर्च गरगरा फिरवीत होतो; पण त्या लहान कंठातून पुन्हा शब्द येत होते- 'ए आई गं- मी आलोय - दार उघड ना गं आई.'

पुन्हा पुन्हा तीच विनवणी. एखादे वेळी आवाज अगदी बारीक होई. मग हुंदक्यामागून हुंदके येत आणि मग पुन्हा तेच शब्द. कधी कधी बोलणारी व्यक्ती दारासमोर येरझारा घालीत असल्यासारखी वाटे, कधी दारापाशी बसून बोलल्यासारखी वाटे; पण शब्द तेच.

'आई गं-ए आई-दार उघड ना मला- मी आलोय.'

मी दिडमूढ होऊन उभा होतो. माझ्या मनातील भीती अनुकंपेच्या लाटेत केव्हाच विरघळून गेली होती. माझा जीव त्या शब्दांनी कसा होरपळून निघत होता. कोणता लहानगा जीव या असह्य वेदनाचक्रात सापडला होता? कोणी या कोवळ्या जिवास दाराबाहेर ठेवले होते? आणि आता त्याला हवे ते दार स्थलकालाने बद्ध अशा जगात नव्हते.

हा प्रकार सुमारे पंधरा मिनिटे चालू होता आणि मग निराशेच्या एका आर्त हाकेत तो आवाज थांबला. धडधडत्या काळजाने मी त्या आवाजाची प्रतीक्षा करीत राहिलो; पण सगळीकडे एकदम शांतता पसरली होती. मी घरी परतलो तेव्हा माझ्या मनात कोलाहल चालू होता. त्या तळमळणाऱ्या जीवास मी काय मदत करू शकणार?

मी घरी येताच सुशीलेने मी इतका वेळ कोठे गेलो होतो ते विचारले. तिला काही सांगावे की नाही हा मला प्रश्नच पडला. तिच्या मनावर या गोष्टीचा काय परिणाम होईल याची मला मुळीच कल्पना नव्हती. 'उद्या सांगेन' एवढेच मी तिला आश्वासन दिले. पण त्या रात्री आम्ही आळीपाळीने मोहनजवळ बसण्यातच वेळ काढला. डॉक्टर येऊन गेले होते. कसून तपासणी करूनही त्यांना तापाचे लक्षण काही कळले नव्हते. मी दुसऱ्या दिवशी त्यांना सांगायचे ठरविले.

रात्री मोहनला स्वस्थ झोप नव्हतीच लागली, तो थोडा गुंगीतच होता. मग पहाटेच्या गारव्याने त्याचा ताप जरा उतराला होता. त्याला झोप लागली. सकाळी त्याच्या खोलीत मी एकटाच आहे असे पाहून त्याने मला तो अपेक्षित प्रश्न विचारला.

"अप्पा, गेला होता तुम्ही?" मी मानेनेच होय म्हणून खुणावले.

"मग तुम्ही-तुम्हाला ऐकायला आलो?" त्यावरही मी मानेनेच हो म्हटले.

सुदैवाने तेवढ्यात डॉक्टर आल्यामुळे तो विषय काहीसा थांबला. कारण मोहनने पुढे काही विचारले असते तर काय उत्तर द्यावे याची मला पंचाईत

आली असती. त्याला पाहून डॉक्टर बाहेर येताच मी त्यांच्याबरोबर अंगणात आलो व त्यांना प्रथम मोहनची हकीकत सांगितली. त्यानंतर त्यानें माझ्यापाशी काय हट्ट धरला होता, तोही सांगितला. डॉक्टर म्हणाले- "मग हो म्हटलंत ना तुम्ही? अशा वेळी त्याच्या जरा मनाप्रमाणे घ्यायचं असतं."

"मी हो तर म्हणालोच; पण त्या रात्री (म्हणजे काल) तेथे गेलोही होतो." मला वाटते हे त्यांना अनपेक्षित होते. त्यांना काही बोलायची संधी न देता मी माझे बोलणे पुढे चालू ठेवले आणि मला आलेला अनुभव त्यांना सांगितला.

"पण असं कसं शक्य आहे अप्पा? एखाद्या लहान मुलाचा असल्या गोष्टीवर विश्वास बसणं निराळं आणि आपल्यासारख्या मोठ्या माणसाची गोष्ट वेगळी!"

"पण डॉक्टर-जी गोष्ट मी प्रत्यक्ष ऐकली त्यावर विश्वास कसा नाही बसणार?"

"अप्पा, आपली इंद्रिये पुष्कळ वेळा आपल्याला फसवतात. कोणी बोलले नसताना आपल्याला पुष्कळ वेळा स्पष्ट नावानं हाक मारलेली ऐकू येते. आपले डोळेही खूप वेळा असे फसवतात."

"पण डॉक्टर, एखादे वेळची गोष्ट निराळी. सतत पंधरा-वीस मिनिटे असा भास होत राहणं कितपत शक्य आहे? मी खोटं बोलतोय असं तर नाही ना वाटत तुम्हाला?"

"मला यावर एकच उपाय दिसतो. मी आज संध्याकाळी मोहनला पाहायला येईन. जरा उशिरानेच येईन. मग पाहू आपण."

"मग असं करा ना- सगळ्या व्हिजिटस् आटोपून जेवायलाच या ना इकडे?"

आमच्या चांगल्या दृढ मैत्रीमुळे मी त्यांना हे निमंत्रण सहज देऊ शकलो. जरा हो-नाही करून ते कबूल झाले. वरील हकीकत कळल्यावर अर्थात त्यांनी मोहनला पुन्हा तपासले व त्याच्या औषधात फरक केला. संध्याकाळसाठी त्याला झोपेचे औषध दिले.

रात्री दहाला आमचे जेवण आटोपले. डॉक्टर घरी आलेले पाहून सुशीलेला जरा नवल वाटले; पण महिन्यातून एखादेवेळी ते येत असल्याने ती काही बोलली नाही. सुमारे साडेअकराच्या सुमारास आम्ही बाहेर पडलो. खोलीच्या उबेच्या बाहेर येताच थंडीने आम्ही गारठून गेलो. ऊब येण्यासाठी आम्ही झपाझप चालू लागलो. बरोबर आम्ही दोन मोठे दिवे घेतले होते. तरीसुद्धा आमच्या

आसपास दहा-बारा फुटांबाहेर गडद काळोखी रात्र पसरली होती. आम्ही त्या भिंतीपाशी पोहोचलो तेव्हा बाराचा सुमार झाला होता. दिवा घेऊन डॉक्टरांनी भिंतीच्या पुढे-मागे, आजूबाजूला अगदी निरखून पाहिले. गवत झुडपाशिवाय आसपास काही नाही याची खात्री झाल्यावर त्यांनी त्या चौकटीच्या दोन्ही बाजूला दोन दिवे ठेवले. त्यामुळे त्या भिंतीच्या दोन्ही बाजूस लख्ख प्रकाश पडला होता. भिंतीभोवती पुन्हा एक चक्कर मारून मग ते माझ्याजवळ येऊन उभे राहिले व त्यांनी खिशातून सिगारेट काढली.

पण ती सिगारेट पेटलीच नाही. त्यांच्या हातात काडी जळत असतानाच एकदम दारापासून 'आई ग-' असा आवाज आला. मी जरी अपेक्षा करीत होतो, तरी तो आवाज ऐकताच माझ्या अंगावर एकदम शहारा आला. डॉक्टरांनी सिगारेट पेटविण्यासाठी काडी हाताच्या आडोशात धरली होती. त्यामुळे त्यांच्या तोंडावरचे एकदम बदललेले भाव मला स्पष्ट दिसले. हातातील काडी तशीच टाकून ते दाराकडे गेले; पण त्यांना काही दिसले नाही. पण कालप्रमाणेच तो आवाज दीनवाण्या सुरात आईची आळवणी करीत राहिला. मध्येच एकदा डॉक्टरांनी मोठ्याने विचारले.

"कोण आहे तेथे?" पण त्या व्यक्तीला जणू काही आम्ही, आमचे दिवे, आमचा आवाज, आमची सृष्टी ही भासू शकत नव्हती. त्याचे हाक मारणे तसेच चालू होते. मधेच एकदा कोणीतरी दारावर थापाबुक्क्या मारल्यासारखा आवाज आला. मला आता ते शब्द ऐकवेनासे झाले होते.

जवळजवळ कालच्याच सुमारास तो प्रकार थांबला. मी डॉक्टरांना त्यांचा आता तरी विश्वास बसला का म्हणून विचारायची जरूरच उरली नव्हती. त्यांचा चेहराच ते सांगत होता.

आम्ही घरी आलो तेव्हा साडेबारा वाजून गेले होते. सुशीला जागीच होती; पण डॉक्टरांनी त्या गोष्टीची कुणाजवळही वाच्यता न करण्याविषयी बजावून ठेवले होते, पण तिने फारच हट्ट धरल्यामुळे मी तिला सारी हकीकत सांगितली. सुशीला माझ्या पाठीस लागली, आणि तिला भीती वाटेल ही माझी कल्पना फोल ठरली. नुसते ऐकूनच तिच्या डोळ्यांतून पाण्याच्या धारा वाहू लागल्या. त्यावर ती जे म्हणाली त्याने तर मी सर्द झालो.

"मला घेऊन चला उद्या रात्री तेथे!"

“म्हणजे! हे काय भलतेच बोलतेस? तू कशी येणार मध्यरात्री?”

“मोहनसाठी मी वाटेल तेथे जायला तयार आहे. खरंच उद्या येते मी.”

दुसऱ्या दिवशीही मोहनच्या प्रकृतीत हवी तशी सुधारणा नव्हती. मी त्याच्याशी या विषयावर जरी बोलायचे टाळले तरी त्याच्या डोळ्यांत तो मूक प्रश्न मला दिसत होता. डॉक्टर जाताना म्हणाले होते,

“काही उलगडत नाही बुवा कालचा प्रकार, अप्पा.”

“माझी कल्पना आहे डॉक्टर, की आपल्याला जे ऐकू आले तो प्रकार तेथे पूर्वी कधीतरी घडला आहे. माणसाच्या भावना इतक्या पराकोटीला पोहोचल्या की त्याचा आसपासच्या सृष्टीवर काहीतरी ठसा राहत असला पाहिजे.”

पण आम्ही ही चर्चा केली तरी त्यातून निष्पन्न काहीच झाले नाही. सुशीलेच्या जाण्यासंबंधी डॉक्टरांनीही प्रथम हरकत घेतली, पण नंतर तिचा आग्रह पाहून ते म्हणाले, “घेऊन जा अप्पा वहिनींना! तेथे आपल्याला धोका आहे असे काहीच दिसत नाही.”

आणि त्या रात्री मोहनचा जरा डोळा लागल्यावर आम्ही तिघे त्या घरापाशी आलो. मला जेव्हा तो आवाज परत ऐकू आला तेव्हा मला एक अशी कल्पना आली की, रोज आपण तेच शब्द अगदी तसेच ऐकत आहोत. त्या शब्दांत, रडण्यात, हुंदक्यात एक प्रकारची यांत्रिक पुनरावृत्ती होती. जणू काही एखाद्या फोनोग्राफच्या तबकडीसारखी. का कोणास ठाऊक; पण या कल्पनेने तर मला त्या लहानग्या जिवाच्या यातना फारचा असहनीय वाटू लागल्या. पण वास्तविक पाहता हे नैसर्गिक होते. माझ्या कल्पनेप्रमाणे जर पूर्वी घडलेल्या प्रसंगाचा हा निर्जीव सृष्टीवरचा ठसा असेल तर त्यात एक प्रकारची यांत्रिक-निर्जीव पुनरावृत्ती येणे अपरिहार्य होते, पण माझ्या मनावर त्याचा परिणाम झाला एवढे खरे.

पण आज निराळेच घडत होते. दाराच्या चौकटीच्या आत एक-दोन यार्डावर सुशीला माझ्याजवळ उभी होती. तो आवाज ऐकताच प्रथम ती एकदम दचकली व मग स्तब्ध होऊन ऐकू लागली, पण जराशाने तिला ते ऐकवेना. ती एकदम खाली बसली व त्या मोकळ्या चौकटीकडे दोन्ही हात करून कातर आवाजात म्हणाली, “येरे माझ्या राजा! ये ना रे माझ्याकडे! तुला कोण बरं बाहेर ठेवीत? ये ना रे माझ्याजवळ!' हे बघ दार सताड उघडं आहे.!”

बाहेरून येणारा हुंदक्याचा आवाज एकदम थांबला. मी थरथरत्या काळजाने त्या दृश्याकडे पाहत होतो. त्या पलीकडच्या सृष्टीत सुशीलेची मातृप्रेमाने ओथंबलेली हाक पोहोचली असेल का? पुन्हा ती म्हणाली, ''ये रे माझ्या लाडक्या!''

आणि नंतर दारातून काहीतरी आत येत आहे असा भास आम्हाला इतका विलक्षण जोराने झाला, की मी दोन पावले पुढे घेतली. त्याच क्षणी सुशीलेचे दोन्ही हात तिच्या छातीजवळ आले आणि सर्वत्र आता शांतता पसरून पुन्हा त्या शांततेचा भंग कोणीही केला नाही. मी सुशीलेकडे पाहत होतो. तिचे डोळे मिटलेले होते; पण तिच्या चेहऱ्यावर एक मंद स्मित झळकत होते. त्यावेळी तिला काय अनुभव आला हे मी अनेकदा विचारूनही तिने मला उत्तर दिले नाही.

मोहनच्या प्रकृतीला त्या रात्रीपासून आराम पडला. एक-दोन दिवसांनंतर आम्ही एकत्र जमलो असता डॉक्टर म्हणाले,

''अप्पा, तेथे कोण राहत होते याचा मी खूप तपास केला, पण काही पत्ता लागत नाही. त्यामुळे या प्रसंगाचा खरा शेवट झाल्यासारखा वाटत नाही.''

यावर सुशीला नेहमीपेक्षा अधिक जोर देऊन म्हणाली,

''तुम्ही पुरुष असेच! नावेगावे कळल्याने तुम्हांस अधिक माहिती काय होणार आहे? किती वर्षे बापडा आईसाठी तेथे तळमळत होता देव जाणे! तो सुटला ना त्याच्या यातनांतून?'

ही गोष्ट खरी होतो. त्या दिवसानंतर कोणालाही त्या घरापाशी काहीही ऐकू आले नाही.

२. हिरवे फाटक

मी सकाळचे वर्तमानपत्र उघडले आणि त्याच्या पहिल्याच पानावर काळ्या चौकटीत डॉक्टर जसवंतांच्या मृत्यूची बातमी वाचली.

मुंबईतील प्रसिद्ध कार्यकर्त्याचे निधन

मुंबई, ता. - मुंबईतील नावाजलेले सर्जन आणि सर्वश्रुत सामाजिक कार्यकर्ते डॉक्टर गुणवंतराव जसवंत यांच्या आकस्मिक निधनाची शोकदायक बातमी प्रसिद्ध करण्याचा दुःखद प्रसंग आमच्यावर आला आहे.

... ... रोडवर एका मोठ्या इमारतीचे काम चालू आहे. त्यासाठी खोदलेल्या मोठ्या खड्ड्यात काल रात्री दहाचे सुमारास डॉक्टरसाहेब मृतावस्थेत सापडले. डॉक्टरांनी प्राथमिक तपासणीनंतर त्यांचा अपघाती मृत्यू झाला असावा असे मत व्यक्त केले.

खोदकामाच्या चारी बाजूंनी पत्रा उभा केला आहे; पण कामगारांसाठी ठेवलेले लहानसे फाटक चुकून उघडे राहिले असावे व तेथेच हा धक्का देणारा अपघात घडला असावा अशी पोलिसांनी शंका व्यक्त केली आहे.

वाचकांच्या ध्यानात असेलच की, नुकताच डॉक्टर जसवंतांचा एकसष्टी समारंभ फार मोठ्या थाटाने साजरा झाला होता. त्यावेळी आम्ही अशी एक ऐकीव बातमीही प्रसिद्ध केली होती की, लवकरच होणाऱ्या मंत्रिमंडळाच्या अदलाबदलीत त्यांना मंत्रिपद मिळण्याची शक्यता आहे. त्यामुळे त्यांनी आजवर केलेल्या निरपेक्ष व अमोल समाजसेवेचे खरोखर चीज झाले आहे.

काल मुंबईचे मुख्यमंत्री... यांनी डॉक्टर जसवंतांना आपल्या घरी रात्रीच्या खान्यासाठी बोलावले होते. विश्वसनीय गोटातील बातमी आहे की, कालच

त्यांना मंत्रिपद देण्याचा आपला निर्णय त्यांना मुख्यमंत्र्यांनी कळविला असावा. त्यांच्यासारख्या गुणी व कार्यक्षम माणसाच्या कर्तृत्वाला आपले राज्य मुकावे ही दुर्दैवाची गोष्ट आहे.

त्याखाली दिलेल्या संपादकांच्या सूचनेप्रमाणे पान आठवर डॉक्टर जसवंतांचे आयुष्य व कार्यासंबंधी जवळजवळ तीन कॉलम मजकूर होता. डॉक्टरांच्या मोठेपणाबद्दल, लोकप्रियतेबद्दल व त्यांच्या निधनाने झालेल्या दुःखाबद्दल शंकाच नव्हती. खरोखरीच त्यांना व्यक्तिगत शत्रू नव्हता. भाग्यवान माणूस!

डॉक्टरांची व माझी पहिली गाठ एडनमध्ये पडली. बेचाळीसमध्ये आय.ए.एम.सी.च्या पोस्टिंगमध्ये आम्ही दोघे एकत्र आलो. दोघेही महाराष्ट्रीय असल्यामुळे आमचा स्नेह लवकर दृढ झाला. तसे पाहिले तर जसवंत दिसण्यात काही एकदम डोळ्यांत भरण्यासारखे नव्हते. मध्यम उंची व त्याला साजेसाच शरीराचा बांधा होता. वागण्यात अत्यंत टापटिपीचे होते. पण स्वभावाने अत्यंत मोकळे आणि सहसा कोणाबद्दल वाईट शब्द निघावयाचा नाही. एखादा रविवार जर दोघांना एकत्र सुटीचा मिळाला तर आम्ही कॅम्पबाहेर हिंडायला वगैरे जात असू. त्यांचे सर्जरी (त्यातल्या त्यात ॲबडॉमिनल सर्जरी)च्या विषयावर असामान्य प्रभुत्व होतेच; पण तरीही इतर विषयांचा त्यांचा व्यासंग दांडगा होता आणि नवीन गोष्टीबद्दलची त्यांची उत्सुकताही काही काही वेळा अगदी लहान मुलासारखी वाटे.

होय- त्यांच्यातला हा उत्सुकपणाच माझ्या लक्षात कायमचा राहिला आहे; तुम्हास माहीत आहे का? मला सारखे वाटे की, डॉक्टरांची नजर सारखी काहीतरी शोधण्यात गुंतलेली आहे- आम्ही बाहेर फिरायला गेलो असताना तर हे माझ्या ताबडतोब ध्यानात आले. एक संध्याकाळ तर माझ्या आठवणीत आतासुद्धा येते.

सूर्यास्ताच्या सुमारास आम्ही नेहमीच्या अरुंद रस्त्यावरून चाललो होतो. मागाहून एक जीप जोरात आली. वाट देण्यासाठी आम्ही एका लहानशा गल्लीत वळलो. जीप जाताच मी मोठ्या रस्त्याला लागलो; पण डॉक्टर मागेच थांबले होते. त्यांना कशाने उशीर होत आहे ते पाहण्यासाठी मी मागे वळून पाहिले तर डॉक्टर एखाद्या चित्रासारखे तटस्थ उभे राहून कशाकडे तरी पाहत होते. त्यांच्या

चेहऱ्यावर मला वाटते काही काही वेळा मनुष्य बाकीचे सारे जग विसरून पूर्णपणे एकटा होतो आणि आपल्या भावनांना वाट करून देतो. ती वेळ दुसऱ्या कोणासाठी नसते आणि दुसऱ्या कोणी ते पाहिले तर विसरून जावे; कारण त्यावेळी माणसाने आपल्या अंतःकरणाचे अगदी आतले कप्पे उघडे केलेले असतात-

मी मोठ्यानं खाकरलो. जसवंत दचकून भानावर आले आणि एखादा दिवा मालवावा तसा त्यांच्या चेहऱ्यावरचा आनंद मावळला आणि त्यावर दाट निराशेची - आत्यंतिक निराशेची - छाया पसरली. ते चट्दिशी माझ्याबरोबर निघाले. मी त्यांना काहीही विचारले नाही. त्यांना जर सांगण्याची आवश्यकता वाटली तर ते सांगतील, नाहीतर नाही सांगणार असा मी विचार केला. मात्र, येताना मी काहीतरी सबब सांगून त्या गल्लीत गेलो व डॉक्टरसाहेब एवढे कशाकडे पाहत होते ते पाहिले-कुंपणाच्या मळकट हेजमध्ये बसविलेले ते एक साधे हिरवे फाटक होते- आपण हजार ठिकाणी पाहतो तसले.

त्यानंतर जसवंत ब्रह्मदेशला बदलून गेले व आम्ही एकमेकांना पार विसरलो. आमची त्यानंतरची गाठ सहा-सात महिन्यांपूर्वी अचानकपणे मुंबईत बसमध्ये पडली. केस थोडेसे पांढरे होण्यापलीकडे त्यांच्यात काहीही बदल झालेला नव्हता. त्यांना पाहताक्षणीच मी त्यांना ओळखले. पण माझी ओळख पटायला मात्र त्यांना जरा वेळ लागला. मी मुंबईस काही कामाकरता आलो आहे हे कळताच त्यांनी माझे काहीएक न ऐकता मला त्यांच्याबरोबर शिवाजी पार्कमधील त्यांच्या फ्लॅटवर नेले. स्वतःच्याच किल्लीने दार उघडून त्यांनी मला आत नेले. सर्वत्र त्यांची पूर्वीची टापटीप व सौंदर्याची आवड दिसून येत होती.

फोनवरून त्यांनी कोपऱ्यावरच्या इराण्याला कॉफी, खाण्याचे काही पदार्थ आणि ड्रिंक्स पाठविण्यास सांगितले आणि मोठ्या व्हरांड्यात आंरामखुर्चीवर आम्ही बसलो. इतक्या वर्षांच्या अंतरामुळे आमच्या मैत्रीवर थोडासा गंज चढल्यासारखा झाला होता. पण पहिल्या पाच-दहा मिनिटांच्या संभाषणातच आमचे वागणे पूर्ववत सुरू होऊन त्यात नैसर्गिकपणा आला.

डॉक्टरांचे नाव या ना त्या निमित्ताने वर्तमानपत्रात नेहमी येतच होते. त्यामुळे मी त्यांची चौकशी करण्याचे प्रयोजनच नव्हते; पण त्यांनी मात्र माझी अगदी आस्थेने चौकशी केली. त्यांच्याशी जरी माझी तुलना होण्यासारखी नव्हती तरी... मध्ये मी गेल्या दहा-बारा वर्षांत चांगले बस्तान बसविले होते. समाजात काहीतरी

दर्जा मिळविला होता आणि शक्य तेथे गरजू लोकांना मदतही केली होती. ते सर्व सांगताना मला थोडातरी अभिमान वाटल्याखेरीज राहिला नाही. पण अगदी शेवटी माझ्या ध्यानात आले, की आपण कोणाशी बोलत आहोत. मी माझे बोलणे एकदम आखडते घेतले. त्यांनी ती गोष्ट बरोबर ओळखली.

"आपण जुने दोस्त आहोत. तुम्हाला माझ्याशी मोकळेपणाने बोलायला काहीच हरकत नाही. माझ्या बाहेरच्या दिमाखावर तुम्ही जाऊ नका." जरा वेळ थांबून ते म्हणाले, "एक गोष्ट माझ्या ध्यानात आली. आयुष्यात काहीतरी ध्येय डोळ्यांसमोर ठेवून ते तुम्ही गाठलं आहे, त्याचं समाधान तुमच्या चेहऱ्यावर आणि प्रत्येक शब्दात मला दिसतं. आणि केवळ आपली जुनी मैत्री आठवून मी आज तुम्हाला एक गोष्ट सांगतो; जी आजवर कोणाला माहीत नाही- मी मात्र समाधानी नाही- मला या जगात काहीतरी हवं आहे आणि ते मला मिळत नाही... सापडत नाही."

इतक्या वर्षांपूर्वी झाडीतल्या फाटकाकडे पाहत उभे राहणारे जसवंत एकदम डोळ्यांसमोर उभे राहिले. आज मी त्याबद्दल त्यांना विचारू शकत होतो.

"मी ही गोष्ट वीस वर्षांपूर्वी तुम्हाला सांगू शकलो असतो डॉक्टर, की तुमचं मन सारखं काहीतरी शोधत आहे." त्यांच्या आश्चर्यचकित चेहऱ्याकडे पाहून मी त्यांना एडनमधील तो प्रसंग सांगितला.

"वीस वर्षे तुम्ही स्पष्टीकरणाची वाट पाहिलीत! त्यावेळी तुम्ही त्याबद्दल काही बोलला नाहीत! नवल आहे. मी अगदी जवळजवळ फसलो होतो त्यावेळी... आणि तुम्ही जर काही विचारलं असतं तर सांगता येत नाही काय झालं असतं- तुमच्या या विशेष समजूतदारपणाबद्दल तरी तुम्हाला मला सारी हकीगत सांगायलाच पाहिजे :"

खालून आलेले खाणे वगैरे झाल्यावर कॉफी घेत असताना आम्ही सिगरेटस् पेटविल्या. बॉयने सगळ्या प्लेटस् वगैरे हलविल्यानंतर आम्ही आरामशीरपणे व्हरांड्यात बसलो. संध्याकाळचा किंचित दमट वारा सुटला होता. समोरच्या आकाशात अनंत रंग पसरले होते. त्यामध्ये आपली नजर मिळून डॉक्टर जसवंत बोलत होते.

"या सर्व प्रकारणाची सुरुवात माझ्या वयाच्या नवव्या वर्षापासून झाली. तुम्हाला माहीत आहे, काही काही प्रसंग आपल्या मनावर जणू पोलादी लेखणीने

कोरून ठेवलेले असतात. आयुष्यातले इतर काहीही विसरू, पण हे प्रसंग विसरणार नाही.

आम्ही त्यावेळी नाशिकला राहत होतो. माझ्या नंतर ध्यानात आले व तुमच्याही ध्यानात येईल - या ठिकाणी स्थळाचा अगर वेळेचा काहीही संबंध नाही- शाळा माझ्या घरापासून अर्ध्या मैलावर असेल- जावयाच्या वाटा अनेक होत्या- आणि जाता येताना आमची शिवाशिवी वगैरे खेळ चालू असावयाचे- खेळात त्यावेळी मी काही मोठा तरबेज नव्हतो- साधारण प्रतीचा होतो- पण त्याचाही या गोष्टीशी आता संबंध नाही.

त्या दिवशी असाच शाळेतून परत येत होतो आणि त्या वयाच्या चौकस दृष्टीने मी इकडे तिकडे पाहत होतो. वाटेत मला एक लहानसे फाटक दिसले. डोक्यापेक्षा थोडे उंच असेल माझ्या. सहज कुतूहल म्हणून मी त्याच्याजवळ उभा राहून आत पाहू लागलो. आत काही मुले खेळत होती. त्यापैकी एकाचे लक्ष माझ्याकडे गेले. धावत धावत तो फाटकाकडे आला व म्हणाला,

'ये ना आत - यायचं आहे का खेळायला तुला?'

त्याने फाटक उघडले व मी आत गेलो. मला आता त्या मुलांचे चेहरे आठवत नाहीत- आम्ही काय खेळ खेळलो ते आठवत नाही- माझ्या लक्षात आहे त्या बागेतले वातावरण- इतका आनंद-शांतता- मोकळेपणा माझ्या मनाला आजवर कधी लाभलेला नाही.

त्या बागेत आणखीही काही चमत्कारिक गोष्टी होत्या. वेगवेगळ्या रंगाचे पक्षी, नाना रंगाची हरणे, पाण्यात अनेक प्रकारचे हंस व बदके आणि सर्वांमध्ये- दचकू नका- वाघ आणि सिंह फिरत होते. माझ्या बालमनाला भीतीचा स्पर्शही झाला नाही. मुलांच्याबरोबर आत मोठी माणसेही होती. त्यांच्याबद्दल एकच गोष्ट मला आता आठवते. त्याचे विचित्र व विविध प्रकारचे पोशाख. काही काही लोकांना पाहून तर मला माझ्या इतिहासाच्या पुस्तकातील चित्रांची आठवण झाली.

त्यांच्यातली एक बाई काही वेळ आमच्याबरोबर खेळली. तिच्या स्वरातले प्रेम, ममता, मी कसे वर्णन करून सांगू? त्या बालवयातसुद्धा मला वाटले घर सोडून आपल्याला कायम येथे राहावयाला सांगितले तर आपण आनंदाने राहू- त्यावेळी सुद्धा मला तेथील वेगळेपणा व सर्वांची एकमेकांबद्दलची आपुलकी जाणवली.

तेथे एक धोतर पांघरलेला मोठा माणूस आला व तिला म्हणाला,

"नवीन आला का हा छोकरा? आताच?"

ती बाई गडबडून म्हणाली,

"नाही-नाही तसं नाही- तो शाळेतून घरी चालला होता- आपल्यापैकी कोणीतरी त्याला पाहिलं आणि खेळायला बोलावलं आहे आत."

आपली मान हलवून तो म्हणाला.

"त्याला घरी जाऊ दे-फार वेळ इथे नको- काही काही जणांना ते मागाहून सहन होत नाही- जाऊ दे त्याला घरी."

तिनेही मान हलविली त्याच्याबरोबर. माझ्याकडे वळून ती म्हणाली,

"घरी जायचं ना बाळ तुला? वाट पाहत असतील ना घरी तुझी?"

घरी-त्या बागेतून बाहेर जायचे म्हणताच मला किती वाईट वाटले! डोळ्यांना पाणी आणून मी म्हणालो,

"मी रोज येऊ का येथे खेळायला? वाटेवरच आहे माझ्या ही बाग"-

"आपल्या सर्वांच्याच वाटेवर आहे ही बाग, बाळ"- ती हसून म्हणाली.

"पण मी येऊ का रोज?"

"तुझे दुसरे मित्र नाहीत का? त्यांना नकोस का तू खेळायला?"

"नको मला-मला येथेच आवडते- येऊ का मी रोज?"

माझ्या केसावरून हात फिरवीत ती म्हणाली,

"ये ना बाळ तुला आमचे हिरवे फाटक दिसले की ये आत. मग मात्र वाट पाहत बसायचे नाही कोणाची!"

हेच तिचे वाक्य मी आज इतकी वर्षे मनाशी घोळत आहे. हिरवे फाटक दिसले, की कोणाची वाट न पाहता आत जायचे-

मला त्यांनी फाटकाबाहेर आणून सोडले. माझ्या बालमनाला न उलगडलेल्या कितीतरी गोष्टी त्या संध्याकाळी झाल्या. पहिली म्हणजे, मी इतका वेळ आत होतो व इतका खेळलो होतो तरी मला घरी जायला अजिबात उशीर झाला नाही; कारण कोणी काही बोलले नाही. इतका वेळ मी तेथे खेळलो; पण मला यत्किंचितही दमल्यासारखे वाटले नाही. आणि आणखी एक लहानशी गोष्ट - जी मला माझी डॉक्टरीची परीक्षा पास झाल्यावर काही वर्षांनी समजली. त्या दिवसापासून आजच्या क्षणापर्यंत मी एकदाही-एकदाही कशानेही आजारी

पडलेलो नाही! त्या दिवसाचे प्रसंग मी अत्यंत बारकाईने आठवतो तेव्हा तेथे त्या बागेत मला कोणीतरी एक लहानसे फळ- बेरी असेल एखादी- खायला दिल्याचे अगदी अंधुकपणे आठवते; पण केवळ तेवढ्याशी माझ्या आरोग्याचा संबंध जोडायला माझे मनही जरा कचरते. मी जर या गोष्टीवर फार विचार करू लागलो तर माझे मन माझ्या आवाक्याबाहेर जाते.

बालस्वभावाप्रमाणे मी दुसऱ्या दिवशी माझ्या आदल्या दिवशीच्या पराक्रमाची सगळ्यांजवळ प्रौढी मिरवली. साहजिकच कोणाचाही माझ्यावर विश्वास बसला नाही. माझ्या काही मित्रांनी तर मला उघड उघड 'थापाड्या' म्हटले. त्यांना बाग दाखविण्याची कबुली देऊन मी त्यांना त्या रस्त्याने घेऊन आलो; पण त्या रस्त्यावर कोठेही ती बाग नव्हती आणि ते हिरवे फाटकही नव्हते. गोंधळून मी अनेक रस्त्यांनी हिंडलो; पण मला ते फाटक दिसले नाही. नाइलाजाने त्यांचे सर्व आरोप कबूल करून मला गप्प बसावे लागले. पण त्यावेळीसुद्धा मला त्यांच्या चिडविण्यापेक्षा- त्या अपमानापेक्षा- आता आपल्याला त्या बागेत जाता येणार नाही याचेच जास्त वाईट वाटले.

पण दिवस गेले आणि हळूहळू मी ते सारे विसरलो. शाळेत, कॉलेजात नशिबाने मी अभ्यासात, खेळांत, सगळ्यात यशस्वी ठरलो. लोकांशी वागतानासुद्धा मला कधी अडचण पडली नाही व कोणी माझा हेवादावा केल्याचे मला आठवत नाही. बहुतेक सर्व खेळ माझ्या आवडीचेच; पण क्रिकेट त्यातल्या त्यात जास्त प्रिय. तिसऱ्या वर्षी माझी सीनियर टीमचा कॅप्टन म्हणून निवड झाली आणि मी सकाळी शील्ड मॅचसाठी चाललो होतो.

ग्राऊंडच्या नेहमीच्या रस्त्यावरून मी सायकलने चाललो होतो आणि माझ्या डोक्यात मॅचचे विचार होते. बॅटिंग घेतली तर काय करायचे? फिल्डिंग आली तर काय करायचे? एक ना हजार- नेहमीच्या वळणावर मी जोराने सायकल वळविली- ब्रेक फार चांगले होते म्हणून सायकल मी थांबवू शकलो-रस्त्याच्या बरोबर मध्ये ते हिरवे फाटक आणि ती बाग होती!

माझ्या मेंदूत एखादी तार छेडल्यासारखा झणकार झाला. ते फाटक आणि ती बाग मी विसरणे किंवा दुसऱ्या एखाद्या तशाच ठिकाणाला चुकून समजणे शक्यच नव्हते. मी एका क्षणात ओळखली ती बाग! माझ्या मनाचा गोंधळ मला अजून आठवतो. खाली पाय टेकवून सायकलवर बसून मी त्या फाटकाकडे

पाहत राहिलो. आज तर मॅच सोडून आत जाणे मला शक्यच नव्हते. पण मी मनाशी समाधानाने म्हटलेसुद्धा, 'ठीक आहे. इतक्या दिवसांनी का होईना, पण सापडले एकदाचे! संध्याकाळी परत येताना जाऊ आत-आता काही आपण मागच्यासारखा रस्ता चुकणार नाही!'

मॅचचा माझा दिवस फार चांगला गेला. मी नसतो तर बहुतेक आमचे कॉलेज ती मॅच आणि मग शील्ड हरवून बसले असते. संध्याकाळी मित्राबरोबर गप्पा मारीत मी त्याच रस्त्याने परत आलो; पण वाटेत फाटक नव्हते- बागही नव्हती! या एकंदर प्रकरणामागचा पॅटर्न अंधुकपणे त्याच वेळी माझ्या ध्यानात आला. पण ऐन तारुण्याच्या उमेदीत मला फारसे वाईटही वाटले नाही. त्याची रुखरुख मात्र माझ्या मनात राहिली.

माझी एम.बी.बी.एस.ची परीक्षा झाली. सर्जरीच्या डॉक्टरेटसाठी मला फॉरीन स्कॉलरशिपही मिळाली- माझे सर्व आयुष्य यशाच्या चाकोरीतून चालले होते- मी तिकडून परत आलो आणि माझी सुलूशी ओळख झाली.

काही काही माणसांवर दैवाची इतकी खैरात असते, की त्यांच्याच मनात येते आपण इतके सुखी असणे योग्य आहे काय? सुलूची गाठ पडली आणि माझी खात्री झाली की, हीच आपली पत्नी होणार. मला फार वाईट वाटते, की तुमची तिची गाठ पडली नाही. स्त्रीमध्ये कोणते गुण हवेत तुम्हाला? सौंदर्य? मनमिळाऊपणा? बुद्धिमत्ता? व्यवहारीपणा? कलाकौशल्य? सुलूच्यात काय कमी होते? माझी आई जरी अगदी जुन्या वळणाची होती तरी सुलूने पहिल्या भेटीतच तिचे मन काबीज केले. आमच्या दोघांच्या जोडीबद्दल कोणाच्याच मनात काही शंका राहिली नव्हती. माझी नोकरी कन्फर्म होण्याची मी वाट पाहत होतो. ज्या दिवशी माझ्या हातात कन्फर्मेशन ऑर्डर आली त्याच संध्याकाळी मी तिला प्रपोझ करायचे ठरविले आणि मोठ्या घाईने तिच्याकडे निघालो होतो.

आमच्या भावी आयुष्याची चित्रे माझ्या मनासमोर तरळत होती- आणि वाटेत नेमके नको त्यावेळी माझ्यासमोर ते हिरवे फाटक आले! मला एखादा विजेचा धक्का बसल्यासारखे झाले. आता मी कोणते पसंत करू? कारण एकदा त्या बागेत मी गेलो की, माझी खात्री होती, मी परत बाहेर येणार नाही- नुसत्या त्या विचारानेच माझे मन व्याकूळ झाले. पण सुलू? मी मोठ्या जड पावलांनी त्या फाटकावरून पुढे गेलो- तिकडे न बघता सरळ पुढे गेलो. मनाशी म्हणालो, ठीक आहे- पुढे पाहू.

आमचे लग्न झाले. संसार सुरू झाला. 'जगी सर्व सुखी-' हा प्रश्न मला त्यावेळी विचारला असता तर मी छातीठोकपणे 'मी आहे' असा जबाब दिला असता. माझी प्रॅक्टिस उत्तम चालली होती. फीची किंवा चार्जेसची मी कधीही फिकीर केली नाही; पण त्यात मला वाण भासली नाही. माझ्या हाताला यश इतके आहे की, आजपर्यंत माझे ऑपरेशन फेल झालेले नाही. माझ्या रायव्हल्सनी अगदी लास्ट स्टेजमधल्या पाठविलेल्या केससुद्धा माझ्या कडून बऱ्या झाल्या. आम्हाला दोन मुलगे आणि एक मुलगी झाली. सर्वजण सुस्वरूप, सशक्त आणि हुशार! माझ्यावर सर्व देवांचा वरदहस्त होता जणू. मी लोकांचे जेवढे चांगले करण्याचा प्रयत्न केला तेवढा मला अधिकाधिक वाव मिळू लागला. या यशाला अंतच नाही!

युद्ध सुरू झाले आणि केवळ ह्युमॅनॅटेरियन ग्राउंडसूवर मी माझी सर्व्हिस व्हॉलंटियर केली. लोकहित एवढा प्रश्न सोडला तर मी राजकीय प्रश्नात कधी लक्ष घातले नाही. चांगल्या राजकारणाचा तरी अंतिम हेतू तोच असतो ना? माझा मार्ग फक्त वेगळा होता; पण मी तेच करीत होतो. जेथे जेथे शक्य होते तेथे तेथे माझ्या ज्ञानाचा, माझ्या कौशल्याचा उपयोग मी लोकांचे प्राण वाचविण्यासाठी, त्यांच्या वेदना कमी करण्यासाठी केला. अनेक वेळा मी अगदी मृत्यूच्या दाढेतून वाचलो. माझे कितीतरी सहकारी त्या राक्षसी यज्ञात बळी पडले; पण माझ्यावर जणू एखादे अभयदानाचे छत्रच होते. पण त्याचीही फारशी पर्वा केलेली मला कधी आठवत नाही.

आपली एडनला गाठ पडली त्यावेळी माझी रजा मंजूर झाली होती; आणि मी लवकरच हिंदुस्थानला येणार होतो. सुलूला व मुलांना जवळजवळ दोन वर्षांत पाहिले नव्हते. त्यांच्या आठवणी दिवसेंदिवस जास्त येऊ लागल्या होत्या. केवळ पत्रांवर मनाचे आता समाधान होत नव्हते. त्यांना केव्हा भेटेन असे मला झाले होते.

आपण त्या संध्याकाळी फिरायला चाललो होतो. त्या संध्याकाळी मला तिसऱ्या खेपेस ते हिरवे फाटक दिसले. मला माहीत आहे, तुमच्या मनात काय विचार चालला आहे- पण ज्याने त्या बागेत प्रवेश केलेला नाही, त्याला मी कसे काय समजावून सांगू? तुम्हाला ते एक साधे बंगल्याचे आवार व त्यात ते फाटक दिसले असेल; पण मला ते दिसताच मी ती जुनी बाग ओळखली. त्याक्षणी जर

माझ्याबरोबर सुलू असती तर तिच्याबरोबर मी खास आत गेलो असतो; पण तिला एकटीला इकडे सोडून कसा जाऊ? माझ्या डोळ्यांसमोर मला ती जागा दिसत होती, जिच्यासाठी मी व्याकूळ झालो होतो; पण मी आजतरी तिकडे जाऊ शकत नव्हतो. या भवपाशांनी बांधलेला माझा जीव केवळ एखाद्या पिंजऱ्यातील पक्ष्यासारखा फडफडत होता; पण नाइलाज होता. कठोर मनाने मी त्या बोलावणाऱ्या फाटकाकडे दुर्लक्ष करून तुमच्याबरोबर पुढे आलो.

इकडे आलो नि नेहमीच्या रुटीनमध्ये अडकलो. मुले मोठी झाली. आयुष्यात यशस्वी झाली- चांगली आहेत. त्यांना मुलेबाळे आहेत. मुलीचे लग्न झाले- ती तिच्या घरी सुखी आहे... चार वर्षांपूर्वी सुलू मला सोडून गेली. माझी सर्व बुद्धिमत्ताही तिच्या कॅन्सरपुढे कमी पडली; पण ती समाधानाने गेली. तिच्यापासून सर्व आयुष्यात कोणालाही क्षणभराचाही क्लेश झाला नाही या खात्रीने गेली. आपले आयुष्य पूर्णपणे जगून- जगाला जे काय देता येण्यासारखे आहे ते देऊन तो गेली- शांततेने गेली.

साऱ्या आठवणींचा बोजा डोक्यावर घेऊन मी मागे एकटाच राहिलो. माझी प्रकृती पूर्वीइतकीच अगदी निकोप आहे. माझा उत्साह पूर्वीइतकाच कायम आहे. माझ्या हातात अजून पूर्वीइतकेच कौशल्य आहे. माझा मेंदू पूर्वीइतकाच तरतरीत आहे. त्या बाबतीत मला काहीही म्हणा यत्किंचितही काळजी वाटत नाही. माझे सर्व आयुष्य असेच बिनात्रासाचे जाणार आहे, यशस्वी होणार आहे, यात मला शंका नाही.

पण आता मला कोणत्याही क्षणी ते हिरवे फाटक दिसले तर क्षणाचाही विचार न करता मी बागेत जाईन! गेल्या काही वर्षांत मी फार वेळा त्या बागेसंबंधी विचार केला. पहिल्या खेपेपासूनच त्या बागेसंबंधी काही चमत्कारिक गोष्टी माझ्या ध्यानात आल्या आहेत. पहिली म्हणजे स्थळ- मला प्रथम ती बाग नाशिकला दिसली. त्यानंतर मुंबईला व शेवटी एडनला दिसली. मी प्रथम प्रवेश केला, तीच ती बाग यात मला काडीइतकाही संशय नाही- त्यात माझी चूक होणे कालत्रयीही शक्य नाही.

दुसरी गोष्ट कालासंबंधी आहे. खरे म्हणजे या दोन गोष्टी आहेत. मी लहान असताना त्या बागेत कितीतरी वेळ घालविला असेल-हिंडण्यात, फिरण्यात, बाहेरची मजा पाहण्यातच; पण मी घरी आलो तेव्हा मला उशीर झालेला नव्हता.

बाहेरच्या जगापुरते बोलायचे तर मी आतमध्ये सेकंदभर असेल किंवा नसेल- तुम्ही बागेत पाय टाकलात की, तुमच्यापुरता काल स्तब्ध उभा राहातो- आतमध्ये भूतकाळ नाही आणि भविष्यकाळ नाही- सर्व वर्तमानकाळ आहे एवढे मी मनाशी ठरविले.

तिसरी गोष्ट आतील माणसांची. त्यावेळी मला त्यांचे वेश चमत्कारिक वाटले. पण जरा विचार केल्यावर माझ्या ध्यानात एक गोष्ट आली- जी यापूर्वीच यावयास पाहिजे होती- बागेमध्ये सर्व कालांचे लोक आहेत- तिला इतिहासाची आणि भूगोलाची बंधने नाहीत- आत सर्व थोर माणसे आहेत- ज्या दिवशी मी हे कोडे उलगडले त्या दिवशी मला इतका आनंद झाला! आता जर मी बागेत गेलो तर मला सुलू तेथे भेटेल. ती खात्रीने आत असणार!

मी नंतर विचार केला की, मला ते फाटक केव्हा दिसले? लहानपणची गोष्ट वेगळी आहे. त्यावेळी आपण देवाच्या फार जवळ असतो, पण पुढे? मला दिसले त्या तिन्ही वेळा अशा होत्या की, एक तर आयुष्यातली फार मोठी संधी सोडून मला जावे लागले असते किंवा माझ्या मागची फार मोठी जबाबदारी झिडकारून मला जावे लागले असते. दोन्ही प्रकारच्या परीक्षाच वाटल्या त्या मला! समोर दिसणारा मोठेपणा, सुख सोडण्याची तुझी तयारी आहे का? तुझ्या मागच्या जबाबदाऱ्या पार पाडण्यासाठी किती स्वार्थ त्याग करशील? दोन्ही तिन्ही वेळा हे विरुद्ध प्रश्न माझ्यापुढे आले. माझ्या कुवतीप्रमाणे मी ते सोडविले; पण एडनमध्ये असताना मी त्या बागेत गेलो नाही याचे मला फार बरे वाटते, तर मग असे हे नंदनवन आपल्या शेजारीच कोठेतरी आहे. कोट्यवधी लोकांतला मी एक भाग्यवान माणूस की मला त्याचे अस्तित्व तरी समजले; एवढेच नाही तर आत एकवार प्रवेशाची संधीही मिळाली- एकवार नाही त्रिवार! ते हिरवे फाटक कसे, केव्हा व कोठे दिसेल मी काय सांगू? मला हिरवे फाटक दिसते म्हणून सर्वांनाच ते त्याच स्वरूपातच दिसत असेल असे तरी कशावरून? आपल्या नेहमीच्या स्थल-कालरूपाच्या मर्यादाच त्याला लागू नाहीत.

पण मी मात्र आत प्रवेश करण्यास क्षणमात्र संकोच करणार नाही. खरे म्हणजे गेली चार वर्षे मी त्या फाटकाच्याच शोधात आहे. एक गोष्ट मात्र मी ओळखली आहे- तुम्ही शोधायला गेलात तर सर्व जगाच्या पाठीवर ते तुम्हाला सापडणार नाही-मात्र तुम्ही तुमचे रोजचे कर्तव्य करीत राहिलात तर ते तुमच्या नकळत एक दिवस तुमच्यासमोर अवचितपणे उभे राहील!

तुम्ही फक्त ते उघडायचे आणि आत पाय टाकायचा-पृथ्वीवरच्या नंदनवनात- जेथे कशाची काळजी नाही- जेथे मनावर ताण नाही- जेथे पृथ्वीवरचे आजवरचे सारे महान पुरुष एकत्र आले आहेत- जेथे कदाचित निर्माताही असेल अशा नंदनवनात पाय टाकायचा!'

डॉक्टर जसवंतांचा आवाज थांबला आणि संध्याकाळची शांतता आमच्या भोवती जमा झाली. सूर्यास्त होऊन अंधार पडला होता. आज बहुतेक चांदण्याची रात्र नव्हती. कारण लांबवरच्या निळ्याकाळ्या आकाशात तारे हिऱ्यासारखे चमकत होते. गार वारा आमच्या भोवती पिंगा घालत होता. आमच्या दोघांच्या हातांतल्या सिगारेटस् तशाच विझून गेल्या होत्या. बराच वेळ आम्ही बसलो. मग एक मोठा निःश्वास टाकून डॉक्टर म्हणाले,

"मी आजवर कोणाजवळही- सुलूजवळही या प्रकारासंबंधी एक चकार शब्दसुद्धा काढलेला नाही. एखाद्या अमोल ठेव्याप्रमाणे मी माझे गुपित माझ्याजवळ राखून होतो- पण आताशी मला परत ती बाग सापडण्याची जरा निराशा वाटू लागली आहे." जरा वेळ थांबून ते पुढे म्हणाले, "मला बरोबर कल्पना आहे. तुमच्या मनात काय विचार येत आहेत त्याची-डिल्युजन्स- हो की नाही?" माझ्या शांत राहण्यावरूनच त्यांनी काढावयाचा तो अर्थ काढला. त्यांचा आवाज एकदम गंभीर झाला.

"आपले डॉक्टरी ज्ञान आपण जरा बाजूला ठेवू. तुम्ही माणसाच्या मनाविषयी जरा विचार करा. त्या मनाचा बाहेरच्या जगावर केवढा विश्वास आहे! जोवर हा विश्वास आहे, तोवरच त्याला या जगात जगणं शक्य आहे. त्याला बाहेर जे दिसतं त्यावर तो विश्वास ठेवतो- तेथे प्रत्यक्षात काही का असेना- हो की नाही? जेव्हा मला ही बाग वेगवेगळ्या वेळी, वेगवेगळ्या ठिकाणी दिसली, त्यावेळीच माझ्या मनाची खात्री झाली, की ही बाग आपल्या नेहमीच्या व्यवहारातली नाही. आपल्या जगाबाहेरचे काहीतरी या ठिकाणी व यावेळी आपल्या जगाला स्पर्श करते. मला त्यामध्ये जावयाची संधी त्यावेळी मिळते."

स्वतःचे खांदे हलकेच उडवून शेवटी डॉक्टर म्हणाले,

"ओहो-जाऊ द्या! माझी खात्री आहे की, मी तुम्हाला या गोष्टी पटवून देऊ शकणार नाही, कारण या केवळ शाब्दिक करामतीने पटवून देणाऱ्या गोष्टीच नाहीत."

मी हळूच त्यांना म्हणालो,-

"हे पाहा डॉक्टर! -समजा, उद्या तुम्हाला ते हिरवं फाटक दिसलं आणि त्यातून तुम्ही बागेत प्रवेश केलात- मागे काय होईल अशी तुमची कल्पना आहे? तुम्ही या शरीरासहसुद्धा येथून नाहीसे व्हाल?"

हसत हसत डॉक्टर म्हणाले,

"मला काय फिकीर त्याची? यावेळी मी परत येणार नाही खास!"

यावर काही जास्त न बोलता आम्ही एकमेकांना निरोप घेतला. रात्रीच्या शांत वेळी मी त्यांची हकीकत मनात घोळवीत घरी आलो. हा असा प्रश्न होता की, त्याला प्रत्येकाने आपले उत्तर आपणच द्यावयाचे होते. डॉक्टरांच्या बाबतीत मी काय सांगू शकणार?

ती माझी व डॉक्टर जसवंतांची शेवटचीच भेट ठरली. वर्तमानपत्रातली बातमी वाचताच मला ही सारी हकीगत आठवली.

त्यांच्या अंत्ययात्रेस इतर हजारो लोकांबरोबर मीही गेलो होतो. त्यांचे शेवटचे दर्शन घेण्यास मी जेव्हा त्यांच्या समोर उभा राहिलो, तेव्हा त्यांच्या चेहऱ्याकडे माझे लक्ष गेले- माझ्यापुरते विचाराल तर एखाद्या अपघातात सापडलेल्या माणसासारखा तो चेहरा नव्हता. ज्या माणसाने वर्षानुवर्षे एखाद्या गोष्टीसाठी प्राणांतिक धडपड केली आहे ती वस्तू त्याच्या हातात आला की, त्याचा चेहरा जसा होईल तसा तो होता. त्यांच्या चेहऱ्यावर एक प्रकारचे समाधान झळकत होते. पूर्ण शांती होती. काहीही झाले असले तरी डॉक्टरांना शेवटी जाताना खेद झालेला नव्हता.

अंत्ययात्रा संपवून परत येताना मी मुद्दाम त्यांना ज्या जागी अपघात झाला त्या जागेवरून आलो. बांधकाम चाललेल्या जागेला सुमारे तीनशे-साडेतीनशे फुटांचे पत्र्याचे कंपाऊंड घातलेले होते. लॉऱ्या व इतर अवजारे जाण्यासाठी मोठी मोठी दारे होती; आणि जेथे डॉक्टरांना अपघात झाला तेथे कामगारांसाठी एक लहानसे फाटक होते.

आपण हजारो ठिकाणी पाहतो तसले- लाकडी पट्ट्यांचे हिरवा रंग दिलेले साधे फाटक होते ते.

३. सदूचे मित्र

दुपारची झोप झाल्यावर सुशीलाबाई बाहेर वाऱ्यासाठी व्हरांड्यात येऊन बसल्या. ती बाजू चांगली मोकळी असल्याने संध्याकाळी तिकडून चांगला गार वारा येत असे. खुर्चीवर बसताच त्यांचे लक्ष प्लॉटच्या कोपऱ्याकडे गेले, तेथे सदाशिवची लहानशी मूर्ती आपल्याशीच खेळण्यात दंग होती. हातातल्या काठीने जमिनीवर रेषा काढ, या झाडाच्या खोडावर काठी आपट, हवेत तलवारीसारखी फिरव, असे त्याचे नाना प्रकारचे खेळ चालू होते. किती एकटा एकटा खेळतो सारखा! त्यांना वाटले. नवीन बंगल्यात आल्यापासून तर त्याच्याबरोबरचे कोणीच नव्हते आसपास त्याच्याबरोबर खेळायला; पण जुन्या घरीसुद्धा त्याचा कल स्वतःशी एकट्यानेच खेळण्याकडे असायचा.

पुष्कळ वेळा त्यांना वाटे, आपण आपल्या कर्तव्यात, वागण्यात तर चुकत नाही ना? आपण त्याला जास्त बोलका, खेळकर केला असता तर कदाचित तो इतर मुलांच्यात जास्त मिसळला असता. मग त्यांना त्याचे आजार आणि दुखणी आठवत. प्रत्यक्ष त्याचे वडील डॉक्टर होते, तरीही त्यांनी त्याच्या दुखण्यापुढे हात टेकले होते. म्हणूनच त्याला आपण इतके जीवापलीकडे जपून वाढवत होतो, नाही का?

खरं म्हणजे गेल्या वर्षभरातच त्याची प्रकृती जरा सुधारली होती आणि मुख्य म्हणजे त्याच्या फिट्स थांबल्या होत्या. ते प्रसंग आठवले की, त्यांच्या अंगावर अजून काटा येई. त्याचे ते फिटमधले वेडेवाकडे चेहरे आणि काहीतरी वेड्यासारखी बडबड त्यांना आठवे. त्या बडबडीने डॉक्टरसुद्धा अस्वस्थ होत असल्याचे त्यांच्या ध्यानात आले होते. कारण त्यातला एक शब्दसुद्धा कोणाला कळत नसे.

नशीब म्हणायचे की, एवढ्या दुखण्यांचा त्याच्यावर कायमचा असा काही परिणाम झालेला दिसत नव्हता. वयाच्या मानाने तो लहानखोर दिसत असे, एवढी एक गोष्ट सोडली तर बाकीच्या सर्व बाबतीत त्याची प्रगती अगदी योग्य होती.

घड्याळातले चारचे ठोके ऐकताच त्यांना सदूच्या दुधाची व टॉनिक घेण्याची वेळ झाल्याची आठवण झाली व व्हरांड्याच्या कठड्याजवळ उभे राहून त्यांनी त्याला एकदोनदा हाक मारली; पण तो त्याच्या खेळात इतका गुंग झाला होता की, त्याने काही ऐकले नसावेसे वाटले. त्या व्हरांड्याच्या पायऱ्या उतरून खाली आल्या व नवीन लावलेल्या रोपांच्या मधल्या वाळूच्या वाटेने हळूहळू त्याच्याकडे गेल्या. जरा दुरूनच त्यांनी पुन्हा हाक मारली. "सदूऽ ए सदूऽ."

आता त्याने ती हाक ऐकलीसे दिसले. त्याने आपला खेळ थांबविला व तो मागे वळून पाहू लागला. त्या जवळ जाऊन पोहोचल्या व म्हणाल्या,

"किती हाक मारायच्या रे तुला सदू! चल आता घरात. दुपारभरचा खेळतो आहेस ना उन्हात!"

तो गंभीरपणे म्हणाला,

"येथे कुठं गं ऊन आहे आई, बघ ना!"

खरोखरीच ती जागा थंडगार व हवेशीर होती. त्या त्याच्याकडे पाहून हसल्या, सात-साडेसात वर्षांच्या त्या चिमुकल्या चेहऱ्यावरची ती गंभीरता पाहून!

"दुधाची, खायची काही आठवण आहे का?"

"चार वाजले का?" त्याने नकळत वडिलांसारखा करारी आवाज काढला व दोघे एकमेकांकडे पाहून हसले. त्यांना एकदम मायेचा एवढा उमाळा आला की, त्यांनी त्याला उचलून एकदम कडेवर घेतले व त्याचे एक-दोन मुके घेतले. त्याचे तोंड बाजूला सारून खाली उतरायची धडपड करीत तो म्हणाला,

"हे काय गं आई? मी काही आता लहान नाही मुके घ्यायला!"

"लहान नाही तर काय! एकटा एकटा खेळत बसतोस दगडाशी, काठीशी."

"एकटा एकटा कुठे असतो? माझे मित्र असतात की माझ्याबरोबर."

"कोणते रे मित्र तुझे! मला तर दिसत नाहीत."

"आहेत की! वरुड आहे नि गणरू आहे." एकदम त्याने जीभ चावली. जणू काही एखादी गुपित गोष्ट बोलल्यासारखी. ती नावे सुशीलाबाईंना चमत्कारिक

तर वाटलीच, इतकेच नव्हे तर एकदम त्यांना त्याच्या फिट्समधील विचित्र बडबडीची आठवण झाली.

"असली कसली रे नावं तुझ्या मित्रांची?"

पण त्यांचे ऐकले न ऐकलेसे करून सदू धावत धावत घरात गेला. त्या आत येण्यापूर्वी तो डायनिंग टेबलापाशी जाऊनही बसला होता. आत येताच त्यांना वाटले, किती लहान दिसतो वयाच्या मानाने! आणि फिकटपणा काही कमी होत नाही चेहऱ्यावरचा! चमच्यातले टॉनिक त्याने तोंड वेडेवाकडे करीत घेतले व मग दुधाचा ग्लास तोंडाला लावून दूध घटाघटा पिऊन त्याने ग्लास एका दमात टेबलावर ठेवला, खुर्चीवरून खाली उडी मारली व दार धाडदिशी उघडून तो पळत पळत अंगणात निघून गेला.

त्या दिवशी रेडिओवर काहीतरी चांगला कार्यक्रम होता म्हणून त्या दोन वाजेपर्यंत जाग्याच होत्या. मग झोप लागेना म्हणून अडीचच्या सुमारास बाहेर आल्या व साहजिकच त्यांनी सदू कोठे आहे ते पाहिले. घरात कोठे नाही हे पाहून त्यांनी त्याच्या नेहमीच्या खेळण्याच्या जागेकडे पाहिले- तेथेही त्यांना तो दिसला नाही. एकदोनदा त्यांनी हाक मारली; पण त्याचे उतर आले नाही म्हणून खात्री करण्यासाठी त्या बागेतून कोपऱ्याकडे निघाल्या. त्यांच्या पायात काही नव्हते, म्हणून की काय त्यांच्या पावलांचा आवाज अजिबात होत नव्हता. आणि त्या अगदी जवळ येऊन पोहोचेपर्यंत त्यांची सदूला चाहूलही लागली नसावी. कारण तो त्याच्या उद्योगात अगदी गुंग झाला होता. क्षणभर त्याची बडबड तरी काय चालली आहे ते ऐकावे या हेतूने त्या अगदी हळूच एका झाडामागे येऊन उभ्या राहिल्या.

"हं-आता तुझी पाळी- मग तुझी-आधी नको येऊस-वरूडाला सांगेन हं-" डोळे जर मिटले तर वाटावे त्याच्या आसपास बरेच सोबती जमलेले असावेत; पण डोळे उघडताच त्या मोकळ्या जागेत त्याला एकट्यालाच पाहून आश्चर्य वाटावे. त्याची मान सारखी जमिनीकडे व तेथून झाडाकडे वळत होती.

"हं-आता माझी पाळी-"

हातातली काठी खाली ठेवून तो मधल्या झाडाकडे निघाला- आणि सुशीलाबाईंचा आपल्या डोळ्यांवर विश्वास बसेना- तो झपझप झाडावर चढू लागला.

"सदूऽ" मोठ्याने ओरडून त्या पुढे झाल्या. दचकून त्याने इकडे तिकडे पाहिले व त्याचे झाडाभोवतीचे हात निसटून चार-पाच फुटावरून तो खाली घसरला. किती धडधड होत होती त्यांच्या काळजात. लगबगीने जवळ जाऊन त्याला उचलून घेत त्या म्हणाल्या,

"हे रे काय चालले होते? आता तर कमाल झाली तुझी!" त्याचाही चेहरा किती गोंधळला होता! तो काही न बोलता गप्प होता.

"किती वेळा सांगायचं की, उंच कशावर चढायचं नाही म्हणून!"

"पण मी रोज चढतो, मला कुठे गं काय होतं?"

त्याला घेऊन त्यांनी सरळ घराची वाट धरली. सुटण्यासाठी त्याची धडपड चालली होती; पण त्यांनी तिकडे लक्षही दिले नाही.

"मी आजच तुझ्या वडिलांना सांगते की, याला शाळेत अडकवून टाका म्हणून."

तो एकदम शांत झाला. त्यांचे लक्ष वेधण्याइतका; पण त्यांच्या रागावलेल्या मनाने त्यावेळी तिकडे लक्ष दिले नाही. त्याला घरात आणला व तो मुसमुसत असतानाच त्यांनी त्याला झोपविले. एकदा झोप लागल्यावर मग अगदी निरागस दिसणाऱ्या त्याच्या चर्येकडे पाहता-पाहता आपण आपल्या रागाच्या भरात त्याला एखादी थप्पड मघाशी दिली नाही याचे किती बरे वाटले!

दारावरची घंटा वाजत असतानाच त्यांना जाग आली. गडबडीने उठून केस वगैरे सावरून त्यांनी बाहेरचे दार उघडले. डॉक्टर घरी आले होते.

"अगं बाई! आज इतक्या लवकर!"

डॉक्टर आत आले. त्यांनी त्यांची बॅग हॉलमधील टेबलावर ठेवली व आपले हात एकमेकांवर चोळीत (नेहमीच्या प्रसंगाने असेल; पण डॉक्टरांना सारखे हात धूत असल्याचा हावभाव करण्याची सवयच लागली होती) ते म्हणाले,

"का? एखादे दिवशीसुद्धा घरी येऊ नये काय माणसाने चहाला?"

किंचित हसून त्या म्हणाल्या,

"यावं की! नाही कोण म्हणतं? रोज यावं!"

त्या घरात जायला निघाल्या.

"सदाशिवराव कोठे आहेत? झोपलाय की काय?"

“तो कसला झोपतो! दुपारभर खेळत असतो!”

आत जाता जाता त्या म्हणाल्या.

सुशीलाबाईच्या मागोमाग आत येत डॉक्टर म्हणाले,

“दुपारभर? आश्चर्य आहे! त्याला खरं म्हणजे खूप विश्रांतीची गरज आहे. कोठे, आहे कोठे तो?”

“बाहेर असतो अंगणात.”

“दुपारचा? अंगणात? छे! तू अगदीच ही बुवा! दुपारी कशाला बाहेर उन्हात?”

त्यांनी व्हरांड्यात जाऊन त्याला मोठ्याने हाक मारली. त्याचे काही उत्तर येत नाहीसे पाहून त्यांनी परत एकदा जास्त जोराने व जरा रागावून हाक मारली. त्यासरसा सदू धावत धावत आला. वडिलांचा आवाज ऐकताच तो अगदी कावराबावरा झालेला दिसला.

“काय करत होतास रे बाहेर उन्हात?”

“खेळत होतो बाबा.” धापा टाकीत तो म्हणाला, डॉक्टर तेवढ्यात तोंड, हात धुण्यासाठी बाथरूममध्ये गेले. सदू तसाच दारापाशी उभा राहिला. त्याच्या गोऱ्यामोऱ्या चेहऱ्याकडे पाहून सुशीलाबाईंना वाटले, आता डॉक्टरांनी त्याला जास्त काही विचारू नये. डॉक्टर हुशार होते खरे, पण काही काही वेळा सुशीलाबाईंनाही त्यांचा तर्कटपणा जरा अतिरेकी वाटे. मनात विचार येताक्षणीच त्यांनी तो दाबून टाकला. हात पुसत (प्रथम नॅपकीनला व मग नुसतेच एकमेकांवर) डॉक्टर खोलीत आले व सोफ्यावर बसले. चहात साखर घालता घालता ते म्हणाले,

“हं, मग काय? उन्हात असतोस ना बाहेर सारखा दुपारी?”

सुशीलाबाईंकडे वळून ते म्हणाले,

“सात पूर्ण झाली ना गं याला आता? शाळेतच घालून टाकतो याला आता. काय रे, जायचं ना शाळेत तुला?”

सदू नुसताच त्यांच्याकडे पाहत राहिला.

“मग तुला खेळायला खूप मित्र मिळतील, हो की नाही? आतासारखं एकट्या एकट्याला नाही खेळत बसावं लागणार!”

“एकटा नसतो मी बाबा...” पुन्हा तो मध्येच गप्प बसला.

“म्हणजे काय? तुझ्याबरोबर कोणी असतं की काय? अं?”

तो काही बोलला नाही. सुशीलाबाईंच्या मनात या क्षणी राग, सहानुभूती, प्रेम, कीव यांचे चमत्कारिक मिश्रण असलेले विचार येत होते. त्या म्हणाल्या,

"सांग की, वरूड का कोण तो-"

त्याने चट्दिशी सुशीलाबाईंकडे पाहिले, आपले गुपित फोडल्याबद्दल केवढी नापसंती व राग भरला होता त्या नजरेत! वय व मने लहान असली तरी त्यांच्या भावना तितक्याच गुंतागुंतीच्या आणि प्रक्षोभक असल्या पाहिजेत.

सदूचा चेहरा शरमिंदा झाला होता. तो मधून मधून (अजूनही रागाने) आपल्या आईकडे पाहत होता. त्याच्या लहानशा हातांची सारखी उघडझाप होत होती.

"लहान का आहेस असले चाळे करायला आता?" डॉक्टर म्हणाले, "खोटे खोटे सगळे लहान मुलांना ठीक असतं, पण आता तू मोठा झालास ना?"

तरीही तो काही बोलला नाही. डॉक्टर त्याच्या या हटवादीपणाने जरासे रागावल्यासारखे दिसले. पण मोठ्या संयमाने अगदी सावकाश बोलत ते म्हणाले,

"हे बघ, आपल्याला जे दिसत नाही ते खोटं, समोरचं टेबल दिसतं ते खरं, मी दिसतो तो खरा; पण तुझा वरूड कोणाला दिसत नाही, तो खोटा आहे. मी खरा आहे, हो की नाही?"

सदूचे गाल लाल झाले होते. त्याचे ओठ थरथरत होते. त्याने आपल्या लहानशा मुठी घट्ट आवळल्या होत्या. डोळे मिटून तो पुन्हा पुन्हा म्हणाला,

"नाही-नाही-वरूड खरा आहे- वरूड खरा आहे."

"सदूऽ" एकदम सुशीलाबाई ओरडल्या. आता वडील एखादेवेळी आपल्या मुलाला एखादी गोष्ट समजावून सांगत आहेत तर ते आईला का बरे लागावे?

"तू थांब जरा. मी पाहतो हे प्रकरण. एका तोंडाने नाही समजले तर दुसऱ्या तोंडाने समजेल." कप संपवून टीपॉयवर ठेवून डॉक्टर म्हणाले, "सदू, तू काही आता लहान नाहीस या गोष्टी न कळायला. मी तुझ्याशी बोलतो; आई तुझ्याशी बोलते, आम्ही सारी खरी माणसं आहोत; पण आता हा वरूड- असले सगळे केवळ तुझ्या कल्पनेतले खेळगडी आहेत. खोटे आहेत. हो की नाही?"

मिटलेल्या लहानशा डोळ्यातून अश्रू वाहत होते; पण सदू मान हलवून नाही नाही म्हणत होता. संयम झुगारून देऊन डॉक्टर ताड्दिशी उभे राहिले व त्यांनी कोपऱ्यातली मलाक्का केन हातात घेतली.

"चल पाहू, दाखव मला तुझा हा वरूड! नाहीतर..."

हाताने डोळे पुशीत पुशीत सदू म्हणाला,

"वरूड म्हणाला... वरूड म्हणाला, तुला जर कोणी मारायला लागलं, तर... तर..."

"काय म्हणाला? काय करणार आहे?"

स्फुंदत सदू म्हणाला,

"वरूड म्हणाला-तुफानासारखा सोसाट्याने येईन- सिंहासारखा गर्जत येईन- वाघासारखा गिळून टाकीन."

सुशीलाबाई स्तिमित होऊन सदूकडे पाहतच राहिल्या. डॉक्टरांनी छडी एकदम जोराने जमिनीवर आपटली. सदूचा हात पकडून त्याला ओढत ओढत ते बाहेर येऊन गेले. त्यांच्याबरोबर त्याला अक्षरशः पळावे लागत होते. दोघेजण व्हरांड्याच्या पायऱ्या उतरून बागेतून सदूच्या कोपऱ्यातल्या जागेकडे गेले.

त्याच्या मागोमाग सुशीलाबाई आल्या. व्हरांड्यात थांबल्या. होत आहे ते योग्य नाही अशी त्यांना जाणीव होत होती; पण ते कसे थोपवावयाचे?

सदूला डॉक्टरांनी जवळ जवळ फरपटत कोपऱ्याकडे नेले आणि त्या लहानशा मोकळ्या जागेत उभे केले होते. सदूला ते काहीतरी विचारीत होते. लहानशा हाताने त्याने त्यांना काहीतरी दाखवले. डॉक्टरांनी मान हलवली आणि काठी उगारली-

पण सुशीलाबाईंना पुढचे नीट दिसलेच नाही. एकदम सुटलेल्या झंझावाती वाऱ्याने सगळीकडे धूळच धूळ झाली व त्यांचे डोळे चुरचुरून बंद झाले; पण त्या मागोमाग त्यांनी जो आवाज ऐकला व जो त्यांच्या पायांना फरशीच्या कंपाने जाणवला तो डॉक्टरांचा तर नव्हताच आणि सदूचा तर खासच नव्हता. यापुढच्या त्यांच्या भावना एखाद्या भिंगातून एकत्र आलेल्या प्रकाश किरणांसारख्या एका भयंकर क्षणी केंद्रित झाल्या व त्यानंतर विविध भावनारंगात पसरल्या. अर्धवट उघडलेल्या डोळ्यांतून त्यांनी समोर पाहिले तो त्यांना त्या मोकळ्या जागेत सदू एकटाच उभा दिसला आणि त्यांच्या पायांशी काहीतरी पडले होते- तपकिरी आणि लाल-

मूर्च्छित होऊन पडण्यापूर्वीच्या क्षणी त्यांनी ते काय आहे ते ओळखले- डॉक्टरांचा बूट व त्यात पायाचा थोडासा भाग- मांजराने उंदीर घाईने गिळला की शेपटीचा एखादा तुकडा चुकून राहावा त्यासारखा.

४. गुंतवण

जुन्या वस्तूंच्या दुकानात सुटीचा काही वेळ घालविण्याची माझी फार पूर्वीपासूनची सवय आहे. त्या दुकानातून काही काही वेळा इतक्या अमूल्य गोष्टी मिळून जातात आणि काही काही वेळा अनपेक्षितही घडते.

माझ्या नेहमीच्या दुकानात मी त्या दुपारी गेलो त्यावेळी त्याच्याकडे नुकताच एक लॉट येऊन पडला होता. त्यामध्ये बसून निवडानिवडीचे काम दुकानदार करीत होता. या ना त्या विषयावर आमच्या नेहमी गप्पा चालत आणि थट्टामस्करीही होत असे.

नव्या लॉटमध्ये शिसवीची एक लहानशी पण फार सुंदर कोरीव काम केलेली पेटी होती. ती मला एकदम पसंत पडली. दिसायला होती लहान आकाराने. पण खूप जड होती. तसे पाहिले तर मला त्या पेटीचा काडीइतकाही उपयोग नव्हता. पण माझे मन तिच्यावर बसले होते. बराच वेळ हुज्जत घालून शेवटी मी ती पेटी विकत घेतली आणि एक चांगला सौदा पटविला या समाधानात घरी आलो.

दुसऱ्या दिवशी जेव्हा पेटी साफ करायला घेतली तेव्हा माझ्या ध्यानात आले की, पेटीत चोरतळ आहे. कारण बाहेरची व आतली उंची यांच्यात चांगला दीड-दोन इंचांचा फरक जाणवत होता. एकदा तळ आहे ही खात्री पटल्यावर उजव्या हातातल्या खालच्या कोपऱ्यातली कळ शोधून काढायला उशीर लागला नाही. ती दाबताच आतला कप्पा धाडदिशी उघडला; पण आत पाहताच माझी निराशा झाली. कारण आत काळ्या शाईने लिहिलेली जुनाट कागदावरची एक पोथी फक्त होती. एवढीशी पोथी बंदोबस्तात ठेवणाराचे मला आश्चर्य वाटले. मी ती काढून बाजूला ठेवली व आत आणखी काही आहे का पाहिले; पण पोथीशिवाय

चोरकप्प्यात इतर काहीच नव्हते. आतून तो कप्पा फडक्याने साफ करून घेतला व सर्व पेटीवर फडके मारून ती बंद करून ठेवली. मग माझे लक्ष शेजारीच काढून ठेवलेल्या पोथीकडे गेले.

ती जुन्या वळणात काळ्या शाईने मोडीत लिहिलेली होती. जास्त काही वाचीत न बसता मी फक्त तिची पाने हाताने चाळली तो त्यातून एक कापडाचा तुकडा खाली पडला. नक्की कोठून पडला हे मलाही समजले नाही. पण त्या पोथीतून पडला हे खास. कापडाचा तुकडा हातमागावर विणलेला होता. त्याचा मूळ रंग फिकट तपकिरी होता आणि त्यावर बारीक काळ्या रेषांचे डिझाइन होते. मी त्यावेळी त्याच्याकडे फारसे लक्ष दिले नाही.

माझ्याकडे त्यावेळी माझे एक दूरचे नातेवाईक व त्यांची पत्नी असे काही दिवस राहायला आले होते. दोघेजण बोलायला फार मनमोकळे, सगळ्या गोष्टीत भाग घेणारे व मदत करण्याच्या स्वभावाचे. एकूण अगदी आदर्श पाहुणे. त्यांना दुसऱ्या दिवशी मी ती शिसवीची पेटी आणि अर्थात ओघानेच ती पोथी व त्यातील कापडाचा तुकडा दाखविला. त्यांच्या पत्नीचे लक्ष स्वभावानुरूप प्रथम कापडाकडे गेले. कापड सुमारे आठ इंच चौरस असेल. त्यात डिझाईनचा एक साचा पुरा झाला होता.

“अहो पाहिलंत का? किती छान कांपोझीशन आहे!” तिने आपल्या पतिराजांना हलवून हलवून ते कापड दाखवत विचारले. त्यांचे नवे घर बांधणे चालू होते आणि त्या संबंधात दोघांचे नाना प्रकारचे प्लॅन चालू असत; अर्थात त्यात गर्विष्ठपणा मुळीच नसे. त्यामुळे काहीही नवीन दिसले की, ते आपल्या नव्या घरात कसे दिसेल याबद्दल त्यांच्यात चर्चा चालू होई. “आपल्याला नवीन डिझाईन बघायचं होतं ना! हे कसं वाटतं पडद्यांना आणि टेपस्ट्रीला? नाहीतरी तुम्हाला ब्राऊन रंग आवडतोच ना मनापासून?”

नानांनी आता ते डिझाईन प्रथमच हातात घेतले व नीटपणे पाहिले. “जरा डल वाटते पण कांपोझीशन चांगले आहे.” माझ्याकडे पाहून ते म्हणाले, “तुमचे काय मत आहे?”

“पण असेच नमुन्याबरहुकूम कापड कोठे मिळणार तुम्हाला?”

“अहो, नागपूरच्या विणकर पेठेत यांचा एक स्नेही आहे. तो याच व्यवसायात आहे. त्यांच्याकडे वाटेल तसले नमुने येतात कापडासाठी आणि अगदी तसेच

मग तयार करवून पाठवितात. मी एकदा तीनचार पातळेसुद्धा करवून आणली होती त्यांच्याकडून."

नानांनी होकारार्थी मान हलविली आणि बहुतेक त्याच बैठकीत त्यांचे त्या नमुन्याप्रमाणे कापड तयार करवून घेण्याचे ठरले. त्यांनी तो नमुना आठवणीने आपल्या बॅगमध्ये टाकला आणि मीही ती पोथी माझ्या जुन्या पुस्तकांच्या कपाटात ठेवून दिली.

काही दिवसांनंतर आमचे पाहुणे गेले. त्यांचा आणि माझा महिन्यांतून एखाद दुसरे पत्र इतपत पत्रव्यवहार चालू असे. त्यावरून त्यांच्या बंगल्याची प्रगती वगैरे समजत असे. शेवटी त्यांचे घर पुरे होऊन वर्षप्रतिपदेच्या दिवशी त्यांच्या घराची वास्तुशांत झाल्याचे समजले.

लहानशा गोष्टी ज्यावेळी घडतात त्यावेळी त्या आपल्या लक्षात राहत नाहीत; पण मागाहून एखादी आपत्ती आली की, मग मन त्याचा संबंध अशा लहानसहान प्रसंगाशी जोडते. नानांच्या पत्रातून त्यांच्या बंगल्याच्या प्रगतीबरोबर त्याचे फोटोही येत असत. मधल्याच त्यांच्या एका पत्रात त्या कापडासंबंधी उल्लेख होता. तो भाग पुढीलप्रमाणे होता :

"अप्पा, तुमच्याकडून आणलेलं कापड करवून घ्यायला पाठवलं आहे माझ्या स्नेह्यांकडे. वास्तविक तो अगदी प्रॉम्प्ट काम करणारा आहे, पण यावेळी मात्र मला त्याला पत्रातून एकदोन वेळा आठवण करू द्यावी लागली. कधी नाही ते यावेळी मला त्याचं पत्र आलं की, सध्या हातात खूप काम आहे तेव्हा कापड परत पाठवू का? जरा फुरसद झाली म्हणजे कळवीन."

"मी जवळ जवळ रागातच त्याला उत्तर पाठविले की, एवढी मोठी कामं करतोस माझं चाळीस-पन्नास वार कापड करायला इतका वेळ व त्रास?"

"त्यावर त्याला काय वाटले माहीत नाही, त्याने ऑर्डर घेतली. परत महिनाभर काही वार्ता नाही. पुन्हा एकदा पत्र पाठविले. उत्तरात म्हणतो, तुमच्या कापडाने सगळा घोटाळा केलाय माझ्या प्रोग्रॅममध्ये- माझा चांगला विणकर गावाकडे गेलाय, त्याचा पत्ता नाही- बोलावल्याने परत येत नाही- त्याच्या हाताखालच्याकडून नमुना तर बसविला- सुते निवडली तर रंगाऱ्याला नेमका त्याच दिवशी अपघात झाला- हात व डोळा चांगला भाजलाच ॲसीडने- त्याला कामावर यायला दोन आठवडे लागतील- पुन्हा आता कृपा करून पत्राने आठवण करू नका- सकाळी

उठतो न उठतो तर तुमचेच डिझाईन माझ्यासमोर असते- तयार झाले की, सारा तागाच पाठवून देणार आहे तुमच्याकडे नमुन्यासुद्धा.''

''मलाही त्यानं जरा जास्तच उत्सुकता लागली आहे त्या कापडाची. सध्या इतर पडदे वगैरे वापरीत आहोत, पण नवीन खरेदी तूर्त स्थगित आहे.''

घरातल्या घरात सफाई करताना एक-दोनदा ती पोथीही माझ्या हाती आली होती. पण केवळ कुतूहलाने तिच्याकडे पाहण्यापलीकडे मी काही केले नाही. कारण आधी मोडीशी माझा अगदी अल्प परिचय होता आणि ते जुने अक्षर लावणे तर मला या जन्मी शक्य नव्हते.

यानंतर सुमारे एक महिनाभराने एके दिवशी पोस्टाने एक लहानसे पार्सल मला मिळाले. उघडून पाहतो तो आत नानांचे पत्र व आमच्या मूळ कापडाचा तुकडा व त्याबरहुकूम करवून घेतलेला त्यांच्या नवीन कापडाचा वारभराचा नमुना होता. दोन्ही कापडातील वर्षांचा फरक सोडला तर विणकराने व रंगाऱ्याने अगदी बरहुकूम काम बनविले होते यात शंका नव्हती. एक लपवावा व दुसरा काढावा इतके दोन्ही एकसारखे होते.

नानांचे पत्र मी वाचले. त्यात गेल्या आठवड्यात नागपूरहून मालाची गठडी आली आहे व त्यातील सँपल पाहण्यासाठी पाठवीत आहे, मापे वगैरे घेऊन आठदहा दिवसांत पडदे लावू एवढा फक्त उल्लेख होता. बाकी वहिनी काही दिवस गावाला जात आहेत- सवड झाली की काही दिवस राहायला या- इतर लोकांच्या चौकशा इ. इ. मजकूर होता.

सुमारे दहा दिवसांनी सकाळी अकराच्या सुमारास मला नानांची तार मिळाली : 'सकाळच्या गाडीने निघत आहे. स्टेशनवर या.' मला या तारेचा काही अर्थबोधच झाला नाही. दुपारी चारच्या सुमारास स्टेशनवर गेलो; पण तोपर्यंत मनात विचारांचे सारखे काहूर माजले होते. त्या गृहस्थास झाले तरी काय? त्यांना जेव्हा डब्यातून उतरताना मी पाहिले तेव्हा खरे म्हणजे माझी निम्मी काळजी दूर झाली.

''काय हो नाना, काय विचार तरी काय आहे तुमचा?''

''आता काही नको. घरी चला आधी अप्पा.'' ते म्हणाले.

टॅक्सीतून आम्ही दोघे घरी आलो. चहा आणि थोडेसे खाणे वगैरे झाल्यावर व्हरांड्यात आम्ही खुर्च्यावर आरामशीरपणे बसलो.

“मी एकदम पत्रबित्र काही न टाकता उभा राहिलो याचं फार आश्चर्य वाटत असेल नाही तुम्हाला अप्पा? आता सांगणारच आहे मी तुम्हाला आणि तुमच्याकडेच का आलो त्याचेही कारण त्यात आहे.”

“राधा (त्यांची पत्नी) गेल्या सोमवारीच गेली आहे माहेरी. नवे घर लावायची न् वास्तुशांतीची खूपच दगदग झाली तिला. म्हटलं, आठदहा दिवस विश्रांती घे. आमचेही पाहुणे वगैरे सगळे गेले होते. घर एकदाचे पूर्ण झाल्याने माझ्याही मागची रोजची चार-सहा तासांची हजेरी संपली होती. त्याने कसे हलके वाटत होते. वाटले, करावा आता चांगला आठ-दहा दिवस आराम.

“ती गेली आणि साधारण एक-दोन दिवसांतच सगळे कपडे शिवून आले. यात आम्ही सोफ्याचे कव्हर्स, दारा-खिडक्याचे पडदे, सारे काही टाकले होते. मी घरात एकटाच असल्याने सारे जागच्या जागी लावण्याचे काम आरामात चालले होते.

“शेवटी काल एकदाची माझी खोली तयार झाली. तुम्हाला माहीतच आहे की, ही अगदी झोपाळू आहे. मला मात्र रात्री तास-दीड तास काहीतरी वाचल्याशिवाय झोपच येत नाही. तेव्हा प्रथमपासूनच आम्ही या खोलीची योजना केली होती. त्यात माझी पुस्तकांची कपाटे, लिहावयाचे टेबल आणि छोटा रेडिओ असा आमचा प्लॅन आहे. काल सगळीकडे व्यवस्थित आवराआवर केल्यावर मी माझ्या खोलीत रात्री आलो.

“बरीच नवी पुस्तके येऊन पडली होती. त्यांचा गठ्ठा आरामखुर्चीवर घेतला. दिवा वगैरे व्यवस्थित ॲडजस्ट करून घेतला आणि आता मोठ्या चैनीत एक-दोन तास घालवायचे अशा अपेक्षेने खुर्चीत बसलो.

“बसल्यावर एकदा सगळीकडे नजर फिरवली आणि तुम्हाला सांगू का अप्पा? ते आपल्या पडद्यावरचं डिझाईन मला जरा वेगळ्याच स्वरूपाचं वाटायला लागलं. आपल्याला लहानशा तुकड्यावरून नीट कल्पना आली नाही; पण सर्व पडदा पाहिला की, त्या काळ्या रेषा व त्यांचे सांधे म्हणजे मला त्या माणसाच्या डोळ्यांच्या आकृतीसारखेच वाटायला लागले.”

नाना फॉरेस्ट सर्व्हिसमध्ये होते आणि वेळ प्रसंगी त्यांनी अत्यंत कठीण व धोक्याच्या ठिकाणी एकट्याने कितीतरी दिवस काढले होते. ही गोष्ट मला माहीत होती. त्यामुळे मला त्यांच्या या बोलण्याचे अधिकच आश्चर्य वाटले.

“सारखे वाटे की, समोरून, मागून व बाजूंनी कितीतरी डोळे आपल्याकडे रोखलेले आहेत. शेवटी मला राहवेना. मी दारावरचे व खिडक्यांवरचे सगळे पडदे बाजूस सारून ठेवले. त्यामुळे सर्वांच्या सर्व डिझाइन एकदम दिसणे बंद झाले व मनावरचा परिणामही कमी झाला.

“मी एकदा घरात जाऊन आलो व दोन कप गरम चहा करून आणला. नवीन पुस्तके पाहण्याच्या नादात मी मघाची ती जरा चमत्कारिक कल्पनाही पार विसरून गेलो. त्यापैकी कोणते तरी पुस्तक मी चाळत होतो आणि माझा उजवा हात सहज खाली गेला.

“आमच्या मोतीला पुष्कळ वेळा मी कोठेही असलो तरी जवळ घेऊन बसण्याची सवय आहे. माझ्या उजव्या हाताला केसाळ असा स्पर्श झाला व साहजिकच मोतीचंच ते डोकं असावं असं मला वाटलं. त्यामुळे वाचता वाचता एका हातानं खाली माझं त्याला कुरवाळणं चालू होतं. मध्येच माझ्या हातून पुस्तक एकदम सरकले व ते सावरताना माझी नजर खाली गेली.

“माझ्या हाताखाली मोती नव्हता. मी इतका वेळ कुरवाळीत होतो. ते...ते मोतीचे डोके नव्हते. काळ्याकुट्ट केसांचा-गुंतवळ्याचा एक भला मोठा पुंजका होता. त्याच्यामागे खूप लांब केस पसरलेले होते... आणि माझ्या हाताच्या गतीप्रमाणे तो... तो पुंजका हळूहळू पुढे-मागे डोलत होता.

“माझ्या मागच्या बाजूने सरपटत सरपटत तो माझ्याजवळ आला असला पाहिजे. माझ्या मनःस्थितीचं वर्णन मी आता कसं करू? दचकून मी हात एकदम वर घेतला. त्या... त्या पुंजक्यानं वर पाहिलं- वर मान करून म्हणा- डोळे वगैरे काहीच नव्हते त्याच्यावर... पण... पण.

“अप्पा मला सांगायला शरम वाटते की, हातातलं पुस्तक मी थाडदिशी फेकून दिलं व धावत त्या खोलीबाहेर पडलो. मागे वळून पाहण्याचीसुद्धा माझी हिंमत झाली नाही. मी पळत पळत घराबाहेर आलो. रात्रीची वेळ. कोठे जावं, काय करावं काहीच सुचेना मला. नशिबाने चांदणे होते म्हणून पायाखालचे सारे स्पष्ट दिसत होते. अंधार असता तर मला खास वेडच लागलं असतं! घरात जायची छाती होईना. घर सताड उघडे टाकून कोठे जाता येईना. तुम्हाला खोटे वाटेल; पण मी ती सारी रात्र बाहेर अंगणात काढली.

“पहाटे पाचला भय्या आला. दुधाकरिता त्यांच्याबरोबर आत गेलो तेही सरळ स्वयंपाकघरात दूध ठेवलं व परत बाहेर आलो तो चांगला ऊन पडेपर्यंत आत गेलो नाही. मग आमची मोलकरीण आली तेव्हा मात्र आत जाणं भाग पडलं.

“दारात उभं राहून मी हळूच माझ्या खोलीत पाहिलं. तेथे काही नव्हतं. मी दिवा मालवला व सगळ्या खिडक्या उघडल्या.

“दिवसासुद्धा मला त्या खोलीत जास्त वेळ एकटं राहवेना. सर्व पुस्तके व्यवस्थित लावून मी बाहेर आलो व दार बंद केलं.

“खरं सांगायचं म्हणजे रात्रीपासूनच माझ्या मनात विचार चालू झाले होते इकडे येण्याचे, कारण त्या घरात दुसरी रात्र एकट्याने काढणं मला शक्य नव्हतं. तिलाही तार करून बोलावणं म्हणजे विनाकारण घाबरविण्यासारखं वाटलं. तेव्हा मी रात्रीच ठरविलं की, सकाळच्या पहिल्या गाडीनं सरळ तुमच्याकडे यावयाचं-सगळी कामे होताच प्रथम तुम्हाला तार केली व लागलीच गाडी पकडली.”

दोन दिवस मी नानांना माझ्याकडे ठेवून घेतले व तिसऱ्या दिवशी मी स्वतः त्यांच्याबरोबर त्यांच्याकडे गेलो. आमचे अर्थातच या गोष्टींवर सारखे बोलणे, चर्चा चालूच होती. गेल्या गेल्या प्रथम त्यांना सुचविले की, तुम्ही या कापडाचे सर्व पडदे, कव्हर्स, सामान काढून टाका. कारण प्रथम या कापडापासून तुमच्या मनात हे विचित्र विचार सुरू झाले आहेत. आम्ही तीन-चार दिवस त्या घरात काढले; पण आम्हाला कोणताही विलक्षण अनुभव आला नाही किंवा अस्वस्थता वाटली नाही. राधावहिनी येऊन पोहोचल्यावर एक-दोन दिवसांनी मी घरी निघालो व येताना मी सांगितले की, माझ्या मते त्या पडद्याच्या कापडाचाच तुमच्या मनावर काही परिणाम झाला आहे. तेव्हा सध्या ते कापड बाजूला ठेवा व थोड्याफार पैशाचा विचार न करता सगळीकडे नवीन कापड वापरा. नानांनी माझे ऐकले व त्यानंतर त्यांना तसला चमत्कारिक अनुभव परत कधी आला नाही.

पण माझ्या मनातून ती गोष्ट काही केल्या जाईना. केवळ कापडामुळेच हे झाले असेल तर त्याचे मूळ त्या पोथीतच सापडेल असे मला वाटू लागले. पण ती जुनी क्लिष्ट मोडी वाचावयाची कोणी? एक-दोघाशी याबद्दल बोलल्यावर तीही

अडचण दूर झाली. अशीच मध्यस्थीने माझी एका गृहस्थाशी गाठ घालून देण्यात आली. त्यांना अशी जुनी हस्तलिखिते, बखरी अशा गोष्टींची चांगली माहिती होती. मी त्यांना ती पोथी व तो कापडाचा तुकडा दिला व त्यासंबंधी पोथीत काय माहिती असेल तेवढी माझ्यासाठी काढून देण्यास सांगितले.

तीन-चार दिवसांनी ते परत आले.

'तुमचे हे हस्तलिखित फारच किंमतवान आहे. चांगले जपून ठेवा ते. मी त्याची नोंद करून घेतली आहे. थोरल्या बाजीरावांच्याबरोबर वर माळव्यात स्वारीवर गेलेल्या कोणी 'शंकर कृष्णाजीपंत' याने लिहून ठेवलेले आहे ते. मी सवडीने परत केव्हातरी आपणाकडून घेऊन जाईन पूर्ण उताऱ्यासाठी.

"तुम्हास ज्या भागात जास्त उत्सुकता आहे तो भाग तेवीस-चोवीस पानावर आहे. मी तेथे खूण घालून ठेवली आहे. तुमच्यासाठीच मराठीत त्याची नक्कलही करून आणली आहे ती ही घ्या."

त्या गृहस्थाचे खूप आभार म्हणून मी त्यांचा निरोप घेतला व त्यांनी हाती दिलेला कागद वाचावयास घेतला.

"श्रीमंताच्यावर मागचे मुक्कामी एक-दोनदा वाईट प्रयोग झाले. मनाची शांती ढळली म्हणोन ब्राह्मणास बोलावोन पुशिले. सर्वच माणसे खाश्यातली- जिवास जीव देणार अशी- वहीम कोणाचा घ्यावा? नवखा कोणी तंबूत येतो काय चौकशी केली तेव्हा माहीत पडले की, घोड्यांना खरारा करणारापैकी एक मध्यंतरी मागे राहिला त्याचे बदली नवा आसामी काम करतो, त्याची श्रीमंताच्या तंबूवर फार नजर असते.

त्याला समोर बोलावून आणले. फार कावराबावरा झाला. पण वयाने लहान होता तरी मनाचा चिवट. सुरुवातीस बोलेना. शेवटी जरा अधिक जोर केल्यावर कबूल केले की, पुण्याच्या xxx नी स्वारीबरोबर पाठविले होते. श्रीमंतांना अपाय करण्याचे कामावर.

पण त्याच्या मनीचे काढावयास फार कष्ट जाहले. शेवटी त्याने कशास गुंडाळलेला मोठा फडका काढीन दाखविला. रात्रीच्या वेळी तो श्रीमंताच्या बिछाईतीखाली पसरून ठेवण्याचे काम त्याच्याकडे होते.

केवळ थट्टा म्हणून श्रीमंतांनी हुकून केला की, याच्याखालीच आज हा कपडा घाला. इसमाचा चेहरा पांढराफटक पडला. श्रीमंताच्या पायी लोळण घेतली.

डोळ्यात पाणी उभे राहिले. तेव्हा दया दाखवून विचारले की, काय धोका आहे त्यात? कपड्यात काय विशेष आहे?

कपडा श्रीमंताच्या पायाशी ठेवून सांगितले की, विणताना मधून मधून उभ्या धाग्यात मेलेल्या स्त्रिसांचे केस वापरले आहेत. मूळ चित्र व कशिदा काही आणखी जुन्या कागदावरून तयार करविला आहे. त्याची खात्री की, रात्री कापड पसरताच केस मोकळे होऊन बाहेर येतात व त्यात सापडलेल्या माणसास गुरफटून टाकतात.

पुन्हा एकदा तुला रात्री त्यावरच बसवितो म्हणताच त्याचे तोंडास अगदी फेस आला. त्याला फटके मारून श्रीमंतानी मुक्कामाबाहेर घालविले व कुतूहल म्हणून कपडा जवळ ठेवोन घेतला. त्यातला एक तुकडा आज माझ्या हाती लागला तो येथे लावून ठेवीत आहे."

मी दुसऱ्या दिवशी तो कापडाचा व नानांचा नमुना बंबात जाळून टाकला. (केस जळाल्याचा वास खरा होता की, आपली माझी कल्पना?) व नानांना पत्राने कळविले की, त्या कापडाचा घरात अजिबात वापर करू नका, शक्य तर जाळून टाका.

✦ ✦ ✦

५. आंधळी कोशिंबीर

रखमाबाईंनी क्षयी अंतूला घरात बायको आणली तेव्हाच शेजाऱ्या-पाजाऱ्यांनी त्या पोरीची काय गत होणार याविषयी कुजबूज सुरू केली होती. आजवर सुनांची छळवणूक करणाऱ्या सासवा खूप झाल्या; पण रखमाबाईचा नमुना काही औरच होता. त्यांच्या जाचाला कंटाळून थोरली विधवा सून घरातून पळून गेली होती. त्यासाठी केवढे धारिष्ट्य लागते याचा विचार केला की, रखमाबाईंची कल्पना येईल. खरे म्हणजे आम्ही चारचौघांनी रखमाबाईंना अंतूचे लग्न करू नका, असे सांगून पाहिले होते. पण त्या त्राटिकेपुढे कोणाचे काय चालणार?

बिचारी कमल! केवढ्या आशेने व उत्सुकतेने आली असेल नव्या घरी! पण लग्नास अक्षरशः आठवडा उलटला नाही तोच तिच्या तोंडावरचे हसू मावळले. अंतूच्या प्रकृतीत एकदम बिघाड झाला. तिचा काय दोष? पण रखमाबाईंनी तिची पाठपुरवणी सुरू केली. 'पांढरी पाल', 'कपाळकरंटी' हे सुरुवातीचे शब्द... पुढे तर सुमारच राहिला नाही. मागच्या दारी ती धुवावयास आली की, मुक्या गुलामासारखे वेदनेने व्याकूळ झालेले तिचे डोळे पाहून मी मनाशी चरफडायचा. मला वाटे काय बिचारीने पूर्वजन्मी पाप केले होते की, तिच्या नशिबी असा तुरुंगवास आला?

सुरुवातीस ती एक-दोनदा आमच्याकडे येत असे; पण दरवेळी त्यावर रण माजलेले दिसताच बिचारीला तीही क्षणभराची विश्रांतीची जागा मुकली. त्यावर ती घराच्या बाहेर एकदाही पडलेली मला आठवत नाही. आमच्या घरची बागकामाणसे त्यांच्याकडे कधी कधी जायची; पण बाहेरची माणसे काय करू शकणार? अंतूच्या स्वभावाचे मला नवल वाटायचे. आईच्या मुठीत म्हणजे किती राहायचे? पण त्याच्या डोळ्यासमोर त्याच्या आईपेक्षा भयंकर व अटळ अशी

मृत्यूची छाया होती. आज ना उद्या आपण जाणार याची त्याला खात्री होती. त्याचे कशात लक्ष असणार? पण मग लग्नाला संमती दिलीच कशाला? कमलचे आईवडील कसे फसले? मी खूप तपास केला; पण त्याची पुरी माहितीच मला लागली नाही आणि प्रत्यक्ष नवरा असा, तर इतर काय करणार?

आषाढ संपता संपता अंतूची प्रकृती विकोपास गेली आणि एका रात्री त्याने राम म्हटला. कमलचे रडणे मला अजून आठवते. नावाला का होईना, पण त्याचा आधार तिला होता. आता तोही गेला. तिच्या दुःखाचा पेला ओतप्रोत भरून सांडू लागला. रखमाबाईंना तर जणू नवा चेव आला. पहिल्या दहा दिवसांतच त्यांनी तिच्या अंगावर हात टाकला. पण त्याचे वर्णन करून काय उपयोग? माझ्या मनात पुन्हा कालवाकालव सुरू होते. कदाचित मी वाजवीपेक्षा जास्त हळवा असेन, पण त्या निरपराध जीवाचे क्लेश मला बघवत नसत.

मला ती श्रावणातली रात्र अजून जशीच्या तशी आठवते. कोठेतरी मंगळागौर होती. त्यामुळे रात्री घरात सामसूम होती. मी एकटाच वाचत बसलो होतो. रखमाबाईच्या घरातून एकदम कुणीतरी ओरडले-

"अगं आईऽ गंऽ- आईऽ गंऽ-"

भयाने व वेदनेने तो आवाज इतका भेसूर झाला होता की, थोडा वेळ मी जागच्या जागी खिळून राहिलो. त्या मागोमाग पुन्हा ती किंचाळी ऐकू आली. हातातील पुस्तक फेकून मी धावत धावत रखमाबाईच्या दारातून आत शिरलो. स्वयंपाकघराच्या दारात रखमाबाई उभ्या होत्या. आत एकदम मोठा जाळ दिसला. मी तिकडे जात असतानाच रखमाबाईंचे दोन शब्द मी ऐकले...

"मर मेले-"

आत पाहतो तो कमलच्या साडीने पेट घेतला होता. त्या असह्य वेदनेत ती जमिनीवर गडबडा लोळत होती. ओरडण्याचेही भान तिला आता राहिले नव्हते. मीही थोडा भांबावून बघत राहिलो. मनुष्य अशा वेळी किती स्तिमित होऊन जातो! प्रत्येक क्षण महत्त्वाचा असूनही त्याच्या हातून हालचाल होत नाही. माझ्या मनात आलेले विचार या घटकेस आठवतात. कशाने बरे पेटली ही? रखमाबाई काहीच कसे करीत नाहीत? पाणी टाकून उपयोग नाही! सतरंजी- सतरंजी- ब्लँकेट- जाड काहीतरी टाकावयाला हवे. मी इकडे तिकडे पाहिले. बाहेरच्या खोलीत एक गादी होती तिच्या खालची सतरंजी ओढून काढली व

कमलच्या अंगावर टाकली. माझे हात होरपळून निघाले; पण एव्हाना ती निश्चल झाली होती. मधूनच हातापायास एखादा झटका येत होता. मी तिला गुंडाळून ठेवले व डॉक्टरांच्या शोधास निघालो. ती सारी रात्र धावपळीत गेली. पण पहाटेच्या सुमारास कमल गेली. ती शेवटपर्यंत बेशुद्धच होती.

डॉक्टर येताच मला थोडी उसंत मिळाली होती. मी रखमाबाईंना विचारले, ''काय झाले हो एकदम? कशी काय भाजली कमल?'' पण अजूनही त्यांचा तिच्यावरचा राग कमी झाला नव्हता. फणकाऱ्यात त्या म्हणाल्या,

''कुणास माहिती कोठे अडमडायला गेली होती कार्टी ती! वेंधळी साऱ्या मुलखाची.''

पण पोलीसचौकशीत त्यांना यापेक्षा सविस्तर उत्तर द्यावे लागले. स्टोव्हवरच्या कपाटातले दाणे काढायला गेली होती. दाणे कशावरून? मी तिला सांगितले म्हणून. इत्यादी. पण माझे समाधान झाले नाही. कमल फार टापटिपीने वागणारी. ती असा गबाळेपणा आपणहून करणार नाही. 'आपणहून?' हा शब्द हा बरे माझ्या मनात आला? रखमाबाईंची वागणूक सर्वश्रुत होती. तरीसुद्धा त्यांच्या हातून इतके नीच कृत्य होईल यावर माझा विश्वास बसेना. पण मग त्यांच्या त्या दोन शब्दांचा अर्थ काय करावयाचा? कदाचित...कदाचित तिला त्यावेळी प्राणांतिक मदतीची जरूर होती तेव्हा त्यांनी हात आखडता घेतला असेल. तेवढे मात्र त्यांच्या पलीकडे नव्हते.

त्या लहानशा घरात त्या रात्री काय दुर्घटना घडली याची मी खूप विचार करूनही मला उलगडा झाला नाही; पण रखमाबाईंच्यात मात्र आम्हाला सर्वांना एकदम बदल दिसला. त्यांची ठासून बोलण्याची सवय जवळजवळ मोडत आली. मध्येच त्या एकदम कावऱ्याबावऱ्या होत. शरीरानेही त्या थोड्या सुकलेल्या दिसत. माझ्या दाराशी त्या एकदोनदा घुटमळल्यासारख्या उभ्या राहिल्या. मला वाटले, त्यांना काही सांगावयाचे आहे; पण मी विचारताच 'काही नाही', 'काही नाही' करत त्या पुढे गेल्या. माणसाचे मन किती विलक्षण आहे! दोन महिन्यांपूर्वी जी बाई दिसली की, माझ्या कपाळावर आठ्या चढत तिच्याविषयीच मनात अनुकंपा निर्माण होऊ पाहत होती. एके दिवशी मी नळावर हातपाय धूत असता त्या दारातूनच म्हणाल्या,

''अहो अप्पा, तुम्हाला विचारायचंय एक.''

तोंडात पाणी तसेच ठेवून मी त्यांचेकडे पाहून 'हूं' म्हटले.

"नाही म्हटलं... भुताखेतांवर तुमचा विश्वास आहे का?"

त्यांच्या या अनपेक्षित प्रश्नाने मी इतका आश्चर्यचकित झालो की, ते पाणी तसेच गिळून त्यांना विचारले, "भुतंखेतं म्हणजे काय म्हणता तुम्ही?"

"मला कनी आताशी एकटं राहायची भीती वाटते. सारखं कुणीतरी टक लावून पाहातंय माझ्याकडे असं वाटतं; पण जवळ तर कोणी नसतं म्हणून विचारते." बोलता बोलता त्यांनी घरात वळून पाहिले. त्यांच्या शब्दांवर माझा विश्वास बसला अशातली गोष्ट नाही.

आपल्या बऱ्यावाईट कृत्याची नोंद ठेवणारा चित्रगुप्त प्रत्येकाच्याच अंतर्मनात असतो. आपल्या मनात क्षणमात्र येऊन गेलेले व विसरून गेलेले विचारही स्वप्नरूपाने तो आपल्यापुढे उभा करतो. मग मुद्दाम सूडबुद्धीने केलेली कृत्ये तो कसा विसरेल? 'एखाद्याचे मन खाते' अशा स्वरूपात आपण त्यांच्या टोचणीचे वर्णन करतो. या बाईच्या पूर्वकृत्यांचाच तर हा परिणाम नसेल? कमलच्या विनाकारण केलेल्या छळाचा मोबदला तर त्यांना आतापासून येऊ लागला नसेल कशावरून?

मी त्यांना काहीतरी उत्तर दिले व घरात आलो आणि इतर कामाच्या गडबडीत सारे विसरूनही गेलो.

या प्रकरणावर ज्या विचित्र प्रसंगाने पडदा पडला त्यावेळी मी हजर नव्हतो. पण पुष्कळशा लोकांना प्रश्न विचारून मी मनाशी सारी हकीकत जुळवली. मला वाटते त्यानंतरचा श्रावणमास होता तो. मंगळागौरीची गडबड चालू होती आळीत. कोपऱ्यावरच्या घरात मंगळागौरीचे खेळ चालू होते. दिवाणखान्यात वीस-पंचवीस तरी बायका जमल्या असाव्यात. उखाणे, झिम्मा, फुगड्या झाल्यावर कोणीतरी 'आंधळी कोशिंबीर' खेळायची कल्पना काढली आणि डाव सुरू झाला; पण लहानशा रुमालाने काम होईना (राज्य असलेला गडी कोपऱ्यातून पाहत असे) तेव्हा कोणीतरी त्यावर एक तोडगा काढला व एक पांढरी पिशवी आणली आणि ती तोंडावर टाकून खेळ सुरू झाला. त्या आंधळ्या गड्याची असहायता खरोखरच पाहण्यासारखी असते. केवळ डोळ्यांचा उपयोग गेल्याबरोबर साधी खोली किती अपरिचित वाटू लागते. दोन्ही हात पुढे करून आणि एक एक पाय सांभाळून पुढे टाकीत तो स्वतःभोवती वर्तुळात फिरत असतो; पण तरीसुद्धा त्या

रात्री 'राज्य' एकावरून दुसऱ्यावर झटपट जात होते. कारण बायकांना बांगड्यांचा आवाज आणि स्वतःच्या हसण्याचा आवाज लपविणे सारखेच कठीण जाते. तर मग खेळ चालू होता.

आणि मध्येच एका लहानशा पातळसर मुलीवर राज्य आले. ती कोण हे चटदिशी कोणालाच आठवेना. चेहरा झाकला की, माणसाचे व्यक्तिमत्त्वच झाकले जाते. काही काही वेळा होते तसे झाले. एकदम सगळा गोंगाट थांबला. साऱ्या जणी भिंतीशी, खिडक्यांजवळ, पडद्याजवळ चूपचाप उभ्या होत्या, आणि दिवाणखान्याच्या मधोमध ती मुलगी उभी होती. तिच्या डाव्या हाताला भिंतीपाशी तिघीचौघी उभ्या होत्या. तिकडे वळून तिने चट्दिशी एक पाऊल टाकले, लहानशा उडीसारखे. त्यासरशी त्यांची पांगापांग झाली. मग तिने उजवीकडे वळून आणखी एक पाऊल टाकले. तिथल्याही एकदम पसरल्या. त्यांच्यात रखमाबाई होत्या. पुन्हा एक लहानशी उडी. मला वाटते, त्याच वेळी एकदोघींच्या ध्यानात आले की, नेहमीपेक्षा काहीतरी निराळा प्रकार चालला आहे. कारण त्या मुलीची पावले इतकी ठरावीक पडत होती की, तिला जणू काही त्या पिशवीमधून दिसत होते आणि मग सगळ्यांच्याच लक्षात आले की, ती फक्त रखमाबाईंचाच पाठलाग करीत होती. बाकीच्या साऱ्याजणी एव्हाना स्तब्ध उभ्या राहिल्या होत्या. रखमाबाई त्या मुलीला चुकवीत भिरभिर पळत होत्या.

आमच्या शारदेजवळून त्या गेल्या तेव्हा तिला त्यांचा चेहरा घामाने ओथंबलेला दिसला. त्यांचा श्वास मोठमोठ्या धापांत येत होता. चेहऱ्यावर वेड्यासारखे भाव होते. त्यांच्या मागोमाग ती मुलगी आली. ती जवळून जाताच शारदेच्या अंगावर काटा उभा राहिला. त्याच वेळी तिला प्रथम काहीतरी जळाल्याचा वास आला. एखादा केस किंवा चामड्याचा तुकडा जळला म्हणजे सुटतो तसला वास!

मग कोणीतरी ओरडत होते. त्या मुलीच्या पाठमोऱ्या आकृतीकडे बोट दाखवून ओरडत होते. तिच्या डोक्यावरच्या पिशवीतून धूर निघत होता. पिशवीच्या कडा होरपळून काळ्या पडल्या होत्या आणि तो वास आता चारी बाजूस पसरला होता.

आता रखमाबाई तिच्याकडे पाहत पाहत एक एक पाऊल मागे टाकीत होत्या. त्यांच्या हाताला मागे पडदा लागला. काहीतरी सुटकेची कल्पना त्यांच्या भांबावलेल्या मनात आली असावी. त्यांनी एकदम पाठ फिरवून तो पडदा

खसदिशी दूर केला व त्या आत गेल्या. पण तेथून वाट नव्हती. ती केवळ एक कोठीची खोली होती. अगदी लहान. आणि त्यांच्या पाठोपाठ तीही आत गेली. त्यांना एक अस्पष्ट आवाज ऐकू आला. मग जोराची धडपड झाली. मग सर्व शांत झाले.

तो पडदा दूर सारून आत पाहायची बायकांची हिंमत झाली नाही. मालकिणीच्या मुलाला शेजारून बोलावून आणले. त्याला प्रथम काही कळेनाच. मग तो खोलीत शिरला. बाहेर आला तेव्हा त्याचा चेहरा पांढरा फटक पडला होता. प्रथम त्यालाही बोलावयास प्रयास पडले.

"डॉक्टरकडे पाठवा कोणाला तरी आणि या खोलीत कोणी पाय टाकू नका. आणि दुसरी कोण होती त्यांच्या पाठोपाठ? खोलीत तर रखमाबाई एकट्याच आहेत!" तो म्हणाला-

डॉक्टर आले. मृत्यू त्यांच्या परिचयाचा होता. रखमाबाईंचा चेहरा पाहून तेही क्षणभर थबकले. त्या कोपऱ्यात पडल्या होत्या. त्यांचे डोळे सताड उघडे होते. आणि... आणि त्यांच्या तोंडावर व हातावर मोठमोठे डाग पडून चट्टे आले होते. अगदी कोपऱ्यात अडकल्यावर त्यांनी हातांनी तिला... तिला दूर लोटण्याचा प्रयत्न केला असावा.

पण या सर्वांवर मात शारदेने केली. एक-दोन दिवसांनी ती म्हणाली,

"मला ती मुलगी कोण हे आठवेना. पण त्या पातळावरचा प्रिंट पाहिल्यागत वाटे. आज सकाळी मला एकदम आठवले. आपल्या समोरच्या अंगणात ती साडी वाळत असायची. कमलची साडी."

पण आम्ही त्या विषयावर चर्चा करीत नाही.

६. शंकरची मावशी

आयुष्यात असे काही प्रसंग घडतात की, ते लोकांना सांगितले तर त्यावर त्यांचा विश्वास बसणार नाहीच, आपल्यालासुद्धा काही दिवसांनी त्यांच्या खरेपणाबद्दल शंका वाटू लागते. शंकरच्या मावशीची गोष्ट या प्रकारातलीच आहे. प्रथम ही गोष्ट स्पष्ट करून सांगायला पाहिजे की, शंकरला मावशी नाही आणि नव्हती (शंकर माझ्या अगदी जवळच्या काही मित्रांपैकी आहे. आमच्या वर्षावर्षात गाठी पडत नाहीत, पत्रव्यवहार होत नाही; पण गाठ पडताच आमच्या गप्पा पूर्वीच्या भेटीपासून सुरू होतात-असला मित्र.)... माझ्या माहितीतले त्याचे सख्खे आणि इतर मिळून दोन-तीन मामा होते, पण त्याला सख्खी, चुलत, आते, मामे-कसलीही मावशी नव्हती- ही गोष्ट मलाही माहीत होती.

मध्यंतरी त्याला घाटात काहीतरी सर्व्हेचे काम करायची वेळ आली आणि तेथेच त्यांचा कॅंप पडला होता. आपल्याला उघड्यावरचे आयुष्य आता जवळजवळ माहीतच नाहीसे झाल्यासारखे आहे. त्यामुळे त्याला या तंबूतल्या आयुष्याची मोठी गोडी वाटली आणि त्याने एका रविवारी मलाही बोलावले. पाहिलेत ना, कशा एक एक गोष्टी जमून येत गेल्या त्या? नाहीतर त्या लहानशा गावात आम्ही दोघे जन्मात एकत्र जमणे शक्य नव्हते.

सुटीच्या दिवशी सारे कामगार-लोकलने मनपर्णीला जात असत. बाकीच्यांना जरी गावातल्या बाजाराचे आणि टिनपाट थेटराचे आकर्षण वाटत असे, तरी आम्हाला गावाच्या वेशीवर अगदी कड्यावर बांधलेले देऊळ फार आकर्षक वाटले. एवढ्या एका बाजूला काळ्याभोर कपारी दगडाचे चिरेबंद बांधकाम कोणी बांधले असावे यावर आम्ही खूप अंदाज केले. बाहेरचा सभामंडप बहुतेक पडून गेलेला होता; पण त्याचे घोटीव दगडाचे खांब मात्र उभे होते. आतील

मुख्य गाभारा बराचसा चांगल्या स्थितीत होता. आम्ही प्रथम सकाळी तेथे गेलो तेव्हा गाभाऱ्याला कुलूप होते आणि आम्हाला आत कशाची मूर्ती आहे हे त्या अंधारात नीट दिसलेच नाही. त्यामुळे देऊळ कशाचे आहे याचीही कल्पना आली नाही.

संध्याकाळी फिरत फिरत आम्ही परत त्या बाजूला गेलो. खालून वर पाहताना काळ्या ढगाच्या पार्श्वभूमीवर त्या देवळाला आता एक प्रकारचे सौंदर्य प्राप्त झाले होते. वर चढून आल्यावर आम्ही बाहेरच्या मंडपात जरा वेळ उभे राहिलो. आमच्या समोरच कडा संपून जमीन कोसळत कोसळत एकदम खाली गेली होती. दरीचा समोरचा भाग ढगांनी आच्छादून गेला होता. खालवरून फिरणारे ढग डोंगराच्या चारी बाजूंनी अर्ध्या भागापर्यंत पसरले होते. त्यातून हा डोंगराचा सुळका व त्यावरचे एकाकी देऊळ. क्षणभर असा भास झाला की, बाहेरच्या जगाशी या स्थानाचा काही संबंध नाही. हे एक वेगळेच लहानसे विश्व आहे.

गाभाऱ्याचे दार उघडे पाहून आम्ही आत शिरलो. पुन्हा आश्चर्य! आत खरोखर दोन देवळे होती, एक होते रामाचे, पण त्या समोरची मूर्ती मात्र आम्हाला ओळखू आली नाही. आत एक म्हातारा पुजारी होता. तो संध्यावात लावण्याचे काम करीत होता. आमच्या आवाजाने त्याने वळून मागे पाहिले. आम्हाला पाहून त्याला जरा आश्चर्य वाटलेसे दिसले. श्रीरामाचे दर्शन घेऊन आम्ही त्यापुढे काही पैसे ठेवले व देवळात थांबलो. बाहेरून जरी देऊळ दिसावयास लहान होते तरी आत चांगलेच प्रशस्त वाटत होते.

पुजारी आमच्याजवळ येऊन वयाने थकलेल्या डोळ्यांनी आमच्याकडे पाहत होता. त्याच्याजवळ सहज आम्ही देवळाचा विषय काढला. त्याचे वय जरी सत्तरच्या आसपास होते तरी आवाज खणखणीत होता; आणि बोलण्याची ढबही रेखीव आणि ठसकेबाज होती. प्रत्येक शब्द तो इतका तोलून बोलत होता की, त्यात काही चूक दाखविण्याची किंवा खोड काढण्याची कोणाची छातीच नव्हती. त्यांचा सांगण्याचा अर्थ असा की, सरदार xxxx कडील कोणी पुजारी होता. त्याच्या घराण्याचे नाव महापुरुष. त्यांना या गावी जमीन इनाम मिळाली. त्याच्या स्वप्नात भैरव आला व त्याने देऊळ बांधण्याची त्यांना आज्ञा दिली. त्यावरून त्यांनी हे देऊळ बांधविले. पुढे त्याच्या पत्नीच्या आग्रहावरून आत श्रीरामाची पण मूर्ती बसविली. त्या घराण्यात आता फक्त दोन भाऊच शिल्लक राहिले होते. दोघांनाही मूलबाळ नव्हते. मी म्हणालो-

“महापुरुष! मी तर पहिल्यांदाच ऐकतो आहे हे नाव!”

माझ्याकडे पाहून डोळा मिचकावीत शंकर म्हणाला,

“अरे माझ्या मावशीचं नाव नाही का महापुरुष? आपल्या राधामावशी?”

मला त्याच्या बोलण्याचा मतलब कळेना, कारण त्याला मावशी नव्हती ही गोष्ट मला पक्की माहीत होती; पण त्याच्या मनात काही तरी मिष्कीलपणा करावयाचे आले असावे, कारण एका हाताने त्याने मला त्याच्याबरोबर विषय चालू ठेवण्याची खूण केली आणि मीही फारसा विचार न करता त्याला या (आम्हाला मागाहून समजले- या निसरड्या मार्गावर) मार्गावर साथ दिली. त्याला आणखी स्पष्टीकरणाची संधी देण्यासाठी मी म्हणालो, “कोणत्या? माझ्या ध्यानात नाही येत अजून.”

“अरे फारशा कोणाकडे जात नाहीत. आमच्याकडे दोन-तीन वर्षांपूर्वी आल्या होत्या, तू पाहिलंस वाटतं त्यांना त्यावेळी. चांगल्या वयस्क आहेत, पण अंगाने धडधाकट!”

शंकरच्या या कल्पनेच्या डावात हरायचे नाही अशा विचाराने मी म्हणालो,

“हो, आता आठवले. पांढऱ्या पातळात असायच्या त्या ना? तुमच्याकडे कोणाशी पटत नव्हतं त्यांचं. तुला तर सारख्या बोलत असायच्या.”

त्याच्या चेहऱ्यावर थोडा वेळ आश्चर्य दिसले व त्यानेही त्यात पूर्ण भाग घेतला.

“आता आठवल्या वाटतं तुला? त्यांचा काकाकुवा आठवतो का? काय त्याचे लाड?” देवळाचा पुजारी शंकरकडे निरखून पाहत होता. मध्येच तो म्हणाला,

“तुमचं हे वेगळं घराणं असावं असं वाटतं. कारण इथल्या लोकांची मला अगदी खडान्खडा माहिती आहे. त्याच्यात राधाबाई नावाच्या मला कोणी आठवत नाहीत.”

त्याच्याकडे पाहत खांदे उडवीत शंकर म्हणाला,

“असतील किंवा नसतीलही कदाचित! राधामावशी जरा चमत्कारिक झाल्या आहेत अलीकडे.” माझ्याकडे पाहून तो म्हणाला, “तुमच्या कसबा पेठेत त्यांचं एक घर आहे. एकट्याच राहत असतात वाड्यात. फार संशयी आहेत मनानं.”

आमच्या बोलण्यातला विनोद संपला होता; पण वाटेवरची गाडी थांबायला जसा वेळ लागतो तशी आमची मने याच वाटेवर जरा वेळ चालत राहिली. माझ्या

नकळत मी पुढे म्हणालो, "त्यांचे दादामहाराज का कोणी गुरू होते ना?" शंकरचा या लोकांवर फार राग होता. त्याला माझा हा टोला बरोबर लागला. माझ्याकडे पाहत खवचटपणाने तो म्हणाला, "नाही, आता त्यांनी बाहेरचं सारं सोडलं आहे. घरीच भजन वगैरे करतात; आणि तुझी नेहमी आठवण काढतात... गावातच आहेस म्हणून."

आम्ही देवळाच्या बाहेर पडलो. खालच्या वाटेला लागलो तसा मी म्हणालो,

"काय रे वात्रटपणा चालविला होतास शंकर? कोण तुझी ही राधामावशी?"

जरा हसून तो म्हणाला,

"तो पुजारी मला फार शिष्ट वाटला. महापुरुष घराण्याचं त्यानं जणू काही मुखत्यारपत्रच घेतलं होतं. जणू त्यानं नाही म्हटलं की, आणखी कोणी नाहीच त्याच्या घराण्यात." पण त्याचाही आवाज जरा वेळानं थांबला. परत तो म्हणाला,

"काय माझ्या मनात त्यावेळी आलं कोणास ठाऊक? वाटलं याची चांगली जिरवावी. काही म्हण, मला त्याचं बोलणं अजिबात आवडत नव्हतं."

"ठीक आहे; पण सारं खोटं ही तर गोष्ट खरी ना?"

"म्हणजे काय? तुला खरंच वाटलं की काय?"

"तसं नाही, पण तुझ्या आवाजात इतका नैसर्गिकपणा होता की, डोळ्यासमोर खरोखरच एक म्हातारी बाई उभी राहिली. पांढरे पातळ, गळ्यात पोवळ्याची माळ, चांगली शरीराने धडधाकट-दराऱ्याने बोलणारी-देवाधर्मावर विश्वास ठेवणारी."

"खोटे होते तर तू दादामहाराज का कोण ते कशासाठी आणलेस?"

"आणि तू काकाकुवा कशासाठी आणलास?"

शंकर हसत हसत म्हणाला,

"अखेर ती माझी मावशी आहे- काकाकुवा आणीन- काळी मांजरं आणीन- पिंजऱ्यात कॅनरी आणीन- खरं म्हणजे तिची जनावरावर फारच माया आहे- कोणाला इजा झालेली तिला पाहवत नाही."

हे संभाषण योग्य नाही असे मला वाटू लागले. त्याचा हात धरून मी त्याला म्हटले,

"पुरे पुरे शंकर, मला हे आवडत नाही. आज आपल्या मनात आलं आहे तरी काय?"

तो हसून म्हणाला,

"ओहो! राधामावशी तुझ्या चांगल्याच डोक्यात शिरलेल्या दिसतात? घाबरू नकोस. त्या बद्रीकेदारच्या यात्रेला जाणार आहेत. आणि एवढ्यात परत येत नाहीत."

"शंकर, बस म्हणतो ना!"

"ओ! ऑल राइट!"

मध्येच काहीतरी कारणाने आम्ही एकमेकाकडे जातो- पत्राने कळवत वगैरे काही नाही- आणि त्याचे आम्हाला काही वाटतही नाही. शंकर माझ्याकडे आला होता काही दिवसांकरता. आम्ही दोघे आपापल्या कामात दंग असायचो, त्यामुळे बहुतेक रात्री आठच्या सुमारास आमची (रविवार सोडून) गाठ पडायची. त्या दिवशी (गुरुवार) मी संध्याकाळी घरी आलो, तर शंकर लवकर परत येऊन आरामखुर्चीत बसला होता. माझे कपडे बदलणे, हातपाय धुणे वगैरे होईपर्यंत त्याची सारखी चुळबूळ चालली होती. त्याने अगदी कसेतरी स्वतःला आवरून धरले होते; पण मी खुर्चीत येऊन बसताच तो एकदम म्हणाला,

"नाना, मला आज फार मोठा शॉक बसला आहे." तो इतका सीरियस झाला होता की, त्याची थट्टा करण्याचे माझ्या मनातसुद्धा आले नाही.

"तुला आठवतं का, आपण मनपर्णीच्या देवळात गेलो होतो?" शंकर म्हणाला. थोडा विचार करताच माझ्या आठवणीत तो सर्व प्रसंग आला.

"आठवतं की सगळं; आणि तुझा वात्रटपणाही!"

स्वतःची मान खूप वेळा नकारार्थी हलवत शंकर हळू आवाजात म्हणाला, "मला नाही आता तो वात्रटपणा वाटत नाना. मला आज राधामावशी भेटल्या!"

मला वाटले, विचारावे कशा काय होत्या? चांगली होती का तब्येत? पण मग ध्यानात आले की, वेळ थट्टेची नाही. शंकर पुरेपूर घाबरला आहे. मी त्याला पुन्हा विचारले.

"राधामावशी भेटल्या म्हणजे काय? आपण त्या दिवशी."

"होय ते सारं खरं आहे. माझं डोकं गेला तासभर त्यावर तर काथ्याकूट करीत आहे. त्या दिवशी आपण सारे बनवून बोललो- केवळ त्या म्हाताऱ्याची थट्टा करण्याकरता- त्या वेळपर्यंत आपल्या स्वप्नातही ही बाई नव्हती हे सगळं खरं आहे; पण मला स्वतःला आज संध्याकाळी त्या भेटल्या हेही पूर्ण खरं आहे."

"मला एकदा सांग तर खरं!"

"कसबा गणवतीवरून मी खाली गेलो आणि डावीकडच्या एका लहान बोळात वळलो. माझं काय काम होतं ते आठवत नाही. सहज भटकतही असेन; पण त्या रस्त्याने खूप रहदारी होती, म्हणून सायकल हळूहळू चालवीत होतो. तेवढ्यात मध्येच मला हाक आली.

'शंकरऽ, एऽ शंकर!'

मला ते ऐकून जरा आश्चर्यच वाटले. थांबून मागे वळून पाहिले. एका मोठ्या वाड्याच्या पायरीवर एक पांढऱ्या पातळाच्या म्हाताऱ्या बाई उभ्या होत्या आणि मला हाताने खुणावत होत्या. मला अजून काहीच शंका आली नव्हती. मी वळून मागे गेलो.

'काय रे शंकर! ओळखलं नाहीस का मला तू?' त्यांनी मला विचारले.

खरं सांगू का नाना? त्यांना जवळून पाहताच मला सारखे वाटू लागले. यांना आपण कोठेतरी पाहिले आहे; पण एकदम माझ्या ध्यानात येईना.

'अरे मी राधामावशी! विसरलास का एवढ्यात मला! चांगली धडधाकट आहे अजून! नमीला म्हणावं येणार आहे आता एकदा.'

नाना, मी काय बोलणार? नमी म्हणजे माझी आई. नर्मदाबाई, यांना कसे कळले? माझ्या तोंडून तर शब्दच निघेना. ती बाई फाडदिशी म्हणाली,

'असा उभा काय राहिलास शुंभासारखा? चल वर, बस जरा वेळ-'

मी चाचरत चाचरत म्हणालो,

'नको नको, आता वेळ नाही, रविवारी येईन फुरसदीच्या वेळी.'

'बरं बरं, ये. आणि तो कोण नाना का कोणी आहे ना तुझा येथे? त्यालाही आण!'

'बरं.' असे पुटपुटत मी सायकलवर टांग टाकली, थेट तुझे घर गाठले", शंकरने कपाळावरचा आणि तोंडावरचा घाम पुसला.

मी म्हणालो, "शंकर, एक तर तू आता माझी थट्टा करीत आहेस किंवा त्या देवळात खोटं बोललास. तुझी खरोखरीची मावशी आहेच पुण्यात."

त्याचा चेहरा अगदी पाहण्यासारखा झाला.

"नाना, मी तुला कसं समजावून सांगू? मीच वेडा आहे की काय अशी शंका यायला लागली आहे मला. माझ्या आईची शपथ घेऊन सांगतो की, त्या दिवशी

मी देवळात बोललो ते अक्षरशः खोटं होतं. केवळ त्या म्हाताऱ्याला चिडविण्यासाठी मी ही राधामावशी कल्पनेने उभ्या केल्या."

"पण आता त्यांची काही चूक झाली असण्याचा संभव?"

"त्या बाईची? त्यांना तू भेटशील तेव्हा तुला कळेल की, त्या किती आत्मविश्वासानं बोलतात ते. आणि त्यांना माझ्या आईचं नाव कसं माहीत पडलं?"

"शंकर, आपण या गोष्टीचा जरा शांतपणे विचार करू. तू एकदम गडबडून जाऊ नकोस."

थोड्या चिडक्या आवाजात तो म्हणाला,

"तुला शांत राहा सांगायला काय होतं? मावशी माझी झाली आहे ती. उद्या जर म्हणाली, चल, मी नमीकडे येते तर घरी सांगू काय? कपाळ?"

त्याच्या या तर्कटपणाचा मलाही जरा राग आला. मी जरा गरम सुरात म्हणालो,

"आधी राधामावशीचे नाव काढले कोणी? मी तर उलट तुला गप्प बसायची खूण करीत होतो. काय तुझ्या मनात आले होते त्यावेळी?"

शंकरच्या मनात काहीतरी वेगळाच विचार आला असला पाहिजे. त्याने त्याच्या चेहऱ्यावरचा राग मावळला व त्याचे डोळे आश्चर्याने एकदम विस्फारले.

"नाना, तुला असं का सुचवायचं आहे की, केवळ आपण त्या देवळात राधामावशीचं नाव घेतले त्याने..."

त्याच्या विचाराची दिशा माझ्या ध्यानात आली व मी त्याला एकदम गप्प केले.

"हां हां, आता नको शंकर. आधी या रविवारी आपण त्यांच्याकडे जाऊ आणि मग काय ते ठरवू; पण माझ्या मनात एक चमत्कारिक शंका आली आहे. त्याचे उद्या निराकरण करून घेऊ. आपण त्या दिवशी तुझं, तुझ्या आईचं व माझं अशी तीन नावं घेतली. तुझ्या राघवमामाचे नाव काढलेलं आठवत नाही. आज रात्री त्याला एक्स्प्रेस पत्र टाकू- त्यात राधामावशीचा उल्लेख अशा रीतीने करू की, त्याला ताबडतोब उत्तर द्यावयास पाहिजे- रविवारपर्यंत आपल्या हाती येईल ते."

जरासा विचार करून पत्र लिहून आम्ही ते त्याच रात्री राघवमामाला पोस्टाने पाठविले. माझ्याही मनात या विचित्र घटनेबद्दल विचार चालला होता; पण त्या बाबतीत शंकरशी रविवारपर्यंत मी अजिबात चर्चा केली नाही.

रविवारी सकाळी नऊच्या सुमारास आम्ही दोघे निघालो. या एकंदर प्रसंगाची पार्श्वभूमीच अशी तयार झाली होती की, एखाद्या कठीण प्रसंगाला तोंड देण्यासाठी आम्ही आमची मने तयार करीत होतो. कारण मला अजून कशाचाच उलगडा होत नव्हता.

शंकरने सांगितल्याप्रमाणे कसबा गणपतीवरून खाली गेल्यावर (मी मुद्दाम नक्की ठिकाण सांगत नाही.) आम्ही एका डाव्या बोळात वळलो. लांबूनच शंकरने एक दुमजली दगडी वाडा दाखविला. जवळ येताच मी जास्त बारकाईने पाहिले. चांगली तीस फूट फ्रंटेजची जागा होती; पण दुकाने वगैरे काही नव्हती. मोठ्या दाराच्या दोन्ही हाताला खोल्या होत्या; पण त्यांच्या साऱ्या खिडक्या बंद होत्या.

मोठे दार ढकलून आम्ही आत गेलो. दाराचा कुर्र कुर्र असा मोठा आवाज झाला. आतल्या चौकात आम्ही आलो तोच वरून एका बाईचा आवाज आला.

"कोण आहे रे खाली?"

आम्ही वर पाहिले. वरच्या गॅलरीत पांढऱ्या पातळात एक म्हाताऱ्याशा बाई उभ्या होत्या. 'राधामावशी'ची माझी ती पहिली भेट.

"कोण? शंकर का? बरोबर कोण नाना आहे वाटतं? या जिन्यानं वर-"

शंकरने माझ्याकडे पाहिले, पण आमच्या दोघांच्या मुद्रेवर हसू फुटले असेल असे वाटत नाही मला. त्यांनी दाखविलेल्या जिन्याने आम्ही वर गेलो. सर्व काम जुन्या काळचे होते. आत सनला, त्यावर ऑईलपेन्ट.

वरच्या दिवाणखान्यात आम्ही आलो. खिडक्या खूप होत्या. पण सगळ्यांना काचेच्या मण्यांचे व नळ्यांचे पडदे लावले होते. त्यामुळे खोलीत सप्तरंगी प्रकाश पसरला होता. भिंतीवर जुनी रविवर्म्याची देवादिकांची चित्रे होती.

आम्ही खिडकीजवळ मोठ्या कोचवर बसलो. दाराजवळच एक लोकरीचे आसन टाकून त्यावर त्या बसल्या. मी प्रथमच त्यांच्याकडे निरखून पाहिले. त्या वयाने सत्तरीच्या आसपास असतील. केस पांढरे झाले होते; पण अजून गळाले नव्हते. वर्ण गोरा होता. नाकीडोळी नीटस होत्या. शंकरची मावशी शोभण्याइतपत त्यांच्या चेहऱ्यात साम्य होते. थोड्या वेळाने त्या म्हणाल्या,

"काय रे शंकर, गप्पसा बसलास? परवाही गडबडीनं निघून गेलास अगदी तो? बरी आहेत ना घरची माणसं?"

"बरी आहेत ना!" आतल्या आवाजात शंकर म्हणाला. मला एक बारीक कोपरखळी देत तो पुढे म्हणाला, "नानाला भेटायचं होतं ना तुम्हाला? आलाय तो!"

माझ्याकडे पाहत त्या म्हणाल्या,

"दोन वर्षांपूर्वी भेटला होतास ना रे तू शंकरकडे? मी नमीस म्हटले त्याच वेळी हाच चांगला दिसतो एक शंकरच्या मित्रांत, बाकी सारे उनाड वाटतात."

मी विचार केला, काहीतरी बोलायला पाहिले.

"नाही हो मावशी. तुम्ही उगाच त्याला नावं ठेवता!"

"नावं कशाला ठेवू? खरं तेच बोलते; पण राधामावशी साऱ्यांना बोचते. तोंड वाईट ना तिचं? वाट पाहतात सारे माझ्या खपण्याची."

मी विषय बदलण्यासाठी म्हणालो,

"हं! काय म्हणते तब्येत? जरा खराबच झाल्यासारख्या दिसता!"

"हो ना, ही मोठी यात्रा झाली परवाच बद्रीकेदारची... खाणंपिणं सगळंच वेगळं, वयाच्या मानानं परिणाम होणारच जरासा." उठून त्या म्हणाल्या, "बरं झालं आलात प्रसाद घेऊन जा घरी, उद्यापन केलं ना यात्रेचं."

त्या आत जाताच आम्ही परत एकमेकांकडे पाहिले. आमच्या दोघांच्या मनात बद्रीकेदारची यात्रा हा एकच विषय होता. तेवढ्यात दोन काळीकुट्ट मांजराची पिल्ले खेळत खेळत दिवाणखान्यात आली. उड्या मारीत मारीत ती शंकरच्या पायाजवळ येताच त्याने एकदम पाय उचलून वर घेतले. त्याच्या मनात काय विचार चालले होते ते मी ओळखले. यात्रा... मांजरीची पिल्ले आणखी काय?

एवढ्यात मावशी बाहेर आल्या. त्यांच्या हातात दोन वाट्या व तांब्याभांडे होते. आमच्या जवळच्या स्टुलावर त्या त्यांनी ठेवल्या व परत त्या आसनावर बसल्या.

"घ्या ना दोघेजण!"

आम्ही दोघांनी वाट्या उचलल्या खऱ्या, पण माझ्या मनाची अवस्था इतकी चमत्कारिक झाली होती की, वाटीतला लाडू हाताने फोडून मला घास अक्षरशः पाण्याच्या घोटाबरोबर गिळावे लागले. तो कशाचा होता हेही मी सांगू शकलो नसतो. शंकरची गतही माझ्यापेक्षा जास्त बरी नव्हती.

"मग कशी झाली यात्रा एकंदरीत?"

"बरी झाली. आजकालचे प्रवास, नको होतात अगदी. आम्हाला मेलं राहवतच नाही म्हणून सारं सहन करायचं तुमच्यासारखी नास्तिक मनं असली की, बरं साधतं सगळं. तुम्हाला नाही वाटायचं काही देवाधर्मासाठी."

"तसं नाही मावशी..." मी जरा नरमाईने म्हणालो, "खरं म्हणजे आम्हाला फुरसतच कोठे असते तितक्या दिवसांची?" शंकर अगदी दगडासारखा गप्प बसला होता. मलाच सारी बोलणी करायला लागत होती. त्याला बोलके करण्याचा हमखास उपाय मला सुचला.

"तुमचं भजनी मंडळ काय म्हणतं हल्ली?" मी सहज विचारले. त्यांच्या चेहऱ्यावर एकदम अनिश्चितपणा आला. त्यांनी शंकरकडे असहायपणे बघितले. माझ्याकडे एक रागीट नजर टाकून तो एकदम म्हणाला,

"तुम्ही मध्ये घरी भजन करीत होतात ना? त्यालाच तो थट्टेने भजनी मंडळ म्हणतो."

"हो होते ना, चालते ना मधून मधून. मठात जात होते, तेव्हा बरं होतं. चांगली सोबत असायची; पण आताशा नाही जात." बोलता बोलता त्या उठल्या आणि घरात काहीतरी कामासाठी गेल्या. आतून डब्यांचा आवाज येत होता.

माझ्याकडे पाहून शंकर म्हणाला,

"नाना, जास्त चावटपणा करू नको बरं का. आहे हेच मला जड झालं आहे."

पण मी काही उत्तर देण्याच्या आतच त्या बाहेर आल्या आणि म्हणाल्या,

"काय रे शंकर, किती दिवस आहेस अजून पुण्यात? जेवायला ये ना एकदा!"

आवंढा गिळून शंकर गुदमरलेल्या आवाजात म्हणाला,

"नाही हो जमणार यावेळी. आज दुपारी किंवा जास्तीत जास्त उद्या पहाटेस निघणार आहे. पुन्हा आलो की, जरूर येईल इकडे."

"बरं, मग संध्याकाळी डबा तरी घेऊन जा घरी; आणि काही जिनसाही आणल्या आहेत मी तिकडून... मूर्ती- बाण असले काही घेऊन जा घरी आणि नमीला म्हणावे आठवण ठेवा म्हातारीची."

संध्याकाळी येतो असे सांगून आम्ही दोघे बाहेर जावयास निघालो. यावेळी आम्ही जवळच्या दाराने गॅलरीत आलो व मघाशी जे आम्हाला दिसले नव्हते ते

आता दिसले. एक मोठा पिंजरा आणि एक लहान पिंजरा आणि जरी त्यांच्यावर हिरवी फडकी टाकली होती, तरी मी सांगू शकलो असतो की, एकात मोठा काकाकुवा आहे आणि दुसऱ्यात लहानशी कॅनरी आहे म्हणून!

बाहेर पडल्यावर आम्ही कोपऱ्यावरच्या हॉटेलमध्ये गेलो व दोन कप चहाबरोबर या गोष्टीवर चर्चा केली. ती एव्हाना फारच आवश्यक झाली होती.

"शंकर, माझी खात्री आहे, आपण कसल्यातरी भलत्याच भानगडीत सापडलो आहोत. तू त्या देवळात थट्टेनं मावशीबद्दल बोलायला लागलास; पण ती थट्टा चांगलीच अंगाशी आली आहे. आपल्याशिवाय या गोष्टीवर कोणाचाही विश्वास बसणार नाही; पण त्या क्षणापासून तुला एक आयती तयार मावशी मिळाली."

मोठ्या कष्टी चेहऱ्याने शंकर माझ्या प्रत्येक वाक्यागणिक मान हलवीत होता.

"आपण त्या दिवशी जे जे वर्णन केलं ते या बाईंना तंतोतंत लागू पडत आहे खरे! पण नाना, त्यांना मावशी म्हणायला माझी काही जीभ वळत नाही बघ!"

जरा वेळाने तो म्हणाला,

"पण... पण हे कसे शक्य आहे? केवळ आपल्या बोलण्यानं...!"

"शुक् - आपण त्याबद्दल मागाहून बोलू." मी म्हणालो, "एक गोष्ट आपल्याला आताच पाहता येण्यासारखी आहे. आसपासच्या दुकानातून आपण चौकशी करू या की, या किती दिवस इथे राहत आहेत. काही तरी पत्ता लागेलच की."

त्या रस्त्यावरच्या तीन-चार वाण्यांच्या, स्टेशनरीच्या व कापडाच्या दुकानात आम्ही या ना त्या प्रकाराने चौकशी केली. बहुतेकांना कल्पनाच नव्हती त्या वाड्यात कोणी राहते याची. पण किराणा दुकानदार मात्र जरा जास्त माहिती असलेला भेटला.

"नक्की आठवत नाही बघा मालक- पण एवढ्यातच महिन्याभरात सामान आले पाहा त्यांचे. मालकांच्या मावशी का कोणीतरी आहेत. येऊन दोन-चार दिवस होतात न होतात तर कोठेतरी यात्रेला गेल्या वाटतं." बरीच मोठी यादी आली होती सामानाची. एवढ्यात परत आलेल्या दिसतात खऱ्या."

पराभूत होऊन आम्ही घरी परत आलो. पराजयाचा शेवटचा टोला राघवमामाच्या पत्राने बसला. त्याने एक्स्प्रेस डिलिव्हरीने पत्र पाठविले होते. त्यातला शेवटचा पॅरा आमच्या दृष्टीने महत्त्वाचा होता.

'तुमच्या पत्राप्रमाणे वेळ नसतानासुद्धा ताबडतोब पत्राचे उत्तर लिहून पाठविले आहे. कोण राधाबाई महापुरुष का कोण लिहिता तुम्ही? माझ्या बंगल्यात तर त्यांचे कोणी राहत नाही. शंकरच्या आईलाही त्यांची काही माहिती असेल असे वाटत नाही. कारण मला तर त्यांचे नाव मुळीच आठवत नाही."

राधामावशींना सांगितल्याप्रमाणे आम्ही दुपारी साडेचारच्या सुमाराला दोघेजण परत त्यांच्याकडे गेलो. सांगायचेच झाले तर ही भेट सकाळच्या भेटीपेक्षाही जास्त यांत्रिक व अनैसर्गिक ठरली. आमच्या मनातले विचारच इतके चमत्कारिक होते की, तेथे नैसर्गिकपणे वागणेच अशक्य होते. जरा वेळ बसून त्यांनी दिलेला डबा घेऊन आम्ही बाहेर निघालो. नव्या पुलावर येऊन कठ्ठ्यावर बसलो. या प्रकारची सर्व बाजूंनी शहानिशा करण्याची वेळ आली होती. शंकर म्हणाला,

"एक गोष्ट आता सिद्ध झाली आहे. आपण त्या दिवशी थट्टेनं राधा मावशीचा उल्लेख केला आणि काही अघटित असं घडून राधामावशी नेमक्या त्याचवेळी अस्तित्वात आल्या. 'काय' झाले एवढे आपण अनुभवू शकतो, सांगू शकतो; पण ते का झाले, कसे झाले या प्रश्नाची उत्तरे माझ्या आवाक्याबाहेरची आहेत."

मी म्हणालो,

"आपण जर कल्पनाच करीत आहोत तर असेही म्हणता येईल की, ती जागा, ती वेळ आपण जमलेली माणसं, थोडक्यात म्हणजे तेथील स्थळ, काल व पदार्थ यांच्या संयोगाने तेथे अशी काही शक्ती उत्पन्न झाली होती की, त्याक्षणी आपण कल्पनेसमोर जे जे आणलं ते ते खरं झालं."

अंगावर काटा आल्यासारखे करून शंकर म्हणाला,

"पण नाना, हे जरी खरं मानले तरी राधामावशी म्हणजे कोण किंवा काय आहेत? शहारा येतो नाही अंगावर? आज तर मला त्यांच्या चेहऱ्याकडे बघवेनाच. नाही नाही ते विचार मनात यायला लागले."

"आणि दुसरी गोष्ट शंकर. त्या दिवशी आपण जेवढं बोललो तेवढंच खरं झालं आहे आजवर. तुझ्या घरचे नाव घेतलेस तेवढे त्यांना माहीत आहे. तू जर म्हणाला असतास 'घरी राघवमामा होता. त्यांचे दोघांचे खूप भांडण झालं', तरी माझी खात्री आहे, राघवमामाला त्यांची बरोबर ओळख पटली असती."

"नाना, तुला असं का म्हणायचं आहे की, एवढे विषय सोडून त्यांचं मन अगदी कोरं आहे?"

"आज तरी तसं वाटतं; पण येथे आल्यावर दैनंदिन व्यवहारात त्यांना अनेक गोष्टी समजल्या असणारच. मानवी साच्यात मन घातलं की, त्याला नवीन गोष्टी शिकण्याची प्रवृत्ती नैसर्गिकपणे येते."

समोरच्या गजबजलेल्या रस्त्याकडे आम्ही पाहत होतो. शंकर म्हणाला,

"आपली ही कल्पना खरी असेल; आणि मला त्यात आता काही संशय राहिलेला नाही- तर वाटते नाही का? समोरच्या माणसांपैकी खरी किती आहेत अन् अशीच कोणाच्या तरी कल्पनेतली बाहुली किती आहेत? आपण स्वतः तरी खरे आहोत का कोणीतरी असेच आपल्याबद्दल मनातल्या मनात कल्पना करीत आहे?"

कोणत्याही गोष्टीला नको ते वळण देण्याची कला शंकरपासून शिकावी. माझ्या मनात नव्हते ते शंकर भरवून देत होता. किती अस्वस्थ वाटायला लागले मला!

"वाटेल ते बोलू नकोस शंकर, अस्तित्व आपल्या मनात आहे. आपण विचार करतो म्हणून आपण आहोत."

"ठीक आहे; डेकार्टस आपण आहोत. या राधामावशीचे पुढे काय?"

"पुढे काय म्हणजे? तुला नको असेल तर नको जाऊस त्यांच्याकडे. त्यांना विसरणे तर शक्य आहे की नाही तुला?"

"मी विसरेन; पण त्या विसरल्या पाहिजेत ना! केलं तर केलं त्यांना तयार; पण मूर्खासारखं एकटं केलं- त्यांना जर मुले-बाळे-लेकी-सुना- अशा भरलेल्या घरात आणलं असतं तर बिचाऱ्या शंकरकडे त्यांनी कानाडोळा केला असता; पण आज नाही उद्या मुंबईत येऊन उतरल्या तर?"

पण त्याचे बोलणे चालू असतानाच मला एक विचार सुचला होता.

"शंकर, हे बघ, मला एकच उपाय सुचतो. तो जर लागू पडला तर या साऱ्या भानगडीतून सुटण्याची शक्यता दिसते. पण जर नाही लागू पडला तर मग आपल्या दैवावर विसंबून राहायचं."

माझ्या मनातले अर्धवट विचार मनाशी जुळवीत मी हळूहळू म्हणालो,

"आपण घटकाभर अशी कल्पना करू की, खरोखरीच काही अद्‌भुत घटना घडून त्या दिवशी काही विचित्र कारणामुळे या 'राधामावशी' जगात अवतीर्ण झाल्या. मघाशी म्हटल्याप्रमाणे का व कसे? याचा आपण विचार सोडून देऊ. समजा, खरोखरीच असे झाले, त्यावर उपाय एकच... पाटीवर काढलेली रेघ आपण पुसून टाकतो त्याप्रमाणे ही आपण काढलेली जगाच्या पाटीवरची व्यक्तीरेषा पुसून टाकावयाची."

त्याच्या आश्चर्यचकित डोळ्यांकडे पाहून जरा हसून मी म्हणालो, "अंहं- तसं काही भलतंच नाही आहे माझ्या मनात- पण मी मनाशी कल्पना केली की, ही घटना झाली ती कशामुळे असेल? त्या विशिष्ट जागेत तर काहीतरी विलक्षण गुण असला पाहिजेच, त्याशिवाय त्या दिवशीची वेळ, माणसे सारेच काही त्याला कारणीभूत झाले असण्याची शक्यता आहे."

"आता तसेच सारे जमवून आणणे आपल्याला शक्य नाही. कारण कालात एक वर्ष मागे तर आपण जाऊ शकत नाही. पण यावर्षी अगदी बरोबर त्याच दिवशी त्याच वेळी तसेच तेथे जमलो तर कालमान सोडले तर साऱ्या गोष्टी पूर्वीसारख्या जमून येतील, आणि कदाचित त्यावेळी आपण बोलू तेही खरे होईल, कोणी सांगावे?

"त्याच वेळी आपल्याला केवळ बोलता बोलताच ही आपण काढलेली रेषा पुसून टाकता येईल- मी जेव्हा म्हणालो 'महापुरुष! हे नाव अगदी नवीन वाटते' किंवा असे काहीतरी- त्यावेळी जर तू राधामावशीचे नाव घेतले नाहीस तर ही साखळी कदाचित तुटेल आणि आपण मोकळे होऊ."

त्यावर आमची उलटसुलट चर्चा जरी खूप झाली तरी शेवटी निष्पन्न झाले ते हेच की बरोबर त्या दिवशी (शंकरजवळ ऑफिस डायरी होती हे तरी नशीब!) आम्ही तेथे जायचे व हा प्रयोग तर करून पाहायचा. पुढचे पुढे!

आम्ही घरी आलो. शंकरला दोन-तीन दिवस आणखी रजा होती. पण सध्या तरी त्याचे मन पुण्यावरून उडाले होते. त्याने खरोखरच दुसऱ्या दिवशी सकाळी जायचे ठरवले. पॅकिंग करीत असताना मी त्याच्यापुढे राधामावशीची पिशवी ठेवली. तो एकदम म्हणाला,

"एवढे माफ कर नाना, माझ्याबरोबर हे तरी नको! तुझ्याकडेच राहू दे."

मी कितीही सांगितले तरी या बाबतीत तो अजिबात ऐकावयास तयार नव्हता. शेवटी नाइलाजाने मला ती पिशवी ठेवून घ्यावी लागली. मी ती उघडली तर त्यात एक लहानसा पितळी डबा होता. दोन-तीन पुड्यांत भस्म, अंगारा, हळदीकुंकू होते आणि गंगेतला (!) एक बाण होता. डब्यातले जिन्नस मी कोणाला तरी देऊन टाकले व सारे परत त्या पिशवीत भरून माझ्या मोठ्या कपाटात ती एका बाजूस ठेवून दिली. शंकर सकाळी गेला.

आमच्या 'त्या' तारखेला दोन सव्वादोन महिने अवकाश होता. एवढ्या दिवसांत मी अगदी कटाक्षाने कसबा गणपती व त्याच्या आसपासचा भाग टाळला. दिवसांतून कोणत्या ना कोणत्या तरी प्रसंगावरून राधामावशीची आठवण यावयाची. सर्व प्रकरणच इतके विचित्र होते की, उलगडाच होणे कठीण होते. बरे, कोणाजवळ बोलायचीही सोय नव्हती. आम्ही दोघेही मूर्खात निघालो असतो!

पण मे महिन्याच्या अखेरीस मला शंकरचे पत्र आले; त्यात त्याने तारीख वगैरे दिली होती आणि दोघांनी मनपर्णीला कोणत्या गाडीने यावयाचे याचा तपशीलही दिला होता. प्रत्यक्ष घटना आता मार्गाला लागल्या. त्यावेळी मलाही वाटू लागले की, या प्रकरणाचा आपण आता शेवटचा अंक पाहत आहोत.

मी शेवटपर्यंत निर्धार केला होता की, राधामावशीची गाठ घ्यावयाची नाही, पण शेवटी माझ्याच्याने राहवलेच नाही. निघावयाच्या आदल्या संध्याकाळी मी इतका बेचैन झालो त्यांच्या विचाराने की, न राहवून मी सरळ त्यांच्या घरी गेलो.

चौकातच पायऱ्यावर त्या बसल्या होत्या. त्यांच्याशी शेजारपाजारच्या आणखी कोणी गप्पा मारीत होत्या. मला पाहताच त्या हसून म्हणाल्या,

"वा! कोण नाना का? ये, बऱ्याच दिवसांनी आलास."

बाकीच्या बायका उठून गेल्या. त्यांच्या मागोमाग जिना चढून मी वर दिवाणखान्यात गेलो. राधामावशींच्यात काहीतरी बदल झाल्यासारखे मला सारखे वाटत होते. मग माझ्या ध्यानात आले की, त्यांच्या वागण्यात आता पहिल्यापेक्षा जास्त विश्वास आला आहे. त्यांचा पहिला बुजरेपणा आता पार नाहीसा झाला होता व त्या जागी आता अगदी नैसर्गिक विश्वास उत्पन्न झाला होता.

मी कोचावर बसलो. त्यांनी त्यांची दाराजवळची जागा घेतली. आज काकाकुवा जागा होता. मधून मधून त्याची कर्कश आरोळी येत होती. थोड्याच वेळात

स्वयंपाकघरातून एकमेकांचा पाठलाग करीत करीत मांजराची पिले आली व त्यांच्या पदराशी खेळू लागली. घसा साफ करून मी म्हणालो,

"हं, मग काय मावशी? कसं काय आहे सगळं? ठीक आहे ना?"

"ठीक आहे बाबा आमचं. आणि नसलं तरी कोण विचारतो? तो शंकऱ्या पाहा ना, इतक्या दिवसांत काही पत्रबित्र तरी टाकायचं? आला होता का एवढ्यात?"

"नाही हो मावशी! आणि माझ्याकडेही अगदी मामुली पत्र टाकतो!" त्यांच्या चेहऱ्यावर मध्येच एक अस्वस्थपणाची छाया येऊन गेली.

"नाना, मला किनई गेले दोन-तीन दिवस कसेसेच होते. काही सांगता येत नाही काय होते ते; पण सारखी धागधूग होते जिवाची."

आमचे उद्याचे प्लॅन आठवून मी आवंढा मिळला.

"मावशी, तुम्ही पहिल्यापासूनच माणसं जोडली नाहीत. त्यानं आता कठीण जातं. ज्याचा त्याचा संशय घेता."

"नाना, त्याला काय करायचं माणसाने? मुळात स्वभावच तसा घडविला त्याला इलाज नाही. राहाटतो मनुष्य आपल्या कुवतीने."

जे बोलेन ते माझ्या अंगाशी येऊ लागले होते. तो विषयच थांबवून मी त्यांच्या यात्रेची चौकशी केली. थोड्या वेळाने मी त्यांचा निरोप घेतला. काहीही झाले तरी मी या घरात परत येणार नाही ही माझी खात्री होती. त्यामुळे मी चारी बाजू न्याहाळून पाहत होतो अगदी.

पण निघताना माझे अंतःकरण फार जड झाले होते हे खरे!

मनपर्णी स्टेशनवर मला शंकरची जरा वेळ वाट पाहावी लागली. गावातल्या एका खाणावळीत आम्ही जेवण घेतले; पण जेवणात आमचे लक्ष नव्हते. दुपारचा वेळ इकडे तिकडे भटकण्यात काढला. पण कशात आमचे लक्ष लागेना. साडेपाचच्या सुमारास आम्ही परत एकदा चहा घेतला व गावाबाहेरच्या देवळाची वाट धरली.

"आशा आहे मला की, पुजारीबाबा हजर असतील, नाही तर सारेच मुसळ केरात जायचे." शंकर म्हणाला.

"तो असणार रे. सांजवातीला येतो रोज." मी जरी त्याला धीर देण्यासाठी म्हणालो, तरी मलाही तो विचार अस्वस्थ करीत होता. "आता ध्यानात ठेव काय करायचं ते. त्याने या घराण्याची हकीकत सांगितल्यावर मी म्हणालो होतो,

'महापुरुष! मी तर पहिल्यांदाच नाव ऐकतो आहे हे!' आणि त्यावर तू त्या राधामावशीचा विषय काढलास. यावेळी तेथेच बदल करायचा. माझे म्हणून झाल्यावर तू काही झाले तरी त्यांचे नाव काढू नकोस-"

वाटेत वेळ काढत काढत साडेसहाच्या सुमारास आम्ही डोंगरावर पोहोचलो. समोरच्या आकाशात ढग आले होते. आणि डोंगरावरसुद्धा अर्ध्या भागापर्यंत ढगांचे वेष्टण होते. देवळाचे दार उघडे होते. जितकी जमली तेवढी पूर्वीची वेळ साधून आम्ही आत गेलो. पुजारी संध्यावात लावीत होता. त्याने मागे वळून आमच्याकडे पाहिले. त्याला जरा आश्चर्य वाटल्यासारखे दिसले.

आम्ही श्रीरामाच्यापुढे काही पैसे ठेवले व दर्शन घेतले. मागे सरकून जवळजवळ मागच्याच जागी उभे राहिलो व मी देवळाची गोष्ट काढली. त्याला हा प्रश्न जवळ जवळ प्रत्येकाने विचारला असला पाहिजे. कारण त्याला काही आश्चर्य वाटल्यासारखे दिसले नाही. जवळजवळ त्याच शब्दांत त्याने महापुरुष घराण्याचे व देवळाच्या बांधणीचे सारे पुराण ऐकविले. आता आमची वेळ आली.

शक्य तितक्या नैसर्गिक आवाजात मी म्हणालो,

"महापुरुष! मी तर पहिल्यांदाच नाव ऐकतो आहे हे!"

मी शंकरकडे पाहिले आणि मला धक्का बसला. माझ्याकडे पाहून शंकर डोळा मिचकावीत होता! माझी खात्री आहे, तो परत पहिलेच शब्द बोलणार होता! त्या देवळातला तो अर्धा सेकंद मी जन्मभर विसरणार नाही. तेथल्या वातावरणात नेहमीपेक्षा जास्त काहीतरी होते. अंधारात पुजाऱ्याचे डोळे मध्येच एकदम चमकले. माझ्या हातातल्या छत्रीने मी शंकरला एकदम डिवचले, त्यासरशी तो एकदम चमकला.

"काय रे शंकर, किती अनोळखी वाटते नाही नाव हे?"

अडखळत अडखळत तो म्हणाला,

"हो ना, मीसुद्धा कधी ऐकलेले नाही!"

त्याचे लक्ष एकदम दुसरीकडे कोठेतरी गेले; आणि त्याचा चेहरा एकदम पांढराफटक पडला. आमच्या या आडबाजूच्या हालचालीकडे पुजाऱ्याचे लक्ष होते. तो अगदी निरखून आमच्याकडे पाहत होता. तो म्हणाला,

"यांना काही बरंबिरं वाटत नाही का? बाहेर घेऊन जा वाऱ्यात."

शंकरचा हात धरून मी त्याला बाहेरच्या गार वाऱ्यात आणले व तेथील एका मोठ्या दगडावर आम्ही बसलो. त्याने तोंडावरचा घाम पुसला.

"नाना तुला आता- देवळात- त्यावेळी काही ऐकू आलं नाही?"

"देवळात? काही नाही बुवा!"

"नाना, जेव्हा- मी... मी महापुरुष नाव ऐकलं नाही असं म्हणू लागलो तेव्हा मला त्यांचा राधामावशींचा बारीक आवाज ऐकू आला."

"पण काही अर्थ होता की, आपला उगाच आवाज?"

"अर्थ होता तर- 'शंकरऽ धर मला, धर. मी पडते-पडते', असा अगदी आर्त आवाज माझ्या कानात घुमत होता."

"डोंट वरी शंकर. आपल्याला जे शक्य होते ते आपण केलेले आहे. आणि त्यात कोणाचेही वाईट. चिंतलेले नाही. पाहू आता काय झाले ते."

कितीतरी वेळ आम्ही त्या सायंकाळच्या वाऱ्यात बसलो होतो. काहीही बोलण्याची आमची दोघांची इच्छा नव्हती. आमचे विचार आम्ही अगदी मोकाट सोडले होते. कारण जे व्हायचे ते आता होऊन गेले होते. आता आमच्या हाती काही नव्हते. कळत न कळत दिवसाची रात्र झाली. पक्ष्यांची किलबिल थांबली. पायथ्याचे गावातले दिवे लुकलुकू लागले. लांबून कोठून तरी भजनाचे सूर आमच्या कानी आले. एक दीर्घ उसासा टाकून शंकर उठला व म्हणाला.

"चल नाना, जाऊया आपण. नऊला गाडी आहे तुला."

सावकाश व खिन्न मनाने आम्ही टेकडी उतरलो. एखाद्या प्रिय माणसाच्या विरहाचे दुःख आम्हाला जाणवत होते. फारसे न बोलता आम्ही एकमेकांचा निरोप घेतला.

खरे म्हणजे शंकरच्या मावशीची गोष्ट येथेच संपली. त्यातला खरा भाग किती व आम्ही दोघांनी किंवा मी एकट्याने कल्पिलेला किती? खऱ्याखोट्यात माणसाचे मन किती तारतम्य दाखवू शकते?

पुढच्याच रविवारी मी कसबा पेठेत त्यांच्या (मनातसुद्धा मला आता त्यांना 'राधामावशी' म्हणवेना) त्या घरावरून गेलो. दारेखिडक्या बंद होती. परत येताना पुन्हा दोन-तीन ठिकाणी त्यांच्याबद्दल तपास केला; पण त्यांना सारे विसरले होते. ज्या किराणा दुकानदाराने आम्हाला एवढी तपशीलवार माहिती दिली होती त्याच्याकडे गेलो.

"महापुरुष! नाव तर काही आठवत नाही मालक! कोणीतरी सामान नेल्याचं अंधुक आठवतं. पण कोणाकोणाचे ध्यानात ठेवणार?" तो म्हणाला. माझी खात्री होती की, पंधरा दिवसांनी त्याला विचारले, तर एवढेसुद्धा त्याच्या ध्यानात असणार नाही!

त्यांची शेवटची ...आठवण पाहण्यासाठी मी कपाट उघडले. पण तेथे पिशवी नव्हती, डबा नव्हता, काहीही नव्हते! मी जंगजंग पछाडले. पण घरात मला त्यावेळी (व त्यानंतर) काहीही सापडले नाही. त्यापैकी काही जर सापडले असते तर माझ्या मनावर जितका परिणाम झाला नसता इतका त्याचा काही मागमूस न लागल्याने झाला!... बिचाऱ्या राधामावशी!

आम्ही पाटी खरोखरीच पुसून अगदी कोरी केली तर!

७. श्रद्धा

शनिवारच्या रात्री आमच्या बैठका फार रंगतात. दुसऱ्या दिवशी सर्वांना आराम असल्याने वेळेचे काही बंधन नसते आणि आमच्या ग्रुपमध्ये विविध आवडी असलेले लोक आहेत. काही काही ग्रुप्स मला माहीत आहेत. शनिवारी संध्याकाळी पत्ते कुटायला सुरुवात करतात ते रविवारी मध्यरात्रीच थांबवितात! पण तसला प्रकार आमच्याकडे नाही. कधी कधी आमची गाण्याची मैफल जमते, कधी कधी पत्ते चालतात, कधी कधी गप्पागोष्टी चालतात. एखाद वेळी विषय निघालाच तर अनुभवही ऐकायला मिळतात.

त्या रात्री आमच्या गप्पा निघत निघत देवावरच्या विश्वासावरचा विषय निघाला. कोणीतरी त्यावर म्हटले की, प्रश्न किंवा वाद देव आहे किंवा नाही याचा नाही; तर तुमची देवावर श्रद्धा किती आहे हा आहे आणि देवभक्तीने जी चांगली फळे मिळतात ती देवावरच्या आपल्या श्रद्धेने-देवाच्या कृपेने नाही.

वासूनाना सहसा आमच्यात बोलत नसत. कोणी जर बुद्धिबळाचा विषय काढला तरच त्यांना उत्साह येई. इतर फारशा कशात त्यांना गोडी नव्हती. आज त्यांचे आमच्या बोलण्यात कोणीकडून लक्ष गेले कोणास ठाऊक; पण ते एकदम म्हणाले,

'श्रद्धेला फार महत्त्व आहे ही गोष्ट मात्र अगदी तंतोतंत खरी आहे. फार दिवसांपूर्वी मला त्याचा चांगलाच प्रभाव पाहायला मिळाला. तुम्हाला वेळ असला तर सांगतो मी आता-"

"मी त्यावेळी नाना पेठेत गोडबोल्यांचा म्हणून वाडा होता त्यात खोली घेऊन राहत होतो." वासूनाला म्हणाले, "वाड्याच्या मालकांपैकी दोघीजणी फक्त राहिल्या होत्या. असतील पन्नाशीच्या घरातल्या. दोघी बहिणी-बहिणी होत्या.

एकीचे नाव होते विठाबाई आणि दुसरीला आम्ही नुसत्याच मावशीबाई म्हणून हाक मारीत असू.

“दोघी स्वभावाने चांगल्या होत्या- देवभोळ्या होत्या. कोणाच्या अध्यात ना मध्यात. त्या वेळची सगळीच माणसं आताच्या मानाने देवमाणसं वाटतात; पण एकंदर रोजच्या व्यवहाराच्या बाबतीत दोघीही ज़रा भोळसरच होत्या. कोणी गोड बोलले की, त्यांचा लागलीच त्याच्यावर विश्वास बसायचा; पण वाड्यात त्यांचा गैरफायदा घेतलेला मला आठवत नाही कोणीसुद्धा.

“विद्यार्थ्यांसाठी आणि तरुण पोरांसाठी त्यांनी एका बाजूच्या दोन-तीन खोल्या भाड्याने ठेवल्या होत्या. त्यातल्या एका खोलीत मी राहत होतो. मी चांगला सात-आठ वर्षे त्या जागेत होतो. माझा आणि त्या दोघींचा चांगलाच घरोबा झाला होता. कॉलेजच्या शेवटच्या परीक्षेत मी आपटी खाल्ली होती आणि बाहेरून बसत होतो, त्यामुळे घरीच अभ्यास करीत होतो. त्यांना माझा खूप वेळा उपयोग व्हायचा. इंग्रजी पत्रं वगैरे आली की, ती वाचायला, कधी अर्ज करायला... एक ना हजार.

“माझ्या शेजारची खोली बरेच दिवस रिकामी होती. त्यावेळी आठवते का तुम्हाला- आज खोटे वाटते- पण गल्लोगल्ली दारावर पाट्या लटकत असायच्या... ‘जागा भाड्याने देणे आहे.’ काही काही वेळा घरमालकही भाड्याच्या आशेने जमेल तसा भाडेकरू ठेवायला मागेपुढे पाहत नसत. तसेच या दोघींनीही चटर्जी नावाच्या एका बंगाली माणसाला ती खोली भाड्याने दिली. माझी त्याची गाठ पडली तेव्हा माझे मत काही त्याच्याबद्दल एकदम चांगले झाले नाही. पण केवळ या वाटण्यावर मी मालकिणींना थोडेच सांगू शकत होतो की, याला जागा देऊ नका म्हणून?

“एवढे कबूल करायला पाहिजे की, वाड्यात त्याच्यापासून कोणालाही कसलाही त्रास किंवा उपद्रव पोहोचला नाही. रविवारी वगैरे त्याची गाठ पडली तेव्हा त्याच्याशी मी ओळख करून घेतली. त्याला माझ्या खोलीत एकदोनदा चहाही पाजला आणि तो काय करीत असतो याची चौकशी केली. त्याच्या सांगण्यावरून तो कलकत्त्याला राहणारा असून वेगवेगळ्या ठिकाणी थिऑसॉफिकल स्टडीज करीत फिरत होता. मी मनात म्हणालो, बेट्या, इथं जर काही गडबड केलीस तर याद राख, पुणेकरांशी गाठ आहे म्हणावं.

“तर मग पुढे- आमच्या वाड्यात मालकीणबाई सगळे उत्सव करायच्या. रामनवमी, कृष्णाष्टमी, गणेशोत्सव. आणि सगळ्या भाडेकऱ्यांना त्या दिवशी पानसुपारीचे, प्रसादाचे, आमंत्रण असावयाचेच. त्यावर्षी आमच्याबरोबर चटर्जीबाबूंचाही प्रवेश त्यांच्या घरात झाला. त्याच्या मिट्ठास बोलण्यावर दोघीजणी अगदी चांगल्याच खूश झाल्या आहेत हे माझ्या ताबडतोब ध्यानात आले.

“त्यानंतर या ना त्या निमित्ताने त्याचे त्यांच्या घरी येणे-जाणे चालू झाले. मी प्रथमच सांगतो की, त्यात वावगे काहीच नव्हते. त्यांच्या देवादिकांच्या; गुरूच्या सामर्थ्याच्या असल्या विषयांवरच्या गप्पा चालावयाच्या. मला त्याच्याबद्दल का राग वाटायचा कोणास ठाऊक! तसे त्याचे माझ्याशी, सर्वांशी वागणे सरळपणाचे होते अगदी. पण आपल्या स्वतःच्या चाकोरीबाहेरच्या प्रत्येक गोष्टीचा संशय घेण्याची माणसाची नैसर्गिक प्रवृत्ती दिसून येते, नाही का?

“त्या वेळेला युरोपमधून सगळीकडे प्लँचेटचे वेड पसरले होते. प्लँचेट आणि औजा बोर्ड. चांगली थोरामोठ्यांची माणसं त्या नादाला लागली होती आणि समाजात एखादी नवी फॅशन आली की, त्याला चिकटणारे कंटक असणारच. तसेच त्यावेळी या प्रकारच्या ‘सीयान्सेस’ चालविणारी ‘मिडीयम्स्’ गल्लीबोळात निघाली होती. काय म्हणे तर यांच्यातर्फे मृतांचा या जगाशी संबंध येतो. मी अगदी सरळ मनाचा माणूस आहे आणि या भानगडीत कधी पडलो नाही. डोळ्यांनी दिसेल त्यावर विश्वास ठेवायचा, इतकेच नव्हे तर असल्या गोष्टीत डोळ्यांनी काही दिसले तरी त्यावर विश्वास ठेवायचा नाही असे माझे मत होते.

“या चटर्जीबाबूंनी त्यांच्या खोलीत हे प्लँचेटचे खूळ आणले की यथावकाश. मला प्रथम त्याने पहिल्या काही मीटिंग्जना बोलावले; पण मी त्याला मोकळेपणाने सांगितले की, मला त्यात काही गोडी नाही. पण विठाबाई व मावशी अशा दोघीजणी त्याच्याकडे हजर राहू लागल्या. हे मी पाहिल्यावर त्याच्याच परवानगीने मी पण त्याच्याकडच्या त्या मीटिंग्जना हजर राहू लागलो.

“तुम्हाला माहीत आहे ना कसे तयार करतात वातावरण ते! सगळीकडून दारे-खिडक्या बंद करून अंधार करावयाचा, पडदे लावायचे, लहानशा टेबलाभोवती सर्वांनी कडे करून बसावयाचे; आणि सगळ्यांनी एकमेकांच्या हातात हात घालावयाचे. तेथे जे कोणी ‘मिडीयम’ हजर असेल त्याच्या तोंडून मग ठराविक प्रश्न आणि उत्तरे ऐकू येतात. उदाहरणार्थ, अंधारात घोगरा आवाज येतो-

'शं. म. जो. यांना येथे कोणी ओळखते का? त्यांचा निरोप आहे की, मी सुखी व आनंदात आहे-' कोणी काय ठरवायचे? शंकर महादेव जोशी असेल. शशिकांत मनोहर जोग असेल- कोणीही असेल- ज्याला जसे वाटेल तसा त्याने असल्या संदेशाचा अर्थ लावून घ्यायचा आणि समाधान मानावयाचे.'

"मी दोन-तीन वेळा हजर राहिलो. अंधार गुडूप झाला की, लोकांचे आवाजही एकदम खाली येतात. आसपासच्या माणसांचे श्वासही स्पष्ट ऐकू यायला लागतात. पण त्या जरा अनोख्या वातावरणाशिवाय मला काहीही जाणवले नाही. विठाबाईंना मी एक-दोनदा म्हणालोसुद्धा 'कशाला या नादाला लागता तुम्ही?' पण त्यांना माझे बोलणे काही तितकेसे पटलेले दिसले नाही. मी तो विषय तेवढ्यावरच सोडला. पण माझ्या मनाने एवढे मात्र घेऊन ठेवले होते की, एक दिवस या बाबूला एक्स्पोझ करायचा म्हणजे या दोघींची खात्री पटेल. कारण एव्हाना त्यांचा त्याच्यावर अगदी पूर्ण विश्वास बसला होता. तो म्हणेल ते निर्विवाद सत्य!"

पुण्यामध्ये त्या सुमारास योगी जयानंद महाराज म्हणून कोणी एक गृहस्थ आला होता. योगबलाच्या सामर्थ्यावर त्याने लोकांना अचाट प्रयोग करून दाखविण्याचे सत्र चालू केले होते. त्यात केसाने गाड्या थांबविणे, छातीवर मोठा धोंडा फोडून घेणे, अग्नीवरून चालणे असले अनेक प्रयोग होते. आमच्या या दोन बहिणी-बहिणी तर प्रथम जाऊन पाहून आल्या सारे आणि त्यांची तोंड भरून स्तुती चालू होती.

त्या रविवारी कशाच्या तरी निमित्ताने आम्ही त्यांच्या ओसरीवर जमलो होतो आणि तेवढ्यात हा चटर्जीबाबू बाहेरून आला. आमच्यामध्ये तोही येऊन बसला. बसता बसताच विठाबाईंनी त्याला विचारले,

"काय बाबूजी, तुम्ही बघितलेत का जयानंदाचे प्रयोग?"

जरासे हसून तो म्हणाला, "विठाबाई, अहो त्यात काय एवढे विशेष आहे? मलासुद्धा सारे करता येईल. आमच्या गुरूंशी तुमची गाठ घातली असती म्हणजे समजले असते तुम्हाला खरे योगबल म्हणजे काय आहे!"

अडेलपणाने विठाबाई म्हणाल्या, "पण अग्नीवरून चालणे म्हणजे काय सोपी का गोष्ट आहे? दगडाबिगडाचं राहू दे मेलं, जनावरासारखा माणूस बनला की, त्याला हातोडा लागत नाही नि खिळा लागत नाही- पण जाळातून चालायचं...!"

"अहो विठाबाई, सगळ्या विश्वासाच्या गोष्टी आहेत. गुरूवर विश्वास बसला की, सगळ्याचे बळ येते. तुम्हालासुद्धा या गोष्टी शक्य आहेत!"

"मला! मलासुद्धा?" आश्चर्याने विठाबाई म्हणाल्या.

"अहो, त्यात अशक्य काय आहे? त्या श्रद्धेतच तर खरी शक्ती आहे!"

संध्याकाळच्या स्वयंपाकासाठी फुलविलेल्या शेगडीकडे विठाबाई पाहत होत्या. त्यांच्या मनातील विचारांची मला कल्पना आली.

"हं विठाबाई, पुराणातली वांगी पुराणातच राहू द्या. फार परीक्षा घेऊ नये माणसानं." मी त्यांना परावृत्त करण्याच्या सुरात म्हणालो.

"पण चटर्जीबाबूंवर माझा विश्वास आहे. ते खोटी गोष्ट कधीही सांगणार नाहीत." जवळजवळ स्वगत विठाबाई म्हणाल्या आणि आमच्या सर्वांच्या डोळ्यादेखत त्यांनी एक बोट हळूच त्या धगधगत्या निखाऱ्यांना लावले.

त्यांच्या चेहऱ्यावर आश्चर्य व आनंद पसरला. बोट फट्दिशी मागे न घेता त्यांनी तेथे तसेच ठेवले. त्यांनी तो निखारा हळूच हातात घेतला... दोन घेतले... दोन्ही ओंजळी भरून त्यांनी निखारे- धगधगते, पेटते निखारे- हातात घेतले.

"चटर्जीबाबू! चटर्जीबाबू हे पाहा! मावशी हे पाहा! वासू! हे पाहा!" सगळ्यांना ओंजळीतले धगधगते अंगार दाखवीत त्या हसत हसत म्हणाल्या, "मीसुद्धा करू शकते! मला काही होत नाही! भाजत नाही नि काही नाही, साध्या कोळशासारखे वाटतात!"

त्यांनी ते निखारे गालाला लावले, मानेला लावले, केसांना लावले. चटर्जीचा चेहरा पाहण्यासारखा झाला होता. माझी समजूत झाली की, त्यानेही एवढी कल्पना केली नव्हती. कापऱ्या आवाजात तो म्हणाला,

"विठामाई-विठामाई, खाली ठेवा ते."

त्याच्याकडे पाहून त्या हसल्या, अगदी मोकळेपणाने हसल्या.

"तुम्हीच मला आता शिकविलेत हे चटर्जीबाबू!" त्यांनी हसत हसत निखारे शेगडीत टाकले. आम्ही सर्वांनी एक मोठा सुस्कारा सोडला. मी स्वतः जरी ही गोष्ट माझ्या डोळ्यांनी पाहत होतो तरी माझा मेंदू ती गोष्ट कबूल करायला तयार नव्हता. मी विठाबाईच्या जवळ जाऊन त्यांचे हात पाहिले. त्यावर कोळशाच्या राखेच्या पांढऱ्या डागाखेरीज काही नव्हते. माझ्या पाठीवर हात ठेवून त्या म्हणाल्या,

"वासू, सगळ्याच गोष्टींवर शंका घेऊ नये. काही अगदी खऱ्या असतात!"

मी काय बोलणार? मूग गिळून बसलो.

पण त्या दिवशी (जरी त्याच्या मनात काही नव्हते तरी) चटर्जीने माझ्यावर काहीतरी मात केली आहे असे माझ्या मनाने घेतले आणि या बेट्याचे बिंग लवकरच उघडकीस आणावयाचे मी ठरविले. माझी खात्री होती की, हा या मीटिंगच्या वेळी काहीतरी हातचलाखी करतो. इतके दिवस केवळ चांगुलपणा म्हणून मी त्या गोष्टी जरा ढिलाईने घेत होतो; पण आता नाही!

या मीटिंग्ज (सीयान्सेस) जास्त रंगल्या की, टेबलावर फुले येत असत ती या दोघीजणी अगदी प्रसादाप्रमाणे जपून ठेवत असत. त्या दिवशी चटर्जीबाबूंनी कोणाकरवी तरी अगदी खास कोणाची तरी परलोकाहून गाठ घालून दिली अशी त्यांची खात्री पटत असे.

रात्री नऊच्या सुमारास आम्ही पाच-सहाजपण (आता मला बाकीच्या लोकांची नावे आठवत नाहीत) चटर्जीच्या खोलीत बसलो. देवाच्या तसबिरीसमोर त्याने नेहमीप्रमाणे उदबत्ती लावली, हार घातले आणि मग त्याने त्याचे लहानसे काळे टेबल आमच्या खुर्च्यांच्या रिंगमध्ये आणून ठेवले. आम्ही सर्वजण त्या टेबलाभोवती बसलो व सर्वांनी बोटे अलगद त्या टेबलावर ठेवली.

खोलीत एकदम अंधार झाला. देवापुढच्या उदबत्तीचे टोक तेवढे चमकत होते. सर्वांची हालचाल कमी कमी होत एक प्रकारच्या अपेक्षेने सर्वजण निःस्तब्ध बसले होते. माझ्या हाताच्या बोटाखाली टेबल एकदा दोन-तीन इंच उंच चढले व मग 'टप्' असा आवाज करून सतरंजीवर खाली आले. कोणीतरी श्वास घेतल्याचा आवाज मला ऐकू आला. दोन-तीनदा टेबलाच्या या उड्या झाल्यावर टेबल हलायचे थांबले आणि खोलीत एकदम सुवास पसरला. मी जरी त्याच्यावर विश्वास ठेवत नव्हतो तरीही माझ्यावर त्याचा परिणाम झाल्यावाचून राहिला नाही. एव्हाना आम्ही सर्वांनी एकमेकांच्या हातात हात गुंतविले होते. माझ्या उजवीकडे विठाबाई होत्या. त्यांचा हात थरथर कापत होता. जरा वेळाने अंधारात एक घोगरा आवाज निघाला.

"शिवरामपंतांना येथे कोणी ओळखते का?"

माझ्या पलीकडे दोघातिघांची काहीतरी कुजबूज झाली. पुन्हा आवाज आला.

"शिवरामपंत बोलत आहेत. माझे आता पूर्ण समाधान झाले आहे. ताईवर व भाऊवर माझा आता काही राग नाही. मी त्यांना सारे माफ केले आहे."

तुमचा विश्वास बसेल का? कोणी तरी एक केवढा तरी मोठा सुस्कारा सोडला. जसे काही खरोखरीच एखाद्या शिक्षेतून मोकळे झाल्यासारखा.

हीच ती फुलं येण्याची वेळ! मी माझ्या शेजारच्या दोघांच्या हातातून हात काढून घेतला आणि माझ्या खिशातून दोन टॉर्च काढून चटर्जी ज्या बाजूला बसला होता त्या दिशेने त्यांचा प्रकाश फेकला.

एकदम अनपेक्षित झगझगाट झाल्यामुळे कोणाच्या तरी तोंडून अर्धवट किंचाळी निघाली; पण प्रकाश चटर्जीवर पडला होता आणि साऱ्यांचे डोळे त्याच्यावर खिळले होते. त्याचा चेहरा शरमेने गोरामोरा झाला होता. टेबलाच्या पायाजवळ कसली तरी कळ होती, तिच्याशी त्याची पायाने खटपट चालली होती आणि वरून छतावरून एका तारेला लोंबकळत असलेली फुले टेबलावर अगदी पडायच्या बेतात; पण मध्यंतरी लोंबकळतच राहिली होती. काही वेळा आम्ही सर्व गप्प बसलो. मग कोणीतरी उठून दिवा लावला. शेवटी मी म्हणालो,

"वा चटर्जीबाबू! चांगले उद्योग करता!"

खांदे उडवून शूरपणाचा आव आणून तो माझ्यावरच गुरगुरला,

"मग काय झालं? सगळंच काही खोटं नसतं माझं-"

मध्येच एक आवाज ऐकू आला; पण तो विठाबाईचा होता हे ओळखायला मला वेळ लागला; इतका तो बदलला होता.

"तुम्ही आम्हाला फसवत होता चटर्जीबाबू! तुम्ही आम्हाला सांगितलं ते सगळं खोटंच! थापा!"

जरा समाजवणीच्या सुरात तो म्हणाला,

"विठाबाई मावशी! सगळंच काही खोटं नसतं हो! एखादे वेळी..." पण ते शब्द विठाबाईंच्या मनात शिरलेच नाहीत. त्या पुन्हा म्हणाल्या,-

"थापा! सगळ्या थापा!! आणि मी सगळं खरं मानलं! सगळ्यावर विश्वास ठेवला! मला वाटत होतं..."

एकदम त्यांचा आवाज बदलला- चिरकला- त्या किंचाळायला लागल्या-

"भाजले ग मी! आई ग! भाजले! वाचवा हो..."

आम्ही दिङ्मूढ होऊन पाहतच राहिलो त्यांच्याकडे. आणि पाहता पाहता त्यांच्या हातावर, गालावर, मानेवर, तोंडावर भाजल्याचे लालच्या लाल चट्टे उठले, टरटरून फोड आले, त्यांच्या केसातून धूर निघाला...

आम्ही सर्व त्यांच्या मदतीला धावलो; पण त्यांचे सारे अंगच भाजून निघाले होते. वेदना असह्य होऊन त्या धाडदिशी खाली पडल्या. भरल्या स्वराने मावशी म्हणाल्या,

"विठा, अगं विठा, तूच ना त्या दिवशी मला म्हणत होतीस मला भाजत नाही म्हणून! असं काय गं करतेस? विठाऽ अगं माझी विठाऽ बोल ना!"

माझ्या डोक्यात एकदम प्रकाश पडला. त्या दिवशी विठाबाईंनी जळते धगधगते निखारे हातात घेऊन साऱ्या अंगावर फिरविले होते. त्यावेळी त्यांना त्यापासून काहीही झाले नव्हते. चटर्जींनी सांगितलेल्या गोष्टीवर त्यांनी नितांत श्रद्धा ठेवून साऱ्या गोष्टी केल्या होत्या; पण आज ती श्रद्धा ढासळताच मागे दाबून ठेवले गेलेले सर्व व्रण उजेडात आले.

विठाबाई ज्या बेशुद्ध झाल्या त्या परत शुद्धीवर आल्याच नाहीत. त्यांचा त्यातच दोन-तीन दिवसांच्या आत मृत्यू झाला."

वासूनाना गप्प बसले. सगळीकडे शांतता पसरली होती. कोणीतरी म्हणाले, "पण मग चटर्जी..."

वासूनाना एकदम म्हणाले,

"त्याने काय केले? तो काही जाणूनबुजून फसवायला गेला नव्हता त्यांना.'

"पण हे कसे शक्य आहे?"

"तोच तर मुद्दा आहे. त्यांनी हातात निखारे घेणे कसे शक्य आहे? पण ते झाले! फक्त हात भाजायचे बाकी राहिले होते. कार्यकारणभावात यावेळी कालाचे अंतर पडले होते इतकेच! एखाद्या फटाक्याची वात खूप लांब असली की, वात पेटल्यावर धडाका उडायला खूप वेळ लागतो. तसलाच हा प्रकार झाला. ती वात त्या दिवशीच पेटविली गेली; पण चटर्जी एक्स्पोझ होताच त्याचा धडाका उडाला."

वेगवेगळ्या लोकांनी वेगवेगळे तर्क केले; पण समाधान मात्र कोणाचेच झालेले नाही.

८. बिननावाची गोष्ट

प्रभाकर देव आजारी आहे आणि हॉस्पिटलमध्ये आहे ही बातमी त्याला अचानकपणे समजली. तरीसुद्धा प्रत्यक्ष गाठ पडेपर्यंत प्रभाकरमध्ये एवढा बदल झाला असेल अशी त्याला कल्पना नव्हती. मृत्यूची छाया पडली की, जीवनाचा वृक्ष कोमेजतो हेच खरे! कॅन्सरचा रोग आहे हे समजताच प्रभाकरचा धीरच सुटला होता. त्याच्याशी बोलणार तरी काय आणि सांत्वन तरी कसे करणार? हॉस्पिटलमध्ये गेला तर खरा तो!

बराच वेळ प्रभाकरच्या खोलीच्या दाराबाहेर उभा होता तो. मग त्याने दारावर हळूच टकटक केले. आतून प्रभाकरचा आवाज ऐकल्यावर त्याने एक दार उघडून आत पाहिले व मग तो आत गेला. हॉस्पिटलच्या रिवाजाप्रमाणे व्हरांड्यापेक्षा खोली एकदम जास्त प्रकाशमान होती. फिकट पोपटी रंग, मोठमोठ्या खिडक्या, पांढरेशुभ्र कपडे, स्वच्छ, शुभ्र, निर्जंतुक आणि अमानुष!

हिवाळ्याची कोवळी उन्हे तिरकसपणे कॉटवर व भिंतीवर पडली होती. त्या सर्व पांढऱ्या सागरात प्रभाकरचा देह जवळ जवळ अदृश्य झाला होता. मुळातच त्याची शरीरयष्टी काही भव्य नव्हती, तरीसुद्धा त्याला पाहताच प्रभाकरच्या मुद्रेवर क्षीण हास्य उमटले आणि मावळले. तो त्याच्या कॉटवर जाऊन बसला. त्याने प्रभाकरचा हात हाती घेतला.

"प्रभ्या! आय ॲम सॉरी! आजच मलाक कळले."

प्रभाकरने मूकपणे केवळ मान हलविली.

"गेले तीन आठवडे मी टूरवर होतो. काल रात्री परत आलो. एवढ्यात काय रे? माझा तर विश्वासच बसेना, एकदम झालं तरी काय?"

"बरेच दिवस पोटदुखीची तक्रार होती माझी. अल्सर वगैरे असेल अशी सुरुवातीस समजूत होती. मागच्या आठवड्यात ऑपरेशनसाठी डॉक्टरांनी पाहिले आणि त्यांना हे दिसले. काही उपाय नाही."

"पण आधी समजलं असतं तर काही होण्यासारखं होतं का?"

"अहं, तेवढी तरी मेहरबानी आहे. असे जर मला कळले असते तर माझं मन मी ताब्यात ठेवू शकलो नसतो. असल्या केसेस जवळ जवळ १५ टक्के फेल असतात."

"आय ॲम रियली सॉरी प्रभाकर, काय करू मी?"

"काय करणार तुम्ही सारे? मीच माझे मन तयार करायला पाहिजे. पण... पण एवढ्यात जाववत नाही रे! किती स्वप्ने होती माझी!" प्रभाकरने आवेग न आवरून भिंतीकडे तोंड फिरविले. त्याच्या हुंदक्यांनी त्याचे सारे शरीर हादरत होते. प्रभाकरच्या पाठीवर त्याने फक्त हात ठेवला आणि आपली मूक सहानभूती दाखविली. जास्त काही करणे किंवा बोलणे शक्य नव्हते.

त्या दिवसापासून रोज संध्याकाळी अडीचतीन तास प्रभाकरकडे बसण्याचा त्याने जणू नियमच केला. त्याला एवढे तरी समाधान मिळाले की, हळूहळू त्याच्या सहवासाने प्रभाकरच्या मनाचा कोंडमारा कमी झाला. विरहाची असह्य भावना मन हळूहळू स्वीकारू लागले, जगाला सोडण्याची त्याच्या मनाची हळूहळू तयारी होऊ लागली. डॉक्टरांनी त्याला हे सांगावयास हवे होते की, नको, यावर त्यांची एकदा चर्चा झाली. प्रभाकर म्हणाला,

"माझ्या घरात मीच कर्ता आहे. आईला, धाकट्या बहिणीला, धाकट्या भावाला काय कळणार यातले? याबद्दल मी त्यांचे आता आभार मानतो. मला फसविण्याने त्यांना काय मिळाले असते? आणि मला भेटायला येणाऱ्या लोकांच्या मनावर दरवेळी केवढा ताण पडला असता? आता गोष्ट सूर्यप्रकाशाइतकी स्पष्ट आहे. भेटीच्या वेळी वाईट वाटले तरी त्यात लपवाछपवी नाही. खोटी आश्वासने नाहीत."

त्याला समाधान वाटले, रोजच्या त्याच्या भेटीने प्रभाकरचे संध्याकाळचे काही तास तरी समाधानात गेले; कारण त्याने प्रभाकरशी बोलताना विषयावर कसलेही बंधन ठेवले नव्हते. शेवटचे दिवस, त्यात काय कमी आणि काय

जास्ती? पण या शेवटच्या काही दिवसात दोघे जन्मात आले नव्हते इतके एकमेकांजवळ आले. तसे पाहिले तर दोघांचे स्वभाव फार भिन्न भिन्न प्रवृत्तीचे होते. प्रभाकर प्रथमपासून रसिक, कलाप्रेमी आणि स्वप्नाळू वृत्तीचा- त्याचे वावरणे दोन जगात असावयाचे. बाहेरच्या जगाची प्रतिमा त्याच्या मनःपटलावर एखाद्या भिंगातून आल्यासारखी वेगळी पडावयाची. या दोन्ही जगाच्या समांतर रेषांवर त्याचे आयुष्य चालले होते. याउलट त्याच्या मित्राचा स्वभाव वास्तविक स्पष्टवक्तेपणाचा, ठोक असा होता. त्यामुळे त्याच्या सोबतीत प्रभाकर आजवर आपले मन पूर्णपणे मोकळे करून बोलावयास जरा कचरत असे; पण मृत्यूला तोंड द्यायला त्याच्या मनाची तयारी झाल्यानंतर हे किरकोळ भेद कोठून राहणार?

तो केवळ हो किंवा नाही एवढे म्हणून प्रभाकरच्या बोलण्याचा ओघ चालू ठेवत असे. पुष्कळ वेळा त्याला वाटे, प्रभाकरच्या ध्यानातही नाही की, आपण त्याच्याजवळ बसलेलो आहोत. प्रभाकरच्या बोलण्यातले विषय इतके अवचितपणे बदलत की, प्रभाकरबरोबर आपले मन ठेवावयास त्याला कधी कधी प्रयास पडत असत.

'गेले, गेले! आता सारे आयुष्य संपले! चुका दुरुस्त करायला आता वेळ नाही! या डावात एकच संधी मिळते. त्यावेळी का कोणी सांगणार आहे की, 'बाबा हा मार्ग पुढे बंद आहे- तिकडे जाऊ नकोस!'

'एकदा वाटते, बरे झाले लग्न केले नाही. बिचारी जी कोणी आली असती तिने काय करावे? पण मग वाटले, त्यामुळे मलाही संसारसुख कशास म्हणतात ते कळलेही नाही! देवा, काय पाप केले होते की, मला...'

कपाळावर आलेल्या बटांतून त्याच्याकडे पाहणारे प्रभाकरचे डोळे त्याच्या ध्यानात कायम राहणार होते. कधी त्यात मूक अतृप्ती असे- कधी जगावरचा राग असे- कधी ते डोळे अंतर्मनाकडे वळलेले असत; पण केव्हाही निश्चला नसत. त्यामध्ये काही ना काही भाव तरळत असावयाचा.

"किती जरी मनाचे समाधान करायचा प्रयत्न केला तरी जमत नाही रे! कसे जमणार? मी आज फक्त सत्तावीस वर्षांचा आहे. सारे आयुष्य माझ्यासमोर आहे. केवढी स्वप्ने रचली होती मी!

'मला जर पुन्हा जगायचा चान्स मिळाला, तर तंतुवाद्याची मला किती आवड आहे! व्हायोलिनवर किंवा सारंगीवर कोणी राग आळवायला लागले की, माझे

मन व्याकूळ होते. मी स्वतःलाच शिकविण्याचा कितीतरी वेळा निश्चय केला; पण तो केवळ मनातला निश्चयच राहिला!"

त्याने प्रभाकरला कधी वाक्यामध्ये अडविले नाही किंवा त्याच्या असल्या बोलण्याची उपरोधिकपणे थट्टाही केली नाही. प्रभाकरच्या बोलण्याकडे कधी दुर्लक्षही केले नाही. प्रभाकरने जी जी चित्रे रंगविली ती ती त्याच्या मनावर कोरली गेली.

'आमचे घर विकून लहानसे नवीन बांधण्याचा आमचा विचार चालू होता.' उशीखालून प्रभाकरने एक कागदाची घडी काढून त्याच्या हातात दिली; 'नव्या घराची मी मनातल्या मनात पूर्ण आखणीसुद्धा केली होती- बघ ना याच्यात - मी स्केच काढले होते एकदा त्याचे.'

त्याने कागदाची घडी उलगडली. प्रभाकरने आपल्या कुवतीप्रमाणे कागदावर एक लहानशा बंगल्याचे चित्र काढले होते. चित्रकलेच्या तंत्राचा जरी त्यात अभाव होता तरी त्याने त्यावर इतके परिश्रम घेतले होते की, शेवटी चित्र चांगलेच बोलके झाले होते. हिरव्यागार कंपाऊंडमध्ये लहानसा पांढरशुभ्र बंगला उभा होता. मागच्या बाजूस एक उंच सुरूचे व दुसरे पसरट सोनचाफ्याचे अशी झाडे होती. सर्व बंगला जमिनीपासून आठ-नऊ फुटांवर बांधला होता आणि पुढच्या भागाला मोठ्या मोठ्या पायऱ्या होत्या. त्या चढून गेल्यावर प्रशस्त व्हरांडा होता आणि दोन्ही बाजूस खोल्या होत्या. रंगसंगती आणि प्रमाण इतके अवर्णननीय होते की, कागदांवरून उठून चित्र अगदी हलतेबोलते झाल्यासारखे वाटे. किती तरी वेळ तो त्या चित्राकडे पाहत होता. मग त्याने अलगद घडी करून तो कागद परत प्रभाकरच्या उशीखाली ठेवला.

'किती डोलारे बांधतो माणूस स्वप्नांचे! पण सारे हवेत विरघळून जातात!' हताश स्वरात प्रभाकर म्हणाला, "माझ्या डोळ्यासमोर माझे घर उभे राहायचे- मी कामावरून घरी आलो की, पत्नी मला भेटायला दाराशी येईल. फिकट निळ्या किंवा हिरव्या रंगाच्या पातळात येईल- मुले शाळेतून घरी आलेली असतील- ती बागेत झोपाळ्यावर किंवा घसरगुंडीवर खेळत असतील..."

प्रभाकरच्याने पुढे बोलवेना. त्याची अशी अवस्था झाली की, प्रभाकर पाठ फिरवून भिंतीकडे तोंड करी व डोक्यावरून चादर ओढून घेई. पुष्कळ वेळा प्रभाकरचा निरोप न घेताच तो हलकेच निघून जाई.

पण रोजच्या वर्णनामुळे त्यालाही आपण प्रभाकरच्या स्वप्नात सहभागी आहोत असे वाटायला लागले. कारण स्वतःच्या घराबद्दलचे, पत्नीबद्दलचे, मुलाबद्दलचे प्रभाकरचे स्वप्न म्हणजे एखाद्या मासिकातील कादंबरीसारखे होते. त्यात नित्य नवी भर पडत होती; पण त्यामुळे मूळचा भाग विकृत न होता त्यात आणखी विविधतेची आणि रेखीवपणाची झाक येत होती.

'प्रत्येक मनुष्यच आपल्या भवितव्याबद्दल मनोरे बांधतो- हो की नाही?- त्याचे मनोरथ काही ना काही अंशांनी तरी साकार होतात. बाकीचा भाग तो विसरून जाऊ शकतो. मी कसा विसरू?'

पण प्रभाकरच्या स्वरातला हा कटूपणा दिवसेंदिवस कमी होत चालला होता. कधी कधी तर तो बोलण्यात इतका रंगून जाई की, स्वतःचा आजार, नजीकचा भविष्यकाळ या साऱ्यांचा त्याला क्षणमात्र विसर पडे.

'मला टेकडीजवळ राहायला आवडते- बाहेर पडले की, पावअर्ध्या मैलाच्या आत टेकडी असावी- माणसाला मनात आले की, लागलीच या रोजच्या जगाच्या वर चढता आले पाहिजे.

'मला घरात फिकट पोपटी रंग आवडतो- हिरवा रंग निसर्गाचा रंग आहे- हिरवळीतून माणसाचा जन्म झाला.'

'जमले असते तर रेडिओ, फोनो, वाद्ये, गायन यांकरिता मी वेगळी खोली अगदी कटाक्षाने ठेवली असती शुभ्र रंगाची. संगीत म्हणजे रेखा आहेत- वायुरेखा- त्यांना अगदी शुभ्र, पवित्र, मोकळी जागा पाहिजे.'

'घराबाहेर लहानसे का होईना, पण एक कारंजे बसविले असते. वाहते पाणी ही निसर्गाची खूण आहे. आपण वाहत्या पाण्याजवळ गेलो की, निसर्गाजवळ जातो. तुला असे नको वाटू देऊ की, या गोष्टी करायला भव्य प्रांगणे, भव्य प्रासाद, विपुल पैसा पाहिजे. अरे साधा माणूससुद्धा आपल्या अगदी लहानशा झोपडीत या सर्व गोष्टी करू शकेल; मात्र त्यामागे तीव्र इच्छा पाहिजे. एकसारखा विचार पाहिजे.'

'माझ्यावर जर खरोखरच भावी सहचरिणी पसंत करावयाचा प्रसंग आला असता तर मी बाह्यरूपाला एकंदरीत जरा कमीच महत्त्व दिले असते. अरे, बाहेरचे रूप म्हणजे एक चौकट आहे- एक दिव्याचा सांगाडा आहे- त्यात सात्त्विक चित्र पाहिजे- त्यात निर्मल ज्योत पाहिजे.

'सर्व जगावर प्रेम करणारी, हसतमुख, निकोप प्रकृतीची... होय निकोप प्रकृती हा सौंदर्याचा फार मोठा आणि नैसर्गिक भाग आहे. जो आपण खूप वेळा विसरतो- अशी पत्नी मला हवी होती.'

'या सर्व कोंदणात माझी मुले रत्नासारखी चमकली असती, कारण रत्ने म्हणजे तरी मुळात ओबडधोबड न ओळखता येणारे दगडच असतात. त्यांनाच कलावंत पैलू पाडून तेज जाणतो... जीवन आणतो.'

वेगवेगळ्या वेळी जरी प्रभाकर या गोष्टी बोलला तरी त्याच्या मित्राच्या मनात त्यांची बरोबर संगती लागली. संदर्भासाठी त्याला कधी आठवणींची कपाटे शोधावी लागली नाहीत, इतका तो या प्रभाकरच्या चाळ्यात एकरूप झाला होता.

नोव्हेंबरच्या महिन्यात दिवाळी झाल्यावर, पृथ्वीवर दिवसाचे राज्य ओहोटीस लागले आणि थंडीचे, रात्रीचे राज्य वाढू लागले. थंडीचे दिवस. साऱ्या जीवनाला यावेळी जगण्यासाठी धडपड करावी लागते, त्यावेळी प्रभाकरच्या जीवनाची कमी कमी होत आलेली ज्योत मालवली गेली.

सतरा नोव्हेंबर! त्या पानावर त्याने आपल्या डायरीत एक मोठी लाल फुली मारून ठेवली. प्रभाकरची आठवण म्हणून त्याने त्याच्या उशीखालचा आजवर खूप हाताळलेला घराच्या चित्राचा कागद मात्र आपल्याजवळ ठेवला.

आयुष्यात ताटातुटी नेहमीच होत असतात. काही तात्पुरत्या असतात आणि काही कायमच्या असतात, पण प्रभाकरच्या बाबतीत त्याच्या मनावर फारच परिणाम झाला. माणूस जायची वेळ आली म्हणजे जातो, मग त्याची इच्छा असो वा नसो; पण त्याला असा खेचून नेला की, त्याचे पाश मागे राहतात. ते पाश त्याला कधी कधी प्रभाकरकडे ओढून नेत आहेत असे वाटे. पण सर्वांवर प्रभावी औषध, जो काळ त्याने याही नव्या विरहाच्या वेदना काही दिवसांनी जुन्या झाल्या. आठवणीत जमा झाल्या.

प्रभाकरसाठी बंद केलेले संध्याकाळचे व्यवहार त्याने परत सुरू केले. संध्याकाळचे टेनिस, त्यानंतर क्लबमध्ये पत्ते, एखाद्या शनिवारी म्युझिक सर्कलचा प्रोग्राम, एखाद्या रविवारी ऑफिस ग्रुपबरोबर पिकनिक, सारे काही पूर्ववत सुरू झाले. समाजात माणूस मिसळला की, त्याची एकटेपणाची सुख दुःखे सर्वांच्यात मिसळून त्यांचा प्रभाव कमी होतो.

प्रभाकरच्या वर्षश्राद्धाच्या दिवशी त्याचा धाकटा भाऊ त्याला बोलावणे करायला आला. त्यावेळी त्याला केवढा धक्का बसला! प्रभाकरला जाऊन एक वर्ष लोटले! तीनशे पासष्ट दिवस! माणसाच्या इच्छा, विचार, भावना, सारे बोथट करण्याचे काळामध्ये केवढे सामर्थ्य आहे याची खरी प्रचीती त्याला त्या दिवशी आली. प्रत्यक्ष प्रभाकरचा फोटो पाहीपर्यंत त्याला खरे दु:खसुद्धा झाले नाही. पण केसांच्या बटांतून जगाकडे मोठ्या आशेने आणि आत्मविश्वासाने पाहणारे डोळे त्याच्यासमोर येताच सारे काही त्याच्या डोळ्यासमोर उभे राहिले आणि प्रभाकरची तीव्र आठवण येऊन त्याला अगदी भडभडून आले.

पण तो दिवस गेला आणि ती आठवणही सागरावरच्या लाटेसारखी हेलकावा देऊन त्याच्यामागे गडप झाली. त्याच्या आयुष्यातून प्रभाकर हळूहळू लुप्त झाला. दुसऱ्या वर्षानंतर त्याने आपली प्रभाकरच्या घरची दर पंधरा-वीस दिवसांवरची खेपही बंद केली. मधून मधून त्याच्या मित्रामध्ये किंवा इतरत्र त्याचा कोठे उल्लेख येई इतकेच. जवळची वस्तू जवळ असताना स्पष्ट व रेखीव दिसते; पण दूर दूर जाताच हळूहळू पार्श्वभूमीत विलीन होऊन जाते. एखाद्या ठिपक्याप्रमाणे होते. त्याचप्रमाणे प्रभाकर हा त्याच्या आयुष्याच्या पार्श्वभूमीचा एक सामान्य घटक बनून गेला.

कठीण कामाने, स्वत:च्या गुणांनी चढत चढत तो ब्रँच मॅनेजर झाला होता. मूळच्या व्यक्तिमत्त्वाला जबाबदारी आणि योग्यता यांची जोड मिळून ते आता द्विगुणित झाले होते. हा मनुष्य पाहिला की, कोणालाही वाटावे हा आपला मित्र असावा. आपली मुले-बाळे याच्याजवळ सुरक्षित राहतील, कोणाचाही त्याच्यावर चटकन विश्वास बसावा असा.

अजूनही त्याच्या मागचे टूरिंग संपले नव्हते; पण आता तो आपली वेळ, प्रदेश आणि सीझन स्वतः ठरवू शकत होता. दक्षिण भागाचा दौरा आटोपून तो साताऱ्याहून परत येत होता. त्या बाजूला बरेच दिवसांनी गेल्यामुळे बाहेर खूप बदल झालेले दिसत होते आणि त्याची चौकस नजर सारखी सगळीकडे फिरत होती. गेल्या काही दिवसांत इकडे नव्या कॉलनीच बसविल्या गेल्या होत्या आणि त्यात विविध प्रकारची घरे बांधलेली होती- घराच्या रूपावरून माणसाचा स्वभावसुद्धा समजण्यासारखा होता इतकी ती वेगवेगळ्या धर्तीची होती.

त्याने पुढे नेलेली गाडी थांबवली. एवढ्यात मागे गेलेले एक लहानसे घर त्याच्या डोळ्यासमोर एकदम एखाद्या संकेतासारखे चमकून गेले होते. त्याने गाडी हळूहळू मागे आणली आणि त्या कंपाऊंडसमोर उभी केली.

मळकट हिरव्या हेजमध्ये हिरवेगार कंपाऊंड होते आणि त्यात अगदी मागे पांढराशुभ्र लहानसा बंगला होता. मागच्या बाजूस दोन झाडे होती. एक खूप उंच आणि दुसरे बसके आणि पसरट. किती तरी वेळ तो त्या घराकडे पाहत होता. त्याच्या ध्यानात बराच वेळ येईना की, हे घर आपण कोठे पाहिले आहे ते. गेटवरचा नंबर ध्यानात बराच वेळ येईना की, हे घर आपण कोठे पाहिले आहे ते. गेटवरचा नंबर ध्यानात ठेवून त्याने गाडी पुढे चालू केली आणि तो ऑफिसमध्ये आला. रोजची सर्व कामे पाहून झाल्यावर मग त्याने ऑफिस सोडले आणि आपले घर गाठले. शॉवर वगैरे झाल्यावर चहाचा ट्रे समोर घेऊन बसल्यावर त्याने आपल्या मनातील शंकेला जागा करून दिली. रोजचे व्यवहार पुरे होईपर्यंत त्याच्या शिस्तबद्ध मनाने हे इतर विचार पार आत दाबून ठेवले होते.

ते घर आपण कोठे पाहिले असावे याचा त्याने विचार सुरू केला. त्याच्या मनात अशी भावना होती की, तेथे आपला कोणीतरी स्नेही राहत आहे. त्याने आपले जवळचे मित्र मनात आणले, पण त्यांच्यापैकी कोणीही त्या बाजूला राहत नव्हता. आपल्या ओळखी हळूहळू त्याने मागे नेल्या आणि शेवटी त्याला उत्तर सापडले प्रभाकर देव!

हातातला कप त्याने चटदिशी ट्रेवर ठेवला आणि तो उठला. वरच्या मजल्यावर जुन्या कागदाचे व्यवस्थित गठ्ठे बांधून ठेवले होते. त्यातून त्याने मागच्या डायऱ्या काढल्या. होय, १७ नोव्हेंबर, १९५१! त्या पानावर एक मोठी तांबडी फुले होती आणि एक कागद टाचलेला होता. तो त्याने उघडून पाहिला. एव्हाना काळाने कागदाच्या कडा पिवळट पडल्या होत्या; पण आतील बंगल्याचे चित्र तसेच ताजे, जिवंत होते. डायरी व कागद त्याने टेबलाच्या खणात ठेवला व बाकीचे कागद बांधून त्याने जागेवर ठेवून दिले व तो सोफ्यावर शांतपणे बसला.

या गोष्टीला जरा खोल विचाराची जरूरी आहे हे त्याने ओळखले. कारण अकरा वर्षांपूर्वी प्रभाकरने ते चित्र काढले होते. त्यानंतर लागलीच तो हे जग सोडून गेला होता आणि त्याच्या माहितीप्रमाणे प्रभाकरने तो चित्राचा कागद

त्याच्याशिवाय कोणालाही दाखविला नव्हता. शिवाय कॉलनीचा हा भाग गेल्या तीन-चार वर्षातच बांधला गेला होता. त्यामुळे प्रभाकरने कधी चुकून तो बंगला पाहून त्यामुळे तो त्याच्या ध्यानात नकळत राहिला असणे अशक्य होते. कारण त्यावेळी तो बंगलाच अस्तित्वात नव्हता. म्हणूनच प्रत्येक गोष्टीचा सावकाशपणे व सगळ्या बाजूने नीट विचार करण्याची आवश्यकता त्याच्या मनाला पुन्हा एकदा पटली. मघाशी लक्षात ठेवलेला रस्त्यावरच्या प्लॉटचा नंबर त्याने त्या बंगल्याच्या चित्राखाली लिहून ठेवला.

दुसऱ्या दिवशी ऑफिसच्या लंच ब्रेकच्या वेळी त्याने मुद्दाम गाडी त्या बाजूने गावाबाहेर काढली. त्या रस्त्यावरून जाताना त्याच्याजवळच फ्रंटसीटवर प्रभाकरचे चित्र उघडे ठेवलेले होते. पाच मैल वेगाने गाडी जात असताना दृष्टीला जेवढे तारतम्य असू शकते तेवढ्या प्रमाणात त्याची खात्री झाली की, दोन्ही बंगले एकच आहेत. काल आपल्या नजरेची काही चूक झाली नव्हती. परत आल्यावर त्या दिवशीही त्याला ऑफिसच्या कामामध्ये अगदी कटाक्षाने लक्ष घालावे लागले. त्याचे मन एखाद्या स्वैर पाखरासारखे वेगवेगळ्या दिशांना विचार करीत भटकत होते.

योगायोगाला निसर्गाच्या अथांग काळात अवश्य स्थान आहे. पण मानवी आयुष्याच्या लहानशा कालखंडात योगायोग इतके अशक्य कोटीतले असतात की, कोणत्याही घटनेचे योगायोग म्हणून स्पष्टीकरण ही शेवटची पायरी आहे असा त्याने विचार केला. दृष्टीला दिसते त्यापेक्षा या ठिकाणी आणखी काही असावे अशी त्याला एक शंका येऊ लागली होती. पण तिचे निराकरण कसे करावयाचे?

जेथे कोण राहते याचा पत्ता नाही त्या ठिकाणी कोणत्या निमित्ताने प्रवेश करायचा? कोणी भेटेल त्याला काय सांगावयाचे? काहीतरी सबबीवर काम भागवून न्यावयाचा धाडशीपणा आता मागे राहिला होता. पण एक एक दिवस जाऊ लागला तसा त्याचा अस्वस्थपणा वाढत चालला, कारण तो विषय त्याच्या मनात कायमचा घर करून राहिला होता.

त्याला हवी होती ती माहिती काढायला त्याच्या सेक्रेटरीला दोन दिवस लागले; पण तिसऱ्या दिवशी त्या बंगल्यात राहणाऱ्या व्यक्तीची पूर्ण माहिती त्याच्या टेबलावर एका कागदावर लिहिलेली त्याच्या पुढे होती. वसंत शंकर

राजहंस, वय सुमारे पस्तीस, शिक्षण इंजिनिअरिंग ग्रॅज्युएट... व्यवसाय- इंजिनिअरिंग ॲण्ड टेक्निकल कन्सल्टंट, वार्षिक प्राप्ती- अदमासे पंधरा हजार रुपये. धंद्यात चोखपणाची आणि कौशल्याची प्रसिद्धी. लग्न १९५४ साली झाले, दोन मुलगे आणि एक मुलगी.

त्याखाली ऑफिसचा आणि घरचा टेलिफोन नंबर दिला होता.

शनिवार दुपारी ऑफिस लवकर बंद झाल्यावर त्याने गाडी काढली व त्या रस्त्याने तो निघाला. शेवटपर्यंत काहीही नक्की असे ठरविता न आल्यामुळे आयत्या वेळी काय सुचेल ते करावयाचे. पण आता जास्त थांबावयाचे नाही असे त्याने ठरविले होते.

फाटकापाशी त्याची गाडी उभी राहिली व तो खाली उतरून फाटकाजवळ आला. फाटकावर एक हात ठेवून त्याने सर्व प्लॉटवर व बंगल्यावर सावकाश नजर फिरविली. हिरव्यागार हिरवळीनंतर मागच्या बाजूचा तो बसका बंगला अगदी उठून दिसत होता. समोरच एक लहानसा हौद होता आणि त्यात लहानसे कारंजे उडत होते. त्यामागे बंगल्याच्या मोठ्या पायऱ्यावरून माणसाची नजर प्रथम प्रशस्त व्हरांड्यात आणि मग दोन्ही बाजूच्या दोन खोल्यांकडे जात होती. या जागेवरून मागल्या पारिजाताचा फक्त पसरट शेंडा आणि सुरूची उंच हिरवी ज्योत दिसत होती. चुकीला जागा नव्हती. हाच तो चित्रातला बंगला!

फाटक उघडून त्याने आत पाय टाकला. वेड्यावाकड्या दगडांची वाट कारंजाला वळसा घालून सरळ पायऱ्याकडे गेली होती. त्या वाटेने तो हळूहळू चालत गेला. कधीही कल्पनेच्या भराऱ्या न मारणाऱ्या त्याच्या भूमिबद्ध मनाला क्षणभर... क्षणभरच मात्र एखाद्या देवळात चालले असल्यासारखा भास झाला. कारंजाला वळसा घालून तो व्हरांड्याजवळ आला. समोरची दोन्ही दारे बंद होती. त्यापैकी एका दारावर घंटा होती. तीवर त्याने बोट ठेवले.

लहान पावलांचा पळण्याचा आवाज आला आणि दार उघडले. सात-आठ वर्षांचा मुलगा मोठ्या उत्सुक नजरेने त्याच्याकडे पाहत होता.

"काय रे, आहेत का बाबा घरात?"

आतून एका स्त्रीचा आवाज आला,

"गिरी, बसायला सांग त्यांना. म्हणावं, बाबा येताहेत एवढ्यात."

त्या मुलाच्या डोळ्यात हसू चमकले.

“या ना आत. बसा ना खुर्चीवर, बाबांना बोलावतो.”

त्याने खोलीत पाय टाकला. मंद पोपटी रंग दुपारच्या उन्हाने चांगला उठून दिसत होता. खोलीत फर्निचरचे अगदी मोजकेच; पण अद्ययावत नग होते. मिनिटाभरात आतून नॅपकीनला हात पुसत पस्तिशीच्या सुमाराचे एक गृहस्थ बाहेर आले. लाइट फ्लॅनेलची पँट आणि वर सैल टी शर्ट असा त्यांचा वेश होता. तो उठला व त्याने आपले कार्ड त्याच्या हातात दिले. त्यांनी ते वाचले आणि जवळच्या टेबलावर ठेवून दिले व त्याच्याकडे प्रश्नार्थक नजरेने पाहिले. त्याची नजर त्या गृहस्थावरून खोलीभर मुलाकडे सारखी फिरत होती आणि त्याचा मेंदू आता काय सांगावे याचा भरधाव वेगाने विचार करीत होता.

“मी इथल्या ब्रँचचा मॅनेजर आहे. आमचा मुख्य धंदा जरी कमिशन एजन्सीचा असला तरी आमच्या खास मोठ्या ग्राहकांसाठी आम्ही इतरही कामे घेतो.” जरा वेळ थांबून तो पुढे म्हणाला, “घरगुती अप्लायन्सेसचे एक मोठे इंपोर्टर आमचे अशील आहेत. त्यांना जाहिरातीसाठी फोटोच्या काही सिरीज पाहिजे आहेत.”

आपल्या बोलण्यावर त्याचा कितपत विश्वास बसत आहे आणि कितपत परिणाम होत आहे याची त्याला शंका वाटू लागली. त्याला स्वतःलासुद्धा हे जरा ओढून ताणून आणलेले आहे असे वाटू लागले; पण एकदा उडी घेतली आहे, तर पुरे करायचे या हेतूने त्याने आपले भाषण तसेच रेटत पुरे केले.

“त्यांच्या काही शॉट्सच्या पार्श्वभूमीसाठी म्हणून आम्हाला आपला बंगला वापरायची परवानगी मिळेल काय? ही माझी बरेच वेळा जायची यायची वाट आहे आणि ऑफिसमध्ये ही स्कीम आल्यापासून मी या प्रकारच्या जागा आणि माणसे सारखी शोधत आहे. अर्थात स्टुडिओत आमची सोय होईल, पण त्यात नैसर्गिकपणा आणि वास्तविकपणा येणार नाही अशी माझी समजूत आहे. एकदम आपल्याकडे येऊन अशी मागणी करण्याचे मी खरोखर धाडसच करीत आहे; पण आपण मला खुशाल नाही म्हणू शकता.” तो थांबला.

“तुमचे म्हणणे काय आहे? माझ्या घराचे काही फोटो घ्यायचे आहेत तुम्हाला?”

“बाहेरून मी पाहिले तेव्हा मलाही तसेच वाटले होते. पण मी आतील जे काही थोडेसे पाहिले आहे त्यावरून आपली जर तयारी असेल तर आतले शॉटस्सुद्धा आम्हाला येथे घेता येतील. घराबद्दल मी आपल्याला कॉम्प्लीमेंटस् देतो.”

मुलाकडे वळून ते म्हणाले, "गिरी, आईला म्हणावं जरा बाहेर ये."

गिरी धावत धावत आत गेला. आणि त्याच्या मागोमाग त्याची आई बाहेर आली. कार्ड वाचून त्यांनी त्याची ओळख करून दिली. त्यांच्या पत्नीच्या चेहऱ्यावर खरोखर प्रसन्नता आली. त्याची कल्पना त्यांनी आपल्या पत्नीला समजावून सांगितली. तिच्या मुद्रेवर हसू किती चट्‌दिशी फुटले!

"पण फोटोबिटोत मी नाही बाई येणार!"

सर्वजण मोठ्याने हसले. तो म्हणाला,

"आला असतात तर आम्हाला आनंदच झाला असता; पण आपली हरकत असेल तर आमचं काही म्हणणं नाही."

ते गृहस्थ खुर्चीवरून उठले व त्याला म्हणाले,

"तुम्ही एवढे बोलताय; पण आमचं घर बघा तर खरं एकदा आतून."

त्याची इच्छा पुरी झाली. त्यांच्या मागोमाग तो निघाला.

व्हरांड्यात समोरच्या दोन खोल्यांपैकी एक कॉमन सिटिंगरूम होती आणि दुसरी बायकांसाठी होती. त्याच्या मागे स्वयंपाकघर आणि जेवणाची खोली होती. डाव्या हाताला मुलांची खोली आणि दोन बेडरूम्स होत्या. उजव्या हाताच्या तीन खोल्यांमध्ये मागच्या दोन गेस्टरूम्स होत्या; पण सर्वांत त्याचे लक्ष खिळून राहिले ते उजवीकडच्या पुढच्या खोलीवर. त्याच्याकडे वळून थोडं हसून राजहंस म्हणाले,

"मला थोडा संगीताचा नाद आहे. त्यासाठी वेगळीच खोली ठेवली आहे आम्ही. माझे कितीतरी मित्र माझी थट्टाही करतात त्याबद्दल."

आत पाय टाकताच तो थबकला. सर्व खोलीला हस्तिदंती पांढरा रंग होता. अत्यंत मंद रंगाचे लिनोलियम; आणि खिडक्यांचे पडदे होते... आणि भिंतीजवळ अगदी बसक्या व पसरट अशा गादीच्या खुर्च्यांशिवाय इतर काही फर्निचर नव्हते. उत्तम प्रतीचा मोठा रेडिओ, त्याच्या शेजारी रेकॉर्डर चेंजर आणि वरच्या बाजूस ठेवलेले व्हायोलिन. एका बाजूस पेटी आणि तबला.

ते सर्वजण परत बाहेरच्या खोलीत आले. परत खुर्च्यांवर बसताच राजहंसांच्या पत्नीने आतून ट्रेवर चहा आणि केक्स वगैरे आणले. वेगवेगळ्या विषयांवर दोघांचे बोलणे चालले होते. कितीतरी दिवसांनी तो खुल्या दिलाने व आपलेपणाने

बोलला. राजहंस ही व्यक्ती त्याला सर्व विषयांत कुतूहल असणारी, लोकांच्या गुणांबद्दल आदर व अपयशाबद्दल सहानुभूती दाखविणारी अशी वाटली.

"हे पहा वसंतराव, मी आमचा फोटाग्राफर पाठवून देतो. त्याच्याकडून या बंगल्याचे बाहेरचे आणि इंटेरियरचे फोटो काढवून घेतो. त्यांच्यातली एकेक कॉपी आमच्याकडून आपल्याला भेट म्हणून पाठवून देतो. फोटो आमच्या पार्टीला पसंत पडले आणि तुमची काही हरकत नसली तर आपण पुढे विचार करू; नाही तर नाही- तुमच्यावर कोणतेही प्रेशर नाही, ठीक आहे?"

एवढ्यावर विषय थांबवून तो त्या बंगल्यातून बाहेर पडला.

गाडी चालविताना त्याला कटाक्षाने रस्त्याकडे लक्ष द्यावे लागत होते. कारण पाहता-पाहता त्याच्या डोळ्यासमोर रस्त्याऐवजी हातात कागद धरून त्यावरचे चित्र समजावून सांगणारा प्रभाकर येत होता. येथे काय होते? विचाराला सुरुवात ती कोठून करावयाची?

त्याच्या ओळखीच्या फोटोग्राफरला घेऊन तो दोन-तीन दिवसांनी परत एकदा त्या घरी गेला. वेगवेगळ्या अँगलनी त्यांनी बंगल्याचे बाहेरून व आतून फोटो काढले. आणि त्याच्या कॉपीज त्यांना दाखविण्यासाठी पुढच्या शनिवारी परत एकदा तो त्याच्या घरी गेला. सर्वसाधारणपणे जरी त्याची बोलक्या माणसात गणना होण्यासारखी नव्हती, तरी एखाद्याचे मन जिंकायचे असा त्याने निश्चय केला, तर त्याचे कष्टाळू मन त्याला चांगली साथ देत असे. त्यामुळे राजहंसांची मैत्री संपादन करावयास त्याला फारसे सायास झाले नाहीत. प्रभाकरने त्याच्याजवळ आपले अंतरंग उघड केले आणि कंपनीतही पाहता पाहता तो विश्वासाच्या जागेवर आला त्याचे रहस्य त्याच्या व्यक्तिमत्त्वात होते; पण ते त्याला पुरते माहीत नव्हते. अनाहूतपणे तो त्याचा उपयोग करीत होता.

बंगल्याच्या प्रत्येक फोटोच्या कॉपीज अर्थात त्याने आपल्याजवळ ठेवल्याच. राजहंस व त्यांची पत्नी यांनी विचार करून शेवटी फोटो वापरू देण्यास नकार दिला; पण त्याचे येणे-जाणे चालू राहिले. दिवसाच्या गतिमान आयुष्यास कंटाळलेल्या त्याच्या जीवाला 'मानस' बंगला म्हणजे विसाव्याचे एक स्थळ बनले. पण पायातल्या लहान काट्याप्रमाणे बंगल्याचा हा प्रश्न त्याला कायम अस्वस्थ करीत होता.

प्रश्न सोडविण्यासाठी त्यांच्या संभाषणात त्याने नाना प्रकारचे विषय सरकविले; पण ते नेहमी कोणत्यातरी आडवळणाने गडप होत. मुख्य विषयाकडे वळत नसत. एक दिवशी त्याने राजहंसांना विचारले,

"तुमच्या बंगल्याचं प्लॅनिंग कोणी केलं हो? आर्किटेक्ट कोण होते?"

आश्चर्यचकित मुद्रेने त्याच्याकडे पाहत ते म्हणाले,

"अहो, मीच कन्सल्टिंग इंजिनिअर आहे. मला आणखी आर्किटेक्ट कशाला हवा? खरं म्हणजे जेव्हा माझे घर बांधावयाचे ठरले तेव्हापासूनच माझ्या मनात हा अंधुकसा प्लॅन होता. निदान बाहेरचा तरी होता."

तो त्यांना प्रभाकरची गोष्ट कधीच सांगू शकला नव्हता. त्यांच्या मैत्रीत त्यामुळे कायम बाध आला असता आणि शिवाय ती गोष्ट कोणासही न सांगण्यासारखीच होती.

तरी पण त्याने आपले प्रयत्न चालूच ठेवले आणि एके दिवशी अचानक त्याच्या हातात उत्तर आले.

त्या दिवशी त्यांच्या पत्रिकेवर आणि ज्योतिषावर गप्पा चालल्या होत्या. प्रत्येकाला अचूक भविष्य वर्तविल्याचे असे काही ना काही ऐकीव अनुभव असतातच. त्यानेही एक-दोन सांगितल्यावर राजहंस हसत म्हणाले,

"माझा एकेकाळी या असल्या गोष्टीवर अजिबात विश्वास नव्हता. पण माझ्या स्वतःच्याच अनुभवावरून मला काय विचार करावा सुचेनासे झाले आहे. या बाबतीत-माझ्या हस्तसामुद्रिकावरून व पत्रिकेवरून मला कितीतरी लोकांनी सांगितले होते की, वयाच्या बावीस-तेविसाव्या वर्षी मला फार मोठा शारीरिक आजार होणार आहे.

"तुम्हीच कल्पना करा माझ्या आजच्या प्रकृतीवरून, मी त्यावेळी कसा असेन ते! माझे राहणे, वागणे इतके टापटिपीचे होते की, मी कधी आजारी पडेन अशी मला शंकाही आली नव्हती. पण त्या हिवाळ्यात मला एकदम प्लूरसीचा जबरदस्त ॲटॅक आला. दुपारी मित्रांसोबत पोहणे वगैरे काहीतरी कमी-जास्त झाले असेल; पण मी इतका अत्यवस्थ झालो की, माझी आशाच सोडली होती."

त्यांची पत्नी मध्येच म्हणाली, "कशाला पुन्हा पुन्हा सांगता सर्रि? मला कसंसंच होतं आहे ऐकताना." जरासे हसून ते म्हणाले, "त्यांना ऐकू दे तर खरं एकदा! तर मग, त्या रात्री अगदी टर्निंग पॉइंट होता. मी अक्षरशः लास्ट स्टेजवर

होतो. मी शेवटपर्यंत शुद्धीवर होतो; पण घरचे लोक सांगतात की, कितीतरी वेळ मी बेशुद्ध पडलो होतो. आत माझ्या मनाला त्यावेळी त्या गोष्टी अगदी शंभर टक्के सत्य वाटत होत्या.

'किंचित ग्लानीत असतानाच मला काहीतरी बदल झाल्याचा भास झाला. मी डोळे उघडून पाहिलं तो मी एक अत्यंत विस्तीर्ण अशा पांढऱ्याशुभ्र मैदानावर उभा होतो. खालीवर, आकाश, पृथ्वी, हालचाल या शब्दांना तेथे अर्थच उरला नव्हता, मी फक्त त्या पठारावर उभा होतो. माझ्या मनाला दोनच गोष्टी जाणवल्या. एक अत्यंत थंडीची भावना आणि त्याहीपेक्षा भयंकर अशी दुसरी पूर्णपणे एकटेपणाची भावना. हा एकटेपणा माझ्या जिव्हारी पोहोचला होता. त्याचं मी कसं वर्णन करू? माझ्या आसपास काही नव्हतं- आवाज नाही- हालचाल नाही- जीवन नाही- हाच जर नरक असेल तर!

'मी भानावर होतो याची खात्री म्हणजे त्यावेळी मला माझ्या गंभीर आजाराची जाणीव होती; आणि कदाचित आपण इहलोक सोडलाही असेल अशी कल्पनाही माझ्या मनाला चाटून गेली. ते काही असो, मी तेथे केवळ अस्तित्वात होतो- एखाद्या शुभ्र कागदावर ठेवलेल्या पेन्सिलीच्या ठिपक्यासारखा. माझ्या आसपास काहीही बदल होत नव्हता. मी त्याबद्दल काहीही करू शकत नव्हतो- केवळ सहन करणे माझ्या हाती होते.

'जरा वेळानं- खरं म्हणजे केवळ वेळ या संज्ञेलाही तेथे अर्थ नव्हता- पण जराशानं मला कोणाचं तरी सान्निध्य जाणवलं. माझ्याजवळ आणखी कोणीतरी असल्याची मला तीव्र जाणीव झाली. कोणत्या पातळीवरून? कसे सांगणार? माझं चिकित्सक मन त्यावेळीही जागृत होतं. त्यानं कयास बांधला की, ही दिसणारी ओसाड, थंड, निर्जीव जागा म्हणजे माझं एकट्याचं विश्व आहे. त्यात मीच सर्वत्र भरून राहिलो आहे; आणि आता माझ्या जवळपास आणखी कोणीतरी येत आहे... आलं आहे.

'माझ्या मनातला जहरी एकलेपणा एकदम जरासा कमी झाला व माझ्या समोरच्या दृश्यामध्येही किंचितसा बदल झाला. इतक्या वेळचं ते पांढरं शुभ्र मैदान किंचित रक्तवर्ण झालं. माझ्या दृष्टीला दिसणारे हे बदल व रंग खरोखरच कशाचे द्योतक होते हे काय सांगणार? मानवी मनाच्या आकलनापलीकडच्या गोष्टी वाटतात त्या.

“माझ्यामध्ये कोणीतरी सामावले. होय, याच शब्दात मी त्या घटनेचं वर्णन करतो. त्याला दुसरे शब्दच नाहीत. माझ्या आणखी कोणीतरी संचार केला. बाहेरची थंडी कमी झाल्यासारखी वाटली. मनाला धीर आला. समोरच्या निर्जीव देखाव्यात एक जिवंतपणा आला. इतका वेळ शांत असलेल्या माझ्या मनोसागरात विचारतरंग उमटू लागले. डोळ्यासमोर दृश्ये येऊ लागली. मी त्याबद्दल कोणाजवळही काही बोलत नाही. एवढंच सांगतो की, त्यात सुरुवातीस खूप परकेपणा होता. माझ्या मनात असले विचार यापूर्वी कधीही आलेले नव्हते.

“ते विचार म्हणजे अनेक प्रकारच्या भावनांचे मोठे चमत्कारिक मिश्रण होते. वियोगाचे आत्यंतिक दुःख... पुन्हा संधी मिळाल्याचा अवर्णनीय आनंद... यापुढे ठरावीक रीतीनं वागण्याचा कठोर निश्चय. ओ- जाऊ द्या!

“मी बहुतेक परत ग्लानीत गेलो- कारण पुन्हा जेव्हा मी डोळे उघडले तेव्हा माझ्या डोळ्यांना वर पसरलेलं मच्छरदाणीचं शुभ्र अस्तर दिसलं. मी नेहमीच्या जागी आल्याचा तो व्यावहारिक निर्वाळा!

“डॉक्टरांनी सकाळी मला आता धोका नाही अशी ग्वाही दिली. मी त्या रात्रीच्या आठवणीकरिता कॅलेंडरवर खूण करून ठेवली व ती नंतर माझ्या कायमची लक्षात राहिली आहे. १७ नोव्हेंबर १९५१! काही दिवसांनंतर मी या बाबतीत डॉक्टरांशी चर्चा केली व त्या रात्री मी खरोखरच सीरीयस होतो का विचारले. डॉक्टर हसून म्हणाले, ‘अरे सिरीयस काय, मी तर शेवटी तुझी आशा सोडली होती. काही विशिष्ट मर्यादेपलीकडे शरीर गेले की, त्याला परत मागे आणणे अशक्य होते. तुझी ती रिकव्हरी म्हणजे मला खरोखरीच कोडे आहे!’

“माझी आई तर माझा पुनर्जन्म झाला असं म्हणते. इतरही मित्र म्हणतात की, त्या आजारापासून माझा स्वभाव पार बदलून गेला आहे. माझ्यातला आळस, उडाणटप्पूपणा, बेफिकिरी पार खलास झाली. निश्चयीपणा आला, ध्येय साधण्याची महत्त्वाकांक्षा व त्यासाठी परिश्रम घ्यायची धडाडी आणि हुरूप आला. मी म्हणतो, माझ्यात काहीच बदल झाला नाही. मात्र पूर्ण आयुष्य जगण्यास मिळाल्याचे एक अवर्णनीय समाधान त्या रात्रीपासून माझ्या मनात भरून राहिले आहे!”

त्यांची पत्नी इतका वेळ गप्प होती. ती आता म्हणाली, “एवढं सगळं सांगता तर बाकीचंही सांगा की. ऐका हो, सासूबाईंनी मला सारं सांगितलं

आहे. अगदी तापट होते म्हणे आधी आणि आता जर कोणीही कितीही चूक केली तरी तोंडातून कठोर शब्द निघत नाही. कोणावर कधी रागवत म्हणून नाहीत. आणि..."

मध्येच हसून वसंतराव म्हणाले, "पुरे गं, आणि खरं सांगू, मला कधी रागच येत नाही, याला काय करावं? वाटतं, चुकतो आहे- सुधारेल काही दिवसांनी."

पण त्याचे याच्या पुढच्या बोलण्यात लक्ष नव्हते. त्याला त्याच्या प्रश्नाचे उत्तर मिळाले होते.

प्रभाकर देवचा फोटो आणि त्या बंगल्याचा फोटो त्याच्या सिटिंगरूममध्ये शेजारी शेजारी लावलेले आहेत. यापेक्षा जास्त खोलात शिरण्याची त्याच्या मनाची तयारी झालेली नाही. हवे असेल तर या सर्व कोड्याचे उत्तर तयार आहे; पण ते स्वीकारायचे किंवा नाही याबद्दल त्याने आपले मन उघडे ठेवलेले आहे. राजहंस घराण्याचा व त्याचा घरोबा आणि जिव्हाळा यानंतर आणखी वाढला; पण मग त्याने या विषयाला परत कधी तोंड फोडलेले नाही.

एखाद्या अत्यंत नाजूक फुलासारखी त्याने ती कथा आपल्या हृदयात जपून ठेवली आहे. त्यावर जास्त चिकित्सा केली किंवा त्यात आणखी फोड करावयाचा प्रयत्न केला, तर केवळ हाताळण्यानेच फूल विनाश पावते तशी ती नाश पावेल याची त्याला खात्री आहे. म्हणून तो कधीही कोणालाही ती कथा सांगणार नाही; पण आत्यंतिक व्यग्रतेच्या वेळी त्याच्या मनाला त्यापासून अलौकिक समाधान मिळते.

त्या समाधानाचे मूळ केवळ प्रभाकर देवच्या गोष्टीतच नाही... या साऱ्या जगाच्या रचनेत आहे. वसंतराव कोणावर का रागावत नाहीत याचे कोडे त्याला उलगडले आहे. चूक होते आहे त्याची-त्याला संधी द्या- तो सुधारेल! प्रभाकर ज्या गोष्टींसाठी आसुसलेला होता त्या त्याला मिळाल्या- आयत्या नाही- पण त्यासाठी परिश्रमाची त्याला संधी मिळाली- केवळ योगायोगाने त्याची त्या दोघांशी अत्यंत जवळची मैत्री जमली म्हणूनच याला या गोष्टीचा अंदाज तरी आला. बाहेर जे प्रचंड नाटक चालू आहे त्याच्या पडद्यामागे त्याला क्षणभर पाहायला मिळाले.

निर्मात्याचे अत्यंत न्यायी आणि दयाळू राज्य कसे चालले आहे हे त्याला अगदी जवळून पाहावयास सापडले- कोणालाही हे तो कसं सांगणार?

✦✦✦

९. खिडकी

'...गेले दोन-तीन महिने ती अगदी फिकट दिसते- खाण्यापिण्यात लक्ष लागत नाही. आमचे सगळ्यांचे मत आहे की, काही दिवस हवा बदलासाठी बाहेरगावी पाठवून द्यावी. तुझीच तेव्हा एकदम आठवण झाली. तिला पाठवून देत आहे एवढ्यात. तार करीनच. पाहा काही सुधारणा होते का तेथे राहून...'

आत्याबाईंनी पत्र वाचून पुरे केले आणि खाली ठेवले. त्यांच्या भावाची उंच, शांत मूर्ती त्यांच्या डोळ्यासमोर उभी राहिली आणि त्याचबरोबर वहिनी. कामात हुशार; पण तोंडाने फटकळ, पण त्यांच्यावर सर्वांची किती भिस्त! घराचा व संसाराचा गाडा कसा सुरळीत चालला होता. आणि हे मध्येच...!

बहुतेक आई एकदम गेल्यानेच तिच्या मनावर परिणाम झाला असावा. नीला प्रथमपासूनच अबोल. तिचे फक्त आईशीच जमावयाचे. बाकीची मुले नेहमीसारखी म्हणजे हूड, त्यामुळे ती आणखीच एकलकोंडी झाली... आणि आता आईही नाही.

त्यांनी शिवाईला हाक मारली. "नीलाबाई येणार आहेत हो राहायला तीन-चार दिवसांत. गच्चीवरची खोली तयार करून ठेव तिच्यासाठी आणि सगळ्या फुलांच्या चादरी ठेव तिच्या खोलीत. जरा खट्टू झालेली आहे मनाने." आत्याबाईंकडे शिवाई आज तीस वर्षे काम करीत होती. साऱ्या भाच्यांना तिने हातावर खेळविले होते. आत्याबाईंपेक्षाही काकणभर जास्तच माया होती तिची साऱ्या मुलांवर. 'कशी गं भरल्या संसारातून उठून गेली बाई-' असं स्वतःशी पुटपुटत ती आत गेली.

स्टेशनवर टांग्यातून स्वतः आत्याबाईच गेल्या होत्या. फिकट हिरव्या साडीतील नीला गाडीतून उतरली तेव्हा त्यांना प्रथम ओळखूच आली नाही. वय वाढीचे होते त्याने वर्ष-दीडवर्षात तिची उंची खूपच वाढली होती. लहानपणी ती कृश दिसत असे; पण आता नाजूक दिसू लागली होती. आत्याबाईंकडे पूर्ण चेहरा करून तिने पाहिले तेव्हा तिच्यातील फरक त्यांना खरा जाणवला. तिच्या चेहऱ्याच्या मानाने डोळे केवढे तरी मोठे वाटत होते. त्यात होते अगदी काळेभोर. त्याने चेहऱ्याचा फिकटपणा आणखीच नजरेत भरत होता.

टांग्यातून घराकडे येताना आत्याबाईंचेच तोंड सारखे चालू होते. तिच्या भाऊबहिणी, वडील, मैत्रिणी यांची त्या अधूनमधून चौकशा करीत होत्या. मधूनमधून गावातील तिला पूर्वी माहीत असलेल्या लोकांच्या हकीकती सांगत होत्या. दोन मैलांचे अंतर तोडायला टांग्याला जवळजवळ अर्धा तास लागला आणि त्या घरी पोहोचल्या त्यावेळी दिवेलागण झाली होती.

गावात टांगा शिरला तेव्हापासून नीला आपल्या ओळखीची ठिकाणे पाहत होती. पोस्टाचा चौक-शाळेचा ओटा-बाबूलाल मारवाड्याचे दुकान-हौद- बाजाराची पेठ-कापड आळी-गिरणी-लहानशा गावच्या रोजरोजच्या गरजा पुरविणारी ठिकाणे.

आत्याबाईंच्या वाड्यापाशी टांगा थांबला त्यावेळी उतरताना नीलाचे लक्ष समोरच्या सरदार पाटणकरांच्या वाड्याकडे गेले. बरोबर दारासमोर त्यांचा मोठा दरवाजा. आत चावडी, ओवऱ्या, पहारेकऱ्याची जागा, घड्याळाचा टोल, असे होते. दोन्हीकडे घोड्यांसाठी पागा होत्या. त्यावर मोठा दर्शनी दिवाणखाना होता. आता वाड्याचा मोठा दिंडी दरवाजाही बंद होता आणि दिवाणखान्याची लांबच्या लांब खिडक्यांची ओळही बंद तोंडाने उभी होती.

"गणपती उत्सव करतात का गं अजून समोर आत्याबाई?" तिने एकदम लहानपणाची एक आठवण येऊन विचारले.

"करतात तर! तेवढे दहा दिवस मात्र माणसांनी भरून जातो वाडा. बाकी वर्षभर शुकशुकाट." आत्याबाई म्हणाल्या, "चला आता आत. तिन्हीसांजेची वेळ आहे. उंबरठ्यावर नको उभी राहूस."

ज्येष्ठाच्या अखेरीस वावटळीच्या आणि वळवाच्या पावसाच्या अगदी अखेरीस नीला गावी आली. पहिले चारपाच दिवस मैत्रिणींना भेटण्यात, हिंडून जुनी

स्थळे बघण्यात, गडबडीत निघून गेले; पण लागलीच पावसाळ्याने जोर धरला आणि संध्याकाळच्या वेळी तर बहुतेक बाहेर जायची सोयच राहिली नाही.

दुपारचा चहा झाला की, दोघीजणी दिवाणखान्यातच बसून राहावयाच्या. आत्याबाईंचे निवडणे टिपणे, वाती करणे, विणणे असे काहीतरी चालू असावयाचे. नीलाने आपल्याबरोबर आणलेली पुस्तके काढली. प्रकाश जरा कमी वाटला की, रस्त्यालगतच्या खोल खिडकीत ती बसून असावयाची.

बाहेर खूप जोराने पाऊस सुरू झाला होता. अगदी अक्षरसुद्धा दिसेनासे झाले तेव्हा नीलाने पुस्तक मिटले. खोलीत पाहिले तर आत्याबाई नव्हत्या. तिची नजर बाहेर गेली. आखलेल्या रेघांसारखा पाऊस मुसळधार पडत होता. समोरच्या वाड्याच्या खिडक्यासुद्धा स्पष्ट दिसत नव्हत्या. केवळ त्यांच्यावरच्या महिरपी लाकूडकामाच्या बाह्यरेषा दिसत होत्या.

मोकळ्या मनाचा चाळा म्हणून तिने खिडक्यांची रांग डावीकडून उजवीकडे मोजली... तेरा. उजवीकडून डावीकडे मोजली... तेरा. डावीकडून उजवीकडे... एकदम तिच्या ध्यानात आले की, काही तरी निराळेच दिसत आहे. पहिल्या चार-पाच खिडक्या मोजून नजर पुढे गेली की, डोळ्याच्या कोपऱ्यांतून मागच्या कोणत्या तरी खिडकीत अगदी अंधुकसा प्रकाश दिसत होता. तीच गोष्ट उजवीकडून मोजत आले तरीसुद्धा! तिने अगदी सावकाश सर्व खिडक्यांवरून नजर फिरवली आणि मग डोळ्याच्या कोपऱ्यातून एक एक न्याहाळून पाहिली आणि पाहा...

डावीकडून चौथ्या नंबरची खिडकी. दृष्टीच्या अगदी मर्यादेजवळ जाऊन पाहिले की, तिच्या व शेजारच्या खिडकीत थोडा फरक होता. तेथे अगदी अंधुकसा प्रकाश होता. दारे बंद असतील... पडदे ओढलेले असतील... अगर काचांवर धूळ असेल... अगर दिवा अगदी लहान असेल... अगर...

'एकटी काय करते आहेस ग नीला? दिवे नाही का लावायचे? अंधार गुडूप झाला आहे घरात!' आत्याबाईंच्या शब्दांनी दचकून ती भानावर आली आणि घाईघाईने खोलीत आली दिवे लावायला.

डावीकडून चौथी खिडकी. किती क्षुल्लक गोष्ट. पण मन कसे वेडे असते. नेमकी तीच गोष्ट लक्षात राहते. आता नीलाची संध्याकाळची खिडकीतही बैठक जवळजवळ चुकेनाशी झाली होती. त्यावेळी जर कोठे बाहेर जायची वेळ आली तर तिला किती राग यायचा!

तरीसुद्धा सुरुवातीस या गोष्टीने तिच्या मनाची एवढी पकड घेतली नव्हती. पण तीन-चार दिवसांनंतर एक गोष्ट तिच्या ध्यानात आली. नजरेला सवय झाली म्हणून म्हणा किंवा आणखी काही कारणाने म्हणा खोलीतील प्रकाश तिला आता अधिक स्पष्टपणे दिसू लागला होता. एकदा तर आतले एक मोठे टेबलसुद्धा पाहिल्याचा तिला भास झाला होता; पण संधिप्रकाशाच्या अल्पशा वेळेत बहुतेक दिवशी तिच्या पदरी डोकेदुखीच आली.

पण ज्या संध्याकाळी खोलीत हालचाल झाल्यासारखी तिला वाटली त्याक्षणी तिचे चित्त एकदम थरारले. त्या टेबलाजवळून... हो, आता तिला मोठ्या टेबलाचा कोपरा, कागदाचा गठ्ठा, शेजारीच एक कसली तरी पितळी मूर्ती, सारे काही स्पष्ट दिसू लागले होते. त्या टेबलाजवळून आताच, नुकतेच कोणीतरी उठून गेल्याची भावना तिला अगदी तीव्रपणे जाणवली. कोणत्याही क्षणी ती व्यक्ती खोलीत येरझारा घालू लागेल... अगर दिवा मोठा करील... अगर उकाड्याने होणारा हा कोंडमारा कमी करण्यासाठी खिडकी उघडतील- थंड वारा घेण्यासाठी बाहेर डोकावून पाहील... अगर... ओहोहो! हा अंधार ही डोकेदुखी.

नीलाने आपले मस्तक दोन्ही हातांनी घट्ट धरले व डोळे गच्च मिटून घेतले. जरा वेळाने तिने डोळे उघडून पाहिले तर खोली प्रकाशाने भरून गेली होती आणि बाहेर अंधार पसरला होता.

इतर सगळ्या गोष्टीत आत्याबाईंशी मोकळेपणाने बोलणारी नीला या एवढ्या गोष्टीबद्दल मात्र काही बोलली नाही. तसे पाहिले तर समोरच्या वाड्याचा, त्यातील गणपती उत्सवाचा, सरदारांच्या घरातील माणसांचा विषय त्यांच्या बोलण्यात अनेक वेळा निघाला. एकदा तर आत्याबाई बोलून गेल्या की, सध्या रखवालदार व त्याची बायको असे दोघेच असतात राहायला; पण श्रावणाच्या अखेरीस लोक येतील साफसफाई करायला, गणपतीच्या उत्सवासाठी.

पण दिवसासुद्धा सगळ्या खिडक्या बंदच असावयाच्या. नीलाने किती वेळा तरी दारावर नजर ठेवली; पण कोणी येताना अगर जाताना दिसले नाही तिला. पण त्या दिवाणखान्यात कोणीतरी वावरते याची मात्र तिला आता खात्री वाटू लागली होती. वास्तूतील निर्जीव वस्तूवरही मानवी आयुष्य आपला काही ठसा उमटविते काय?

काही काही वेळा तिला वाटे, या सर्व प्रसंगातून आपण गेलेलो आहोत, पूर्वी कधीतरी... असेच आपण खिडकीत बसलो होतो... आपल्याला कोणीतरी हाक

मारीत होते... पण आपले सर्व लक्ष एकवटून आपण समोरच्या खिडकीकडे पाहत होतो... कारण आताच कोणीतरी तेथे येऊन आपल्याला...

"नीला! अग झोपली तर नाहीस ना?" आत्याबाईंचे शब्द आता तिच्या मेंदूपर्यंत पोहोचले. हातातले निरुपयोगी पुस्तक खाली ठेवून नीला उठून आत आली. 'आंताशी तर अगदीच एकटी एकटी बसतेस गं? मध्ये चांगली सुधारली होतीस; पण परत सुकल्यासारखी दिसतेस! एवढ्यात शेतावर जाऊन येऊ या का दोन दिवस?"

एकदम किती जोराने ती म्हणाली, "नको-नको आत्याबाई! येथेच बरे वाटते मला. एवढ्यात नको कोठे जायला."

आत्याबाईने ते कबूल केल्यावर केवढा सुटकेचा उसासा टाकला तिने!

आत्याबाई कोणाकडे तरी गेल्या आणि नीला खिडकीत येऊन बसली. मात्र समोर नजर जाताच ती ताडदिशी उठून उभी राहिली. समोरची खिडकी उघडी होती. नीलाचे सर्वांग थरथरत होते. छातीची धडधड थांबविण्यासाठी तिने हात छातीवर ठेवला. किती तरी वेळ ती समोर पाहत होती... मोठ्या डोळ्यांनी. मग हलविलेल्या लंबकाप्रमाणे तिचे मन हळूहळू स्थिरावले. छातीची धडधड कमी झाली. डोके कोणीतरी घट्ट आवळीत असल्याची भावना नाहीशी झाली. तिनेच मनाशी विचार केला... इतका धक्का बसायला काय झाले? खोलीतले माणूस केव्हातरी खिडकी उघडणारच! पण तरीसुद्धा आतल्या दृश्यास काही जास्त स्पष्टपणा आला नव्हता. टेबल, त्यावरचे कागद, जवळची मूर्ती आणि त्याच्याजवळ अगदी अंधुकसे काहीतरी... दृष्टीची मर्यादाच येथे संपत होती.

किती तरी वेळ ती समोर पाहत होती- आशा-निराशांच्या लाटांच्या हेलकाव्यात तिचे मन हिंदकळत होते. आता कोणीतरी खोलीत दिसणार असे वाटे... क्षणात ती आशा कमी होई. निराशेच्या खोल डोहातून मन परत उत्कट आशेपर्यंत चढे... आता खात्रीने कोणीतरी येईल... परत तिला वाटे, खोलीत जर कोणी नाहीच, तर खिडकीत कोण येणार?

पण त्या संध्याकाळी तिला निराशच व्हावे लागले. एखाद्या चित्राप्रमाणे समोरचा देखावा निर्जीव, तटस्थ राहिला, निश्चल राहिला. कोणी दिवाही मोठा केला नाही, कागदही हलविले नाहीत, खिडकीही लावली नाही.

त्या संध्याकाळी खिडकी उघडी राहिली ती अधूनमधून तशीच उघडी राहू लागली. दिवसा मात्र साऱ्या खिडक्या बंद असायच्या. केव्हा आणि कोण एवढी एकच खिडकी उघडून ठेवतो याचा तिला कधी सुगावा लागला नाही; आणि खरे सांगायचे म्हणजे या चौकशीच्या नादी ती लागलीसुद्धा नाही. कारण दार उघडल्यामुळे असेल कदाचित, पण त्या खोलीतला धूसरपणा आता आणखी कमी झाला होता... आणि एके दिवशी संध्याकाळी तिला टेबलाजवळ इतके दिवस अगदी अस्पष्ट दिसणारी आकृती स्पष्टपणे दिसली.

मान खाली घालून तो (आणि ती व्यक्ती पुरुष आहे हे तिला केव्हा समजले?) सारखा काहीतरी लिहीत असायचा. पण किती शांतपणे! कारण लिहिताना होणारी त्याच्या डोळ्यांची हालचाल ध्यानात यायलादेखील तिला दोन दिवस लागले.

एकाग्रपणे, गंभीरपणे काय लिहीत असेल बरे तो? एखादे खंडकाव्य किंवा एखादी मोठी कादंबरी? पण त्या एकंदर गंभीर वातावरणाला या गोष्टी साजेशा वाटेनात. नक्कीच तो एखादा दीर्घ प्रबंध लिहीत असेल. पण एकदा तरी वर पाहायचे? काही काही क्षणी तिला अगदी खात्री वाटायची की, तो आता वर पाहणार... आणि कधी कधी तिच्या डोळ्यात पाणी यावयाचे आणि त्यात समोरचे काही विरघळून जावयाचे... नाही, तर कधी कधी आत्याबाईंची हाक यायची "नीलाऽ अगं नीलाऽ!"

श्रावणमास जवळजवळ संपत आला होता. दिवस लवकर मावळत होता. पावसाच्या सरी चालू होत्या. आत्याबाईंची कथापुराणे चालू होती. नीला खिडकीत बसून असायची... समोर ध्यान देऊन कशाची वाट पाहत?

आणि त्या संध्याकाळी त्याने एकदम मान वर करून पाहिले, जणू एखादा आघात झाल्यासारखे नीलाला वाटले. ती एकदम खोलीत आली. तिचे सारे अंग कापत होते. कपाळाला घाम आला होता. डोळ्यांची आग होत होती. डोके सुन्न झाले होते. एकदम खिडकीतून उतरल्यामुळे असेल, तिला चांगलीच चक्कर आली. ती जरा आधारासाठी कोचावर टेकली आणि तेथेच झोपी गेली. तिला जाग आली त्यावेळी आत्याबाईंची शाल तिच्या अंगावर घातलेली होती.

आता जरी लिहिताना त्याने एखादे वेळी एकदम मान उचलली तरी नीला थोडीशी दचकून अंग चोरून बसे इतकेच. इतक्या लांबून आपण त्याला अंधारात दिसणे शक्य नाही याची तिला खात्री वाटली. शिवाय तो लिहिण्याच्या विचारात मग्न असणार. बाहेरच्या जगाकडे त्याचे थोडेच लक्ष असणार?

पण त्याचे लेखन दांडगे होते यात शंका नाही. कारण अजून तरी तिने त्याला खुर्चीवरून हललेला पाहिला नव्हता. त्याला कंटाळा येत असेल, नाही असे नाही, कारण एखादे वेळी तो मागे रेलून डोक्यावर हात टेकून बसायचा. पण बहुतेक त्याची लेखणी चालू असायची; मात्र त्या संध्याकाळी तो अतिशय अस्वस्थ झालेला दिसला. एक हात सारखा केसात फिरवीत होता. दुसरा हात मधूनमधून टेबलावर आपटीत होता. दोन-तीनदा त्याने जोराजोराने नकारार्थी मान हलवली. हातांनी डोळे घट्ट मिटून घेतले.

त्याच्या त्या उद्वेगाने नीलाचे मन अगदी कळवळून गेले. इतकी ती आता त्याच्या भावनाशी एकरूप झाली होती.

आणि त्या संध्याकाळी खुर्चीवरून ताडकन उठून त्याने सारख्या येरझारा घालावयास सुरुवात केली. त्यांचेही तिला आश्चर्य वाटले नाही. त्याला झालेला शोक त्याला अगदी अनावर होत होता, हे अगदी स्पष्ट दिसत होते. दुःखाच्या चक्रात अडकलेल्या त्या जीवाला सहानुभूती कशी दाखवू? त्याचे सांत्वन कसे करू? असे सारखे तिच्या मनात येऊ लागले.

येरझारा घालता घालता तो एकदम खिडकीशी येऊन उभा राहिला आणि समोर पाहू लागला. नीलाची छाती धडधड करू लागली. अंग शक्य तेवढे चोरून ती अगदी कोपऱ्यात बसली होती. तो कितीतरी वेळ अगदी निश्चलपणे खिडकीत उभा राहिला आणि मग खोलीत वळला. इतका वेळ कोंडून धरलेला श्वास नीलाने केवढा तरी उसासा टाकून सोडला.

पण त्या रात्री तिला झोपच येईना. समोरच्या खोलीतली तळमळणारी त्याची मूर्ती तिच्या डोळ्यांसमोरून हलेना. इतक्या दिवसांची त्याची शांती, त्याची तपश्चर्या कशी भंगली? कशाने त्याला एवढ्या यातना होत होत्या? त्याला प्रेमाचे दोन शब्द बोलायला कोणी नाही का? त्याचे दुःख वाटून घेऊन हलके करायला कोणी नाही का?

ठण्... ठण्... ठण्! दहाचे ठोके तिने गोजले.

कोणाचे बरे ते पत्र आले होते त्याला? त्याच्या हातात कागद होता तो दुसरा कसला असणार? खिडकीशी उभा राहून तो काय बरे विचार करीत होता? कोणाची वाट पाहत होता का? कोणी त्याला भेटणार होते काय? त्याच्या हातात कोणाचे पत्र...?

ठण्... ठण्... ठण्! अकराचे ठोके तिने मोजले.

तिची या कुशीवरून त्या कुशीवर सारखी तळमळ चालली होती. गरम झालेली उशी तिने खूप वेळा बदलली, गरम झालेल्या कपाळावर ओला रुमाल ठेवून पाहिला; गरम झालेल्या डोक्यावर गार पट्टी ठेवून पाहिली, पण तिच्या जिवाची तळमळ थांबेना. घट्ट मुठी मिटून ती परत परत पुटपुटत होती...

'मी काय करू? मी काय करू?'

बिछान्यावर ती उठून बसली. सारे अंग कसे ठणकत होते तिचे. आपल्या अंगात खूप ताप असला पाहिजे असे तिला वाटले. यावेळी गारठ्यात खरोखर खाली जायला नको... पण फक्त एकदाच...

अंगावर चादर घेऊन ती हळूच खोलीबाहेर पडली व मोठ्या जिन्याने हलकेच दिवाणखान्यात आली. सगळीकडे इतकी शांतता होती की, तिच्या कानशिलाचा आवाज तिला ऐकू येत होता. श्रावण अमावास्येची रात्र. काळोख इतका की, हाताने बाजूला करावा. केवळ वाट ओळखीची म्हणून कशालाही न अडखळता ती खिडकीपर्यंत पोहोचली आणि हलक्या हाताने तिने पडदा बाजूला केला.

समोरच्या खोलीत पिवळा धगधगीत प्रकाश पसरला होता व आजपर्यंत कधी दिसले नाही इतके आज तिला समोर स्वच्छ दिसत होते. तो खुर्चीवर उभा राहून काही तरी करीत होता. त्याची नजर वर आढ्याकडे होती. त्याचे केस घामाने ओथंबून कपाळाला चिकटले होते. डोळे अगदी खोल गेले होते. नाकाच्या नाकपुड्या लाल झाल्या होत्या. त्याने दातांनी ओठ घट्ट आवळला होता. वर पाहून एकाग्रतेने तो काही तरी करीत होता.

कितीतरी वेळ तिच्या ध्यानात आले नाही. जरा वेळाने तो खुर्चीवर उभा राहिला. त्याच्या मानेमागे तिला कसली तरी काळी रेषा दिसली, तरीही तिच्या ध्यानात आले नाही.

त्याने पायाने खुर्ची एकदम लाथाडली. तसा तो उडी मारल्यासारखा एकदम खाली आला. मग तिने पाहिले की, त्याच्या गळ्यात दोरी होती व ती आता त्याच्या मागे ताठ झाली होती.

तिचा आवाज ऐकून आत्याबाई जेव्हा धावत धावत दिवाणखान्यात आल्या त्यावेळी तिने खिडकीचे गज घट्ट पकडले होते आणि त्यावर डोके ठेवून ती स्फुंदून कळवळून म्हणत होतो...

"नका हो... नका हो... वाचवा हो त्यांना... आई गं-"

त्यांनी त्या क्षणी काय बोलून तिला जराशी शांत केली व आपल्या खोलीत कशी नेली हे त्यांचे त्यांनासुद्धा सांगता येणार नाही. तिला एखाद्या लहान मुलाप्रमाणे कुशीत घेऊन त्या झोपल्या. तिच्या अंगात सडकून ताप भरला होता. रसरशीत अंगाचे त्यांना चटके सहन होत नव्हते.

आणि तोंडाने तिची सारखी बडबड चालू होती. रात्रीतून किती तरी वेळा आत्याबाईंना तिला घट्ट धरून ठेवावे लागले. सकाळी पहाटेच्या वेळी केवळ श्रमाने तिला ग्लानी आली आणि आत्याबाईंना विचार करायला फुरसद मिळाली.

डॉक्टर आले; आल्याबरोबर त्यांनी तिला आधी झोपेचे औषध दिले व त्या नंतरही दोन दिवसभर तिला अगदी गुंगीत ठेवले. तिच्या तापातल्या बडबडीतला बहुतेक सगळा भाग आत्याबाईंनी डॉक्टरांना सांगितला. त्यावर त्याची खूप चर्चा झाली. आणि सर्वांचा निष्कर्ष म्हणजे एके दिवशी जाता जाता डॉक्टर म्हणाले, "त्यावर मला एकच उपाय दिसतो पाहा! आता गणेशोत्सव होईलच. त्यावेळी सगळा वाडा उघडतील. एखादी कथा ऐकविण्याच्या नाहीतर आरास दाखविण्याच्या निमित्ताने तुम्ही तिला समोर घेऊन जा आणि दाखवा सगळे एकदा आणि लागलीच घरी पाठवून द्या. यापुढे तिला इथे ठेवण्यात सध्या तरी काही अर्थ नाही; धोका मात्र आहे."

दोन-तीन दिवसातच नीलाचा ताण उतरला पण तिला अशक्तपणा खूपच आला होता. डोकेदुखी सारखी चाालू होती. पण खरा परिणाम तिच्या दृष्टीवर झाला होता. कोणतीही वस्तू पाहावयाची म्हणजे त्यावर तिला मोठ्या प्रयासाने नजर स्थिर करावी लागे. नाहीतर सारे अंधुक व अस्पष्ट दिसत असे.

पाच-सहा दिवस तिला आत्याबाईंनी पलंगावरून उठूसुद्धा दिले नाही. आणि रोजची वर्तमानपत्रे आणि काही कादंबऱ्या वाचून दाखविणे या पलीकडे त्यांनी तिच्याशी दुसरा कोणता विषयही काढला नाही. पहिले एक-दोन दिवस त्यांनी हे विचारले तर असे सांगायचे अशा संरक्षक पवित्र्यात नीलाचे मन उभे होते. पण जेव्हा त्या काही बोलत नाहीत अशी तिची खात्री झाली तेव्हा तिला प्रथम खूप बरे वाटले. सुटका झाल्यासारखे वाटले. पण हीही स्थिती एक-दोन दिवसच टिकली. त्यानंतर त्या केव्हा आपल्याला विचारतात याची ती वाट पाहू लागली. शेवटी तिलाच राहवेना. ती स्वतःच एका सकाळी त्यांना म्हणाली,

"मला काहीच गं कसं विचारत नाहीस तू, आत्याबाई?"

गालातल्या गालात हसून आत्याबाई म्हणाल्या,

"हं! आता तुला विचारायला हरकत नाही; पण विचारायची जरूरीही नाही. मला. मी सगळं काही ऐकलं आहे तुझ्याच तोंडून-" तिच्या प्रश्नार्थक चेहऱ्याकडे पाहून त्या म्हणाल्या, "त्या रात्री किती ताप होता तुझ्या अंगात माहीत आहे का तुला? आणि तोंडाने सारखी बडबड चालू होती तुझी."

आपल्या मनावरचे केवढे तरी ओझे एकदम कमी झाल्यासारखे तिला वाटले.

"सगळे सांगितलं मी तुला?"

जरा थांबून त्या म्हणाल्या, "सांगितलं असं नाही म्हणता येणार. तुझी बडबड स्वतःशीच चालू होती. पण बहुतेक सारे माझ्या ध्यानात आले. शिवाईला तुझ्याजवळ बसवून मी खाली जाऊनसुद्धा आले एकदा. तुझ्या त्या समोरच्या खिडकीकडे पाहायला."

नीलाने आपला श्वास एकदम आत ओढला. आत्याबाईंनी आपला हात तिच्या कपाळावर ठेवून अगदी हळूहळू मान हलविली.

"काही नाही?" अगदी हळू आवाजात नीला म्हणाली.

"अंहं... अगदी काही नाही... आणि नव्हतेही. आणि आता तुला आणखी एक सांगून ठेवते. तुला ते ऐकायलाच पाहिजे. समोर आता गणपती बसला आहे. दोन-तीन दिवसांत दहावा दिवस येईल. त्याच्या आदल्या रात्री आपण आरास पाहायला समोरच्या वाड्यात जाऊ. त्या दिवसापर्यंत या विषयावर काहीही बोलायचं नाही. विचारही करायचा नाही म्हणून सांगितलं असतं, पण तुला ते शक्य नाही."

विचार करावयाचा नाही असे म्हणणे अगर ठरविणे सोपे असते; पण मन त्या चाकोरीतून बाहेर पडू शकत नाही. सर्व बाजूंनी विचार करूनही आत्याबाईंच्या बोलण्याचा अर्थ नीलाच्या ध्यानात येईना. त्या वाड्यात जायचा विचार आला की, तिच्या छातीत धडपड सुरू होई. श्वास जलद येऊ लागे. हातापायांना कंप सुटे.

गणपतीच्या नवव्या दिवशी रात्री आत्याबाई तिच्या खोलीत आल्या आणि म्हणाल्या, "हं चल आता. नाही म्हणायचं नाही."

हलक्या पावलांनी ती त्यांच्याबरोबर निघाली. दिवाणखान्यात आल्यावर प्रथम त्यांनी तिला तिच्या नेहमीच्या खिडकीकडे नेले. ती जात नव्हती. पण त्यांनी तिचा हात सोडला नाही. जवळ जाऊन त्यांनी पडदा बाजूला केला व तिला पुढे करून त्या म्हणाल्या, "हं पाहा नीट समोर आता."

नीला उभी राहिली. पण प्रथम तिचे डोळेच नीट काम करीनात. लाल निळे तारे आणि प्रकाशकिरणे यापेक्षा तिला काही दिसेना. मागच्यासारखी डोकेदुखी सुरू झाली. महाप्रयासाने तिने आपले डोळे समोरच्या दृश्यावर स्थिर करून समोर पाहिले.

एक खिडकी सोडून समोर बाकीच्या सर्व खिडक्या उघड्या होत्या. त्यातून प्रकाशाचा लखलखाट बाहेर पसरला होता. दिवाणखान्यात खूप माणसे जमली होती व त्यांच्या हसण्याबोलण्याचा आवाज येथपर्यंत येत होता.

पण डावीकडून चौथी खिडकी- तिची खिडकी- बंद होती. पडदाही ओढलेला असावा. कारण त्या प्रकाशाचा लवलेशही त्यातून दिसत नव्हता. क्षणभर अगदी क्षणभरच- समोरचे सारे अस्पष्ट होऊन त्या खिडकीत पिवळट प्रकाश दिसल्यासारखे तिला वाटले- पण वाऱ्याच्या वावटळीसारखी ती भावना क्षणभरच टिकली व निघून गेली आणि तिची नजर समोरच्या देखाव्यावर स्थिर झाली.

"पाहिलंस ना? चल आता वाड्यात जाऊ."

इतर अनेक माणसांबरोबरच त्या दोघीही देवडीतून आत शिरल्या. चौकात सगळीकडे दिवे लागले होते व सर्वत्र प्रकाश पसरला होता. दोन्ही बाजूला मोठ्या मोठ्या ओसऱ्या होत्या. चौकात उजव्या हाताला मोठा जिना होता. त्याने त्या वर चढल्या व बाहेरच्या गॅलरीतून दिवाणखान्यात आल्या.

हंड्याझुंबरांनी सगळीकडे लखलखाट झाला होता. उजव्या हातास गणेशाची मूर्ती बसवली होती व डाव्या हातास गायक व इतर कार्यक्रम करणारे यासाठी मंचक मांडलेला होता. बाकी सर्वत्र गालिचे पसरलेले होते व भिंतींना लोडतक्के लावलेले होते. कीर्तन सुरू करण्यास अवकाश होता. गावातील बहुतेक प्रतिष्ठित मंडळी आता जमा होऊन गटागटाने उभी होती. भिंतीवरची तैलचित्रे पाहत होती. कोणी लोडाशी टेकून पान लावीत होती.

आत्याबाई व नीला यांनी गणपतीचे दर्शन घेतले; मूर्तीच्या उजव्या हातास रस्त्यावरच्या खिडक्यांची रांग होती. कोपऱ्यापासून आत्याबाईंनी नीलाला एकेका खिडकीपाशी नेले व त्यातून समोरचे त्यांचे घर दाखविले.

आणि तिसरी खिडकी झाल्यानंतर त्या पुढे आल्या... तेथे भिंतीला खिडकी नव्हती. त्या जागी आत भिंतीला एक मोठा कोरीव काम केलेला लाकडी खांब होता व समोरच्या भिंतीला तसलाच एक खांब होता. त्यावर कोरीव कामाची खूप मोठी लाकडी कमान होती. दिवाणखान्यात नाटके होत. त्यावेळी मखमलीचे चिकाचे पडदे लावण्यासाठी किंवा इतर रोषणाईसाठी ती सोय केली होती असे आत्याबाईंनी तिला सांगितले.

"पण आत्याबाई! बाहेरून तर..." भांबावून नीला म्हणाली.

"हो, बाहेरून लाकडी खिडकी बसवली आहे; पण ती समोरचा दर्शनी भाग सारखा दिसावा म्हणून आहे. त्याला काचाही नाहीत आणि दारेही नाहीत. एका फळीवर कोरीव काम करून ती तेथे बसविली आहे."

भ्रांतीत सापडलेले नीलाचे मन असहाय झाले... अगतिक झाले. विचारच सुचेना तिला. विश्वास ठेवावयाचा तरी कशावर?. आपल्याला दिसलेले सर्व...

दुसऱ्याच दिवशी आत्याबाईंच्या पत्राप्रमाणे नीलाला न्यायला तिचा भाऊ आला. नीला काही बोलली नाही- मनातल्या मनात तिने गावाचा व आत्याबाईंचा निरोप मोठ्या संमिश्र भावनांनी घेतला.

माझ्या लाडक्या नीलावर आत्याबाईंचा सप्रेम आशीर्वाद.

नीले, खूप विचार केल्यानंतर व डॉक्टरांना विचारून त्यांची संमती घेतल्यानंतरच मी तुला हे पत्र लिहावयास घेतले आहे...

आता प्रथम एक गोष्ट सांगते. तुझ्या त्या खिडकीच्या जागी आता खोटी खिडकी आहे ही गोष्ट खरी आहे; पण ते अर्धसत्य आहे. प्रथम त्या जागी इतर

खिडक्यांसारखीच खिडकी होती साधी. काही कारणांनी (पुढे वाच) ती पुढे बुजवून टाकली. तेथे साधी भिंत ठेवली. मग नंतर भिंत लपविण्यासाठी तेथे खोटी खिडकी बसविली. अशी खरी हकीकत आहे.

आता आपले गाव खूप जुने आहे आणि या ना त्या प्रकारच्या (अनैसर्गिक) गोष्टी नेहमीच आमच्या कानावर येत असतात. त्यामुळे एक प्रकारे आमची मने बोथट झाल्यासारखी झाली आहेत. त्यांच्यावर या गोष्टींचा काहीच परिणाम होईनासा झाला आहे. आता वाड्यात काही काही वेळा काही काही दिसते ही गोष्ट मी खूप लोकांकडून ऐकली आहे; पण ती फार पूर्वी. एवढ्यात यासंबंधी काहीच ऐकले नव्हते. त्याच्या कारणासंबंधी खूप गोष्टी प्रचलित आहेत. पण माझ्या मते सर्वांत जास्त विश्वास ठेवण्यासाठी वाटते ती साधारणपणे अशी आहे.

सध्याचे सरदार पाटणकर आहेत त्यांचे पणजोबांचे वेळी हे घडले असावे. त्यांचे गावाकडून कोणी दूरचा नातेवाईक त्यांच्या आश्रयास आला. तो फार हरहुन्नरी, हुशार व सद्‌गुणी असला पाहिजे. कारण थोड्याच दिवसात त्याने सरदारांची मर्जी संपादन केली.

यापुढच्या गोष्टी थोड्या कमी भरवशाच्या आहेत. एका गोष्टीप्रमाणे त्याची प्रगती काही जवळच्या मंडळींना पाहवली नाही व त्याचा काटा काढावयाचा त्यांनी निश्चय केला. सरदारांच्या मनात त्यांच्या तिसऱ्या पत्नीविषयी व या तरुणासंबंधी काही विष भरवून दिले.

दुसऱ्या गोष्टीप्रमाणे त्यांचेकडूनच काहीतरी चूक झाली. सरदारांचे लक्ष घरात जरा कमी असावयाचे व मुलुखगिरीवर जावयाची बरेच वेळा जरूरी यायची. हाही दिसायला सुदृढ, तजेलदार होता. तारुण्याच्या भरात याच्या आणि नव्या बाईसाहेबांच्या हातून भलतेच काहीतरी- व्हावयास नको ते होऊन गेले.

पण कारण काहीही असले तरी पुढे झाले त्याला चांगला पुरावा आहे. त्याचा पुरा बंदोबस्त करावयाचा तापट सरदारांनी हुकूम केला. तो आदल्या रात्री त्याच्या हाती पडला. सुटकेसाठी त्याने (कदाचित बाईसाहेबांच्या मदतीने?) कोणाची तरी वाट पाहिली; पण कोणी आले नाही. शेवटच्या क्षणी त्याने दिवाणखान्यात स्वतःला बंद करून घेतले. दार फोडण्याचा हुकूम झालेला ऐकताच त्याने गळफास लावून स्वतःचा जीव दिला. तेथल्याच मेजावर त्याने लिहून ठेवलेली कैफियत होती.

आता त्या खिडकीशी त्याचा काय संबंध होता ते कळत नाही. पण ज्यांना ज्यांना वाड्यात काही कमी-जास्त दिसले आहे त्या सर्वांना ते त्या खिडकीतूनच. पुढे पुढे या गोष्टीचा इतका गवगवा झाला की, सरदारांनी (म्हणजे आजच्या सरदारांच्या आजोबांनी) ती खिडकीच बुजवून टाकली. पुढे कोणातरी मुनिमाने थोडीशी हुशारी दाखवून बाहेरून खोटी खिडकी लावली असावी.

पण खरे सांगायचे म्हणजे या गोष्टी एव्हाना जुन्या झाल्या होत्या. एवढ्यात मी त्यासंबंधी काही ऐकले नव्हते. मला वाटते, तुझे मन घरच्या धक्क्याने अगदी संवेदनाक्षम झाले असले पाहिजे. नाहीतर इतक्या वर्षानंतर तुझ्या मनावर त्याचा इतका पगडा बसला नसता.

सुरुवातीस जरी मी तुझे लक्ष इतर गोष्टींकडे वळविले असते तरी हे प्रकरण इतक्या थराला गेले नसते. तुझ्याही ध्यानात येईल की, तुलाही सारे काही एकदम दिसले नाही. त्यातील दुष्ट शक्ती कालाप्रमाणे आता कमी झाली आहे. तुला एक एक गोष्ट दाखवायला त्याला कितीतरी दिवस लागले आणि जर तुझे मन कमकुवत नसते तर मला नाही वाटत तुला काहीही दिसले असते.

निसर्गातल्या त्या दुष्ट प्रवृत्ती माणसावर हल्ला करायला नेहमी टपलेल्या असतात; पण या सर्वांना तोंड द्यायला आपले मन अगदी पुरेसे खंबीर आहे. पण काही कारणाने त्यात जर कमकुवतपणा आला तर मात्र स्वतःचे मनच आपले शत्रू बनते आणि या शक्तींना वाट करून देते. पण निश्चयी मनावर कोणाचीही मात्रा चालत नाही.

तेव्हा असा निश्चय कर की, चांगली ठणठणीत बरी होईन व आत्याबाईकडे परत चांगली महिनाभर जाऊन राहीन.

- तुझीच आत्या

✦✦✦

१०. बाहुल्यांचा खेळ

आमच्या मित्रमंडळीत पुष्कळ वेळा भुताखेतांवर चर्चा चालते. आमच्यापैकी कित्येक जण वैयक्तिक अनुभवही सांगतात. मला स्वतःला प्रत्यक्ष अनुभव असा कधीच आला नाही. मात्र एक अगदी विलक्षण गोष्ट घडली ती मी स्वानुभवाने सांगतो.

मे महिन्यात मी वाईला आमचे एक स्नेही आहेत, त्यांच्याकडे सुटीत गेलो होतो. त्यांना दोन मुली होत्या. थोरली (विमल) सात-आठ वर्षांची व धाकटी (शशी) चार वर्षांची. शशी मध्यम उंचीची, काळेभोर डोळे, गुबगुबीत गाल, मोठी खेळकर आणि हुशार. माझी तिची दोस्ती चांगलीच जमली होती. थोरली अबोलच होती.

त्याच सुमारास स्नेह्यांचा धाकटा भाऊ मध्यआफ्रिकेतून रजेवर आला. मला वाटते, तो मेडिकल कोअरमध्ये कॅप्टन असावा. त्याने येताना सर्वांसाठी खूपच वस्तू आणल्या होत्या. त्यात शशीसाठी निरनिराळ्या अर्धा डझन तरी बाहुल्या असाव्यात. मग ती रामकाकावर खूश होण्यास काय वेळ लागणार? सारखी त्याच्या अवती-भोवती असावयाची. त्याच्या खोलीत त्याचे सामान उलथेपालथे करावयाची, त्याची अजस्र हेल्मेट गळ्यात अडकवून हिंडावयाची अन् किती तरी.

रामभाऊ मोठा खेळकर व मोकळ्या मनाचा. दुपारी थोडी झोप झाल्यावर आम्ही दोघे खूप गप्पा छाटत बसावयाचे. असेच एकदा बोलत बसलो होतो. शशी तिथेच घुटमळत होती. सहज तिचे लक्ष त्याच्या ट्रंकेकडे गेले. झाले, लागलीच स्वारीने तेथेच मुक्काम ठोकला. रामने वरकरणी तिला एकदोनदा हटकले; पण तेवढ्याने थोडीच बधणार ती! त्याच्या जिनसा एकामागे एक बाहेर पडू लागल्या. तेवढ्यात तिला काही तरी सापडले. 'रामकाका, रामकाका, ही

कोणाची बाहुली हो?' असे ओरडत ती हातात एक लाकडी मुखवटा घेऊन आमच्याकडे आली. सुरुवातीस तिने तो मागे लपवून धरला. तिची बरीच समजूत घातल्यावर तिने तो माझ्या हातात दिला. मी तो निरखून पाहिला. रामचेही लक्ष एव्हाना त्याच्याकडे गेले होते. तो म्हणाला,

"सापडलाच का या पोरीला तो?" मी मुखवटा हातात धरून प्रश्नार्थक मुद्रेने त्याच्याकडे पाहिले. तो म्हणाला,

"मी कैरोला असताना तेथील जुन्या बाजारात एका शिद्द्याकडून विकत घेतला. त्याच्या सांगण्यावर विश्वास ठेवायचा तर निग्रो लोकांच्या जुन्या देवांपैकी एकाची मूर्ती आहे ती. त्या दिवसात तुम्हाला माहीत आहे, पैसे कसे स्वस्त वाटतात. सहज लहर म्हणून घेतला मी, पण शशीला खेळावयास द्यावासा काही मला वाटला नाही.

तो चेहरा खरोखरच मनाला अस्वस्थ करणारा होता. बसके व खूप उतरते कपाळ, जाड भुवया, चपटे नाक व जाड ओठ, दाट व कुरळे केस. केवळ काळ्या शिसवी लाकडामध्ये त्या कलाकाराने केवढे सामर्थ्य ओतले होते! त्या जड वस्तूत कसा जिवंतपणा ओतप्रोत भरल्यासारखा वाटत होता. लाखो लोकांनी शतकानुशतके अमानुष शक्तीने अर्चिलेल्या या ठोकळ्यातही शक्ती निर्माण झाली तर ती काही अशक्य गोष्ट नव्हती. मी या विचारात असतानाच शशीने तो मुखवटा माझ्या हातातून झटकन ओढून घेतला व पळत पळत खेळावयास निघून गेली.

चहासाठी आम्ही स्वयंपाकघरात सारे जमलो तेव्हा शशीचा पत्ता नव्हता. रोज तिला 'हे करू नको', 'ते उचलू नको' असे सांगून तोंड दुखून यावयाचे, त्यामुळे तिची उणीव एकदम भासली. तिला शोधावयाला विमल गेली. जरा वेळाने परत येऊन ती म्हणाली.

"काका, शशी बागेत खेळतीय, मी हाक मारली तर येतच नाही!"

मी व राम दोघे एकदम उठलो. आम्ही मागच्या अंगणात आलो तो कोपऱ्यात शशीची लहानशी मूर्ती दिसली. खेळण्यात ती अगदी मग्न झाली होती. आम्ही दोघे तिच्या मागे येऊन उभे राहिलो. त्याचेही तिला भान नव्हते. तिच्या नव्या-जुन्या साऱ्या बाहुल्या तिने समोर रांगेने उभ्या केल्या होत्या. प्रत्येकीच्या समोर झाडाचे एक पान होते व त्यावर वाळूचा भात व गवताची भाजी होती. ती स्वतःशीच (आणि तिच्या बाहुल्यांशी) बोलत होती. अगदी जवळ जाईपर्यंत आम्हाला तिचे शब्द नीटसे ऐकू आलेच नाहीत; जे ऐकू आले ते असे-

“तुला किती वेळा सांगितले ना की, पहिला नंबर मिळायचा नाही म्हणून?”

रामने एक वाळलेल्या काटकींवर मुद्दाम पाय टाकला. त्याचा काड् आवाज होताच शशीने मागे वळून पाहिले. एकदम उठून ती रामला बिलगली व म्हणाली,

“रामकाका, पहा ना हा सांबो ऐकतच नाही माझं.”

“हा सांबो कोण बुवा?” हा यावरचा रामचा स्वाभाविक प्रश्न.

“तुम्हीच नाही का दुपारी मला नवी बाहुली दिली? तिचे- त्याचे नाव सांबो!”

“आणि हे नाव कोणी ठेवले?” मी मध्येच विचारले. कारण या दोन हजार मैलांवरील जंगली दैवताला हे नाव किती अनुरूप वाटले! पण माझ्या प्रश्नाचे उत्तर छोट्या शशीने आणखी एक प्रश्नाने दिले.

“सांबोच नाव नाही का त्याचे?” त्यावेळी तिने रामकडे पाहिले. रामने माझ्याकडे पाहून होकारार्थी मान हलविली. (मागाहून मला त्याने सांगितले की, त्या शिद्दी व्यापाऱ्याने ‘सांबो’ची नीट काळजी घेण्यास बजावले होते.) शशीचे लक्ष तिच्या बालमनाच्या खेळातच होते. तिच्या दृष्टीने सारेच खरे असावे.

“सांबो सारखा म्हणतो की, मला सगळ्यांच्या वर बसव. तुम्हीच सांगा त्याला!”

मी युक्तिवाद लढवून म्हटले, “शशी, त्याच्याकडून पाणी वाढ म्हणजे झाले. आला की नाही त्याचा पहिला नंबर?”

एवढ्याने समाधान झाल्यावर तिला घरात आणावयास उशीर लागला नाही.

पोहणे-ब्रिज-कॅरमच्या आमच्या प्रोग्रॅममध्ये दिवस कसे भराभर जात होते. त्या दुपारचा हा लहानसा प्रसंग आम्ही पार विसरून गेलो होतो. तीन-चार दिवसांनी दुपारच्या वेळी मी सहज बागेत फिरत होतो. मला कोपऱ्यात शशीचा पिवळा फ्रॉक दिसला. तेव्हा ही आठवण होऊन मी सहज कुतूहलाने तिच्याकडे गेलो. तिच्यासमोर परवासारख्याच बाहुल्या मांडल्या होत्या. पण एक-दोन गोष्टी माझ्या ताबडतोब ध्यानात आल्या. सांबोचा नंबर पहिला आला होता आणि रामने नवीन आणलेल्यांपैकी दोन-तीन बाहुल्या मला दिसत नव्हत्या. आता हे शशीच्या स्वभावाला धरून नव्हते. नवी खेळणी सोडून ती जुन्याशीच खेळत बसणे अशक्य होते. मी खाकरून तिला विचारले,

“काय गं शशी, रामकाकांनी आणलेल्या नव्या बाहुल्या कोठे आहेत?”

आणि ती पोरगी काय म्हणाली, माहीत आहे का?

“सांबोकडे गेल्या!”

मी सांबोकडे निरखून पाहिले. त्याच्या गळ्यात तांबड्या फुलांची माळ होती. मी एवढा मोठा मनुष्य- जगात वावरलेला, बऱ्यावाईटाचा अनुभव घेतलेला, पण एक क्षणमात्र माझे मन शशीच्या बालमनाच्या पातळीला आले. सांबोकडे पाहता-पाहता त्याची लहानशी प्रतिमा एखादा धुराचा लोट उसळावा तशी प्रचंड काळीकभिन्न दिसली. घनदाट निबिड जंगलातील कुबट तीव्र गंध मला जाणवला. प्रचंड जमावाने घोगऱ्या आवाजात पुन्हा पुन्हा उच्चारलेले दोनच शब्द माझ्या कानात दुमदुमले.

‘झिंबा-म्-झिंबा! झिंबा-म्-झिंबा!’

तो क्षण गेला. पण माझे चित्त शुद्धीवर यावयास अवधी लागला. भीषण अपघातातून ऐनवेळी माणूस बचावला म्हणजे त्याची सर्व गात्रे जशी शिथिल होतात, तशी माझी गत झाली होती. रोजच्या आयुष्याच्या बाहेरील या अनादि व अगम्य अस्तित्वाची केवळ झुळूक माझ्या आत्म्याला चाटून गेली होती. पण त्याने तो एखाद्या मंत्रमुग्ध पक्ष्यासारखा बावरा व निश्चल झाला.

माझ्या या अंतर्मनातील कालवाकालवीचा बाह्य सृष्टीवर काय परिणाम झाला हे पाहण्यासाठी मी शशीकडे पाहिले. वरील सर्व भावना व विचार माझ्या मनात येऊन जाण्यास एक सेकंदही लागला नसावा; पण माणसाचे खरे घड्याळ त्याच्याच मेंदूत आहे. सर्व दिवसांचे स्वप्न मानव एक-दोन मिनिटांत पाहू शकतो. बुडणाऱ्या माणसाला एक एक सेकंद- पळ घटिकाप्रमाणे वाटतो. तसेच माझे झाले होते.

शशी माझ्याकडे पाठ फिरवून बसली होती. बागेत बाकी सर्वत्र शांतता होती. जास्त काही न बोलता मी स्वतःशीच गुणगुणत घराकडे आलो. पण माझ्या आतल्या मनात एकच विचार खिळून राहिला होता. ‘शशीला या बाहुलीशी खेळू देणे धोक्याचे आहे.’ गडद वादळी अंधकारात विजेच्या क्षणिक लखलखाटाने जशी आपल्याला एका अभिनव सृष्टीची किंवा सृष्टीच्या एका अभिनव अंगाची झलक दिसते तशी मला त्या अनैसर्गिक सृष्टीची दिसली होती. लाखो लोकांच्या जिवाभावाच्या भक्तीने या लाकडी ठोकळ्यात हे सामर्थ्य उत्पन्न झाले होते.

जगाच्या पाठीवर 'सांबो' कोठेही गेला तरी त्याच्या पाठीशी त्याच्या भक्तांचे हे शक्तीचे वलय होते.

निसर्गाने मानव तयार केला; पण मानवाने देव निर्माण केला. निसर्गातील क्रौर्य हे अहेतुक आहे. त्याला सृष्टी नियमांची बंधने आहेत. पण हजार वर्षांपूर्वीच्या त्या अडाणी रानटी मानवाच्या भीतीने पिचलेल्या मनातून निर्माण झालेला हा देव- निसर्गाच्या क्रौर्याची भ्रष्ट परावर्तित प्रतिमा! त्यांचे क्रौर्य अनिर्बंध- स्वैर व सहेतुक! मानवाला सर्वांत प्रिय वस्तू-प्राण. त्याचे दान करून या दैवताला समर्पण करावयाचे! सर्वस्वाचा संपूर्ण संहार ही त्याची साधना! आणि साध्य?- ज्यांनी आपले सर्वस्व त्याला दिले त्यांना या आयुष्यापलीकडील काहीतरी हवे असणार. त्या 'झिंबा-म्-झिंबा' या घोषातील एक असुरी लालसा मला आता आठवली. जणू एखाद्या गलिच्छ गोष्टीच्या फार जवळ आल्यासारखे वाटून माझे मन या विचारापासून शहारून दूर झाले.

संध्याकाळी आम्ही फिरावयास गेलो. तेव्हा राम माझ्याबरोबर एकटाच आहे असे पाहून मी तो विषय काढला. अर्थात माझ्या मनातील सर्व काही त्याला सांगणे किंवा त्यापेक्षा त्याला पटविणे अशक्य होते, पण शशीचा विषय काढताच एकदम तो म्हणाला,

"मला माहीत आहे तुम्ही काय म्हणणार आहात. शशी आणि ती बाहुली ना? मीही गेले काही दिवस त्याच विचारात आहे. तुम्हाला आठवते का त्या दिवशी दुपारी तिने त्याचे नाव 'सांबो' आहे म्हणून सांगितले? तेव्हापासून मी त्याच विचारात आहे. एक-दोनदा वाटले की, या बेट्या सांबोलाच नाहीसा करून टाकावा..."

मी त्याला आज दुपारची हकीकत सांगितली. मी म्हणालो,

"रामभाऊ, तुमचा विश्वास आहे का अशा गोष्टीवर?"

"अप्पा, मलाही एकदोनदा ती ट्रंक उघडताना जरा विचित्र वाटले होते; पण मी शशीच्या बाबतीत पुढे परीक्षा पाहण्यास तयार नाही. पण ती बेटी आहे हुशार. बाहुली नेलेली तिला आवडायची नाही आणि तिचा राग?"

"मला एक युक्ती सुचते रामभाऊ! आपण त्यासारखीच हुबेहूब एक बाहुली करवून आणू व एकदम बदलून टाकू म्हणजे झाले!"

त्यासारखी बाहुली करणारा कारागीर शोधण्यात आमची सकाळ गेली. पण दुपारी असा एक प्रसंग घडला की, हे पायपिटीचे साडेचार तासांचे काम करण्यास आम्हाला साडेचार दिवस लागले असते तरी ते करावयास आम्ही तयार झालो असतो.

दुपारी तीनच्या सुमारास आम्ही बागेत गेलो. मागच्या पडवीतून शशी तिकडे जाण्याची आम्ही वाटच पाहत होतो. तिच्या नेहमीच्या जागी ती बसली होती. तिच्या समोर 'सांबो' होता व उजव्या हातात तीन बाहुल्या होत्या. पण त्या सर्वांपेक्षा आमचे लक्ष आणखी एका गोष्टीवर होते. सांबोच्या अगदी समोर एक लहानशी चीप ठेवली होती व त्यावर आणखी एक बाहुली आडवी ठेवली होती. शशी उजव्या हाताने काहीतरी करीत होती. अगदी तिच्या खांद्यावरून वाकून पाहिले तेव्हा आम्हाला दिसले की, एका हातात लाल माती व पाणी कालवून त्याचे पट्टे ती बाहुलीच्या तोंडावर ओढीत होती. या क्षणापर्यंत इतर हजारो भुशांच्या बाहुल्यासारखी दिसणारी ती बाहुली तोंड रंगताच एकदम निराळी दिसू लागली. तिच्यात एक प्रकारचा भेसूर, केविलवाणा जिवंतपणा आला. शशीने ती बाहुली सरळ निजविली व मांडीखालून एक जुना टाक काढला. त्या रोजच्या वापरातल्या वस्तूने या प्रसंगाच्या खऱ्या भयानकतेची कल्पना मला आली.

मी इतका जवळ होतो की, टाकाच्या निफेवरचा गंजसुद्धा मला दिसत होता. तिने टाक काढून मुठीत धरताच नाटकातल्या ट्रान्स्फर सीनप्रमाणे सारी सृष्टी एकदम बदलून गेल्यासारखी मला वाटली. मनाचा कालचाच संभ्रम आता मला होणार ही माझी खात्री होती. मला तो प्रसंग थोडातरी अपेक्षित असल्यामुळे माझ्यावर त्याचा पूर्वीइतका परिणाम होईल असे मला वाटत नव्हते. रामभाऊला मात्र त्याची काहीच कल्पना दिलेली नव्हती. त्यामुळे जर त्याच्यावरही तो प्रसंग आला, तर त्याचा काय परिणाम होईल याची मला काहीच कल्पना नव्हती. इतका वेळ तो डोळ्याची पापणीही न लवविता शशीकडे पाहत होता. मध्यंतरी पुढे पाऊल टाकण्याचा त्याचा विचार दिसताच मी त्याला खुणेने नको म्हणून सांगितले होते. त्यानंतर खिशात हात घालून तो स्तब्ध उभा होता; पण मनगटाच्या फुगीर रक्तवाहिन्यांवरून त्याने खिशात मुठी घट्ट मिटून ठेवलेल्या असाव्यात.

शशीने तो टाक भाल्यासारखा हातात धरला होता. ती आता गुडघ्यावर बसली होती. तिने गंजलेली नीफ बाहुलीच्या कपाळावर टेकविले. पुढच्या प्रसंगाची ती जणू नांदीच होती. त्याक्षणी बागेतील इतर किलबिलाट एकदम थांबला किंवा मला ऐकू येईनासा झाला. आसपासची झाडेझुडपे मला कोंडून टाकीत आहेत असे मला वाटले. मला पुन्हा तो असह्य उग्र दर्प येऊ लागला. दुरून कुठून तरी पुन्हा तेच दोन शब्द माझ्या कानी घुमू लागले; पण मी मनाशी केलेल्या निश्चयाप्रमाणे सांबोकडे एक फळमात्रही पाहिले नाही. माझी नजर शशीच्या हातावर खिळून होती. ती आता तो टाक बाहुलीच्या दोन्ही गालांवर टेकवीत होती. मग तसाच धरून तिने फुलीची एक आकृती हवेत रेखाटली. मग एक वर्तुळ आणि मग टाक डोक्यावर उंच धरून तिने तो एकदम बाहुलीच्या छातीत खुपसला. त्याच वेळी बाहुलीचे दोन्ही हात व पाय एकदम हवेत उचलले गेले आणि आमच्या डोक्यावरच्या झाडाच्या फांदीपासून फडफडत काहीतरी आमच्या पायाशी येऊ पडले. एका पोपटाचे मृत शरीर. यापुढचे काही क्षण माझ्या मनात अगदी अस्पष्ट आहेत. काहीतरी ओरडून रामने आपले डोळे झाकून घेतलेले मी पाहिले; पण माझे लक्ष शशीवर होते. रामचा आवाज ऐकताच तिने मागे वळून पाहिले. तिच्या चेहऱ्यावरील भाव मी आजवर विसरण्याचा प्रयत्न करीत आहे. समाधानाची गोष्ट एकच, तो चेहरा फक्त मी पाहिला व तोही केवळ ओझरता. मी लागलीच तिला उचलून घेतले व रामचा हात धरून त्याला व तिला विहिरीजवळ आणले. माझा चेहरा घामाने निथळला होता. शर्ट घामाने चिकटला होता. त्याच कारणासाठी मी घंघाळातील पाण्याने हात-पाय तोंड साफ धुऊन घेतले. शशीचे लवचीक बालमन एव्हाना सारे काही विसरूनही गेले असावे. कारण विमलने हाक मारताच ती पळत पळत घरात गेली.

पण आमच्या मागे एक मोठे काम होते आणि खरे सांगायचे म्हणजे दोघांचीही त्याला फारशी उत्सुकता नव्हती. पुन्हा बागेच्या त्या कोपऱ्यात जाऊन 'सांबो' ला घेऊन गावात जावयाचे होते. त्यापेक्षा खरोखरच इतर कोणतेही अन् काहीही काम करावयाची तयारी होती; पण... आम्ही ठरविले की, चहानंतर सांबोची रवानगी करावयाची व हे प्रकरण पूर्ण मिटल्याशिवाय त्यासंबंधी कोणतीही चर्चा करावयाची नाही.

दुपारी साडेचारच्या सुमारास आम्ही परत बागेत गेलो. उन्हे उतरली होती व झाडाच्या लांब सावल्या पडल्या होत्या. मला वाटले की, मघाशीच सारे उरकून टाकले असते तर बरे झाले असते. रागाचा किंवा भीतीचा अभिनिवेश एकदा उतरला की, माणसाच्या मनाला नाही नाही त्या शंकाकुशंका काढावयास फुरसद मिळते. एकत्र दोघे होतो त्याचा एक मात्र परिणाम झाला. देखाव्यासाठी का होईना, आम्ही दोघांनी एकमेकांपासून स्वतःचे विचार लपविले व सांबोचा मुखवटा पिशवीत घालून गावाची वाट धरली.

गोविंदाचे घर देवळाच्या मागच्या गल्लीत होते. तेथे पोहोचेपर्यंत पाच वाजले. अजून ऊन होते, पण हवेतील उष्मा बराच कमी झाला होता. गोविंदा पायरीवरच बसला होता. त्याला आम्ही त्याच्या खोलीत नेले व पिशवीतून मुखवटा काढून दाखविला. अज्ञानाचा आनंद पाहा कसा असतो!' त्याला बिचाऱ्याला काही कल्पना नव्हती त्या बाहुलीची. त्यामुळे त्याने ती हातात घेऊन निरखून पाहण्यास सुरुवात केली.

"केव्हा तयार होईल गोविंदा?"

"साहेब, दोन दिवस तरी लागतील!"

"नाही, नाही बाबा! उद्या सकाळी तर हवाच आम्हाला!" राम त्याला लहानपणापासून ओळखतो. "उद्या पुरा करून दे."

"बघतो साहेब, पण असे झकास काम एवढ्या घाईने कसे जमणार? याचं पॉलीश तर बघा कसं आहे!"

"जाऊ दे रे पॉलिश. वॉर्निशचा एक हात मार!"

"तुम्हाला नाही समजायचं साहेब-शिसवीवर असं वॉर्निश नाही चढायचं-बरं बरं- राहू दे मग. उद्या या दहा वाजता तुम्ही."

खूप थकून आम्ही घरी आलो. जेवणं होताच नेहमीप्रमाणे पत्ते खेळावयास मला बोलाविले; पण माझे लक्ष आज त्यात लागेना. माझ्या मनात सांबोचे विचार चालले होते. तिकडे गोविंदा एकटा रात्रीचा त्याच्यासमोर बसून काम करीत होता. रात्रीचा अंधार व त्याच्या टिनपाट दिव्याची ज्योत! आणि समोर ठेवलेला सांबो! त्याला आम्ही काम दिले खरे; पण त्यातील धोका सांगितला नव्हता. तो सांबोचे डोळे निरखून पाहत असेल आणि मग काम करण्यासाठी त्याच्याकडे पाठ फिरवून बसत असेल. माझ्या डोळ्यांसमोर भयानक चित्रे उभी राहिली व मी अगदी अस्वस्थ होऊन गेलो. पण काय इलाज होता?

माझ्या दारावर कोणीतरी थाप मारली. मी एकदम दचकलो. दार उघडून राम आत आला. त्याच्याही चेहऱ्यावर त्रासिकपणाची छटा दिसत होती.

"झोप येत नाही बुवा अप्पा मला!" बोलता बोलता त्याने खिशातून सिगारेटची पेटी काढून त्यातली एक पेटविली. माझ्या मनात सारखा घोटाळत असलेला विचार मी बोलून दाखविला.

"रामभाऊ, त्या गोविंदाला काही व्हायचे तर नाही ना?"

"माझ्याही मनात येऊन गेली ती गोष्ट. त्याला काही सांगावयास गेलो आणि त्याचा विश्वास बसला नाही, तर आपण मूर्खात निघायचो विश्वास टाकला तर तो कामाला हात लावणार नाही. मग काय?"

"पण मला वाटते की, आपल्याला जो अनुभव आला तो काही विशिष्ट स्थळ, काल यांचा संयोग झाल्यामुळे आला असावा. नाहीतर तुमच्याजवळ तो मुखवटा इतके दिवस होता त्याचा तुम्हास काही प्रत्यय का आला नाही?"

मी जरा वेळाने पुन्हा म्हटले,

"तो पोपट पाहिलात ना तुम्ही? नेमका त्याच वेळी योगायोगाने मरण पावला असेल यावर तर माझा विश्वास नाही बसत. आणि... आणि अगदी शेवटच्या क्षणी मला तर दृष्टिभ्रम झाल्यासारखे वाटले. त्या बाहुलीचे हातपाय एकदम हलताना दिसले. मला त्यावेळी वाटले की, वाऱ्याच्या जोरामुळे असेल कदाचित."

पण रामच्या ध्यानात ते आले नव्हते. कारण त्या आधीच त्याला माझ्यासारख्याच विचित्र संवेदना झाल्या होत्या, त्यानेच तो भांबावून गेला होता.

"मला वाटते त्या पोपटाचा यात काहीतरी संबंध आहे."

आणि मग माझ्या अंगावर शहारा उठविणारी कल्पना माझ्या मनात आली व ती अगदी खरी आहे, याची ग्वाही माझे मन मला देत होते. सांबो हा नरभक्षक लोकांचा देव. त्याला त्याचे भक्त नरबळी देत असले पाहिजेत. पण माणसाचे शरीर म्हणजे तरी काय? हाडामांसाची एक बाहुली, फक्त त्यात प्राणाची ठिणगी असते.

सांबोला शशीमध्ये त्याचा निःस्सीम भक्त मिळाला होता. कारण शुद्ध-निर्मल बालमनाचा विश्वास ही सर्वांत भयंकर गोष्ट आहे. त्याच्यासारखे प्रभावी काहीही नाही, पण या भक्ताजवळ नरबळी कोठून असणार! तिच्याजवळ होती फक्त

बाहुली! चिंध्यांची, भुशाची बाहुली! पण सांबोजवळ किमया होती. त्या भुशाच्या कलेवरात केवळ एक क्षण जरी प्राणाची ज्योत जळली-जळताना सांबोसमोर एका प्रहाराने नाश पावली तरी झाले; पण ही प्राणाची ठिणगी सर्वत्र एकसारखीच आहे. माणसात काय किंवा पशूंत काय किंवा पक्ष्यात काय, क्षणमात्र जरी त्या बाहुलीत एखाद्या जीवाला कोंडून ठेवले आणि त्याचा संहार केला तरी पुरे! एखाद्या लहानग्या प्राण्याचा जीव... एखाद्या लहानग्या पोपटाचा जीव!

माझ्या मनात या विचारांचा भडका उडाला. सांबोला हलविले ते किती निर्वाणीच्या वेळी, याची मला आता कल्पना आली. कारण उद्या लहानग्या शशीच्या हाताने त्याने आणखी कोणाला... माझ्या सर्वांगाला दरदरून घाम फुटला. माझे विचार रामला सांगतानाही माझ्या अंगावर काटा आला.

ती रात्र आम्ही कशी घालविली, हे आठवत नाही; पण झोपेचा विचार करणेसुद्धा अशक्य होते. अगदी उजाडण्याच्या वेळी आमचा थोडा डोळा लागला.

सकाळच्या प्रसन्न वातावरणात काल रात्रीचे विचार मला अतिरंजित वाटले. माणसाला भयंकर व विदारक वाटणाऱ्या गोष्टीवर त्याचे मन स्वसंरक्षणार्थ नेहमी एखादा संशयाचा पडदा टाकण्याचा प्रयत्न करते, नाही तर त्याच्या रोजच्या जीवनाबाहेरील सृष्टीची त्याला जाणीव होईल व त्याच्या आत्म्याच्या ठिकऱ्या उडतील.

पण वरच्या गोष्टीचा शेवट मात्र अगदी अनपेक्षित झाला. गोविंदाने तो मुखवटा तयार करून ठेवला होता. त्याला रात्री काही त्रास झाला नाही. आम्ही तो शशीला दुपारी खेळावयास दिला. तिला काही संशय आला नाही. सांबोच्या खऱ्या मुखवट्याचे कोयत्याने तुकडे करून ते आम्ही बागेच्या कोपऱ्यात पाचोळा जळत होता त्यात टाकले. त्याची राख दशदिशांना उडून गेली. रामचीही रजा संपत आली. त्याच्या सामानाची आवराआवर चालू झाली. मी तेथून निघेपर्यंत वरच्या प्रसंगाची आठवण मला व रामला फक्त दोनदाच झाली. एकदा शशी रामला म्हणाली,

"रामकाका, हा सांबो पाहा हो : माझ्याशी आताशी बोलतच नाही!" आणि एकदा रात्री जेवण झाल्यावर आम्ही चांदण्यात बसलो होतो. विमल मला म्हणाली, "अप्पा, एखादी भुताची गोष्ट सांगा ना!"

११. 'चल रानात सजणा'

आबा पाटलांचे निर्वाणीचे पत्र आले तेव्हा जयरामने मोठ्या नाखुशीनेच घरची वाट धरली. मॅट्रिक झाल्यावर केवळ फॅशन म्हणून त्याने दोनतीन वर्षे कॉलेजमध्ये काढली होती. कॉलेजमध्ये त्याला ज्ञान कितपत मिळाले होते हा प्रश्न होता; पण तशी घरची कोणाची अपेक्षाही नव्हती. आताच रमायचे वय आहे, करू दे पोराला जराशी मजा, हा आबांचा विचार. एकदा लग्न झाले नि पोरगा संसारात गुंतला, की आपोआप चाकोरीत येईल हे त्यांचे स्वानुभवावरून झालेले मत.

जयरामने शहरी आयुष्याचा पुरेपूर आस्वाद घेतला. हातात मन मानेल तसा पैसा येत होता. पैशाबरोबर चार-दोन 'खास' सवंगडीही मिळाले होते; आणि आता हे विलासी आयुष्य सोडायचे जिवावर आले होते. आबांनी कशासाठी बोलावले होते हे त्याला माहीत होते-आणि एकदा का लग्नाचा बार उडाला की झालेच!

पण त्याची नाही म्हणायची हिंमत होत नव्हती-निदान आबांना तरी!

एका पिढीत पाटलांच्या घरात आमूलाग्र बदल झाला होता. पैसा आपल्या पायाने त्यांच्या दारात येत होता. मळयात टोलेजंग बंगला उभा राहिला होता. घरात वीज होती, रेडिओ होता. दारात गाडी होती. सर्व काही होते...

पण जयरामचे मन रमेना. अवनत, हिणकस, भ्रष्ट वासना भडकविणाऱ्या अनुभवात रमलेले त्याचे मन. त्याला खेड्यातले हे हिरीरीचे, रांगडे आयुष्य परके परके वाटत होते. नवीन काही न मिळवता त्याने फक्त आपला वारसा गमावला होता. त्याच्या बरोबरीच्या तरुणांना ज्या गोष्टी आवडत होत्या, ज्यांचे ते कौतुक करीत होते, त्या त्याला पांचट, नीरस, जुनाट अशा वाटत होत्या.

जयरामचे हे नवे सोबती म्हणजे काही सद्‌गुणाचे पुतळे खासच नव्हते. त्यांचीही अनेक लफडी कुलंगडी चालूच होती. शेताच्या उंच बांधाआड, पडीक देवळांच्या आडोशाला, कमरेएवढ्या वाढलेल्या दाट गवतात प्रेमी युगुलांच्या गाठीभेटी होतच होत्या; पण त्या प्रणयालाही निसर्गाची जोड होती. रानावनात स्वैर प्राण्यांनी एकत्र यावे तसे ते होते.

पण जयरामची वासना शहरातील शृंगारलेल्या महालांतून, मऊमऊ गाद्या गिरद्यांवर, कामचेष्टात कसलेल्या धंदेवाईक सुंदरीनी शमविली होती. कधी कधी विकृत रूपातसुद्धा. त्याला हे साधेभोळे प्रेम कसे आवडावे? मनाला स्थितिस्थापकत्व नाही. एकदा त्याचा आकार विकृत झाला, की तो परत सरळ होत नाही. दोष जयरामचा नव्हता, तो ज्या परिस्थितीत सापडला त्या परिस्थितीचा होता.

लग्नाच्या विषय आबा आडून आडून काढत होते; पण जोपर्यंत त्यांनी त्याला प्रत्यक्ष विचारले नव्हते, तोपर्यंत तो त्या प्रश्नाची टाळाटाळ करीत होता. स्वतंत्र कशासाठी राहावयाचे हे त्याला सांगता आले नसते; पण ती इच्छा होती खरी.

सुरुवाती सुरुवातीला त्याच्यावर आबांनी फारशी जबाबदारी टाकली नाही. पण जसजसे दिवस जायला लागले तसतसे ते त्याला परत शहरात जायला परवानगी द्यायला नाखूश व्हायला लागले. तसतसे ते त्याला परत शहरात जायला परवानगी द्यायला नाखूश व्हायला लागले. 'जया! आता शहरचा नाद विसर!", ते त्याला सांगायचे, 'सारी उमर खेड्यातच जायची तुझी!'

धड इकडे नाही व धड तिकडे नाही असा तो त्रिशंकूसारखा अधांतरीच अडकल्यासारखा झाला होता.

नवरात्राचे दिवस आले. गावाबाहेरच्या देवीच्या देवळाला रंगरंगोटी झाली. पंचक्रोशीत ते दैवत गाजलेले होते. नऊ दिवस हजारांनी जत्रा यायची. धंदेवाईक लोकांना ती एक पर्वणीच होती. ज्या देवळाकडे नवसाखेरीज कोणी फिरकायचेसुद्धा नाही, त्याच्या आसपासचे मैदान तण-सराटे, काटेकुटे, रानगवत वगैरे काढून साफ करण्यात आले. चहावाले, फरसाणवाले, हलवाईवाले यांनी आपापले तंबू टाकले. पाळणेवाल्याचे खांब उभे राहिले. जादूगार, ज्योतिषी, जंतमंतरवाले, फोटोवाले, खेळणीवाले, खण-चोळीवाले-एकेकांचा मुक्काम गावात येऊन पडू लागला.

जयरामची थोरली बहीण काशीही मुलीला घेऊन चार दिवस माहेरी आली. मुलीच्या खेळण्या-ओरडण्याने त्या घराच्या वठलेल्या झाडाला नवी पालवी फुठल्यासारखे झाले. नव्या घरगुती वातावरणात जयराम आधी काहीसा बुजला; पण मग तोही त्यात सामील झाला.

नवरात्रातल्या पाहिल्या मंगळवारी तो काशी व तिची मुलगी यांना घेऊन जत्रेला गेला. पोरगी सकाळपासूनच आईच्या इतकी मागे लागली होती, की त्याने तिला गप्प करण्याकरिता संध्याकाळी न्यायचे कबूल केले होते व मग एकदा दिलेला शब्द त्याला मोडता येईना. वाटेवर असताना लांबूनच त्यांना माणासांचा गलका ऐकू येऊ लागला. फाटा ओलांडून ते देवळाच्या रस्त्याला लागले व दूरचे हिरव्यागार डोंगरावर उठून दिसणारे देवीचे पांढरेशुभ्र देऊळ दिसू लागले. माळरानावरची लाल माती हजारो पावलांनी घुसळली जात होती. गलका वाढत चालला होता. या साध्या समारंभात एवढा रस घेणाऱ्या लोकांबद्दल आधी त्याला तिरस्कार वाटत होता; पण मग त्यालाही कबूल करावे लागले, की रोजच्या नीरस चाकोरीला कंटाळलेल्या जीवांना वर्षाकाठी येणारी ही एक पर्वणीच होती.

जवळ येऊन ते तिघे लोकांच्या गर्दीत मिसळले. काशीला आधी देवीचे दर्शन घ्यायचे होते. खणा-नारळाने देवीची ओटी भरायची होती. पोरीला ओढत ओढत ती देवळाजवळच्या बायकांच्या गर्दीत घुसली व दिसेनाशी झाली. अर्ध्या तासाने घामाघूम होऊन पण आनंदी चेहऱ्याने काशी बाहेर आली.

"जया, देवीचे दर्शन घेऊन ये की रे!" ती त्याला म्हणाली

"तुझं दर्शन झालं ना नीट! मग माझं राहु दे! चल आता जत्रा बघायला".

ते तिघे वळले आणि इकडे तिकडे फिरायला लागले. आसपास गोंगाट चालला होता. प्रत्येक स्टॉलवाला ओरडत होता.

"आस्मान मे चलो! आनेमे दस चक्कर!" पाळणेवाला ओरडत होता. हे त्रिकूट पाहून तो म्हणाला, "चला बाई! पोरीला पाळण्यात बसवा! चला!"

"बसायचं का ग काशे?" जयरामने हसत विचारले.

"मी? नको रे बाबा! पोटात कसा गोळा येतो! पोरीला बसव!"

जयरामने मुलीला अलगद उचलून पाळण्यात ठेवले व झोका बसताच कठडा गच्च धरून ती किंचाळत वर गेली व डोळे घट्ट मिटून खाली आली.

"फोटो निकालो, मास्टरजी! फोटो निकालो!" उघड्यावर स्टुडिओ मांडून बसलेला कॅमेरावाला ओरडत होता. त्याच्या महालांच्या रंगवलेल्या पडद्यासमोर उभे राहून जयरामने फोटो काढवून घेतला

दोन तोंडाच्या वासराचा 'अद्भुत चमत्कार' पाहिला...

आणि नंतर धडावेगळे 'अजब मस्तक', सगळीकडे डोळे फिरवीत पाण्याच्या परातीत बसून प्रश्नांची उत्तरे देणारे ते मुंडके पाहिले... पोरीला खेळणी घेतली. तो मनात म्हणत होता की, दोघींना आणलेच आहे, तर अशी जत्रा दाखवतो की, ती कायमची त्यांच्या ध्यानात राहील.

सावल्या लांबल्या होत्या. काही काही स्टॉलबाहेर गॅसच्या बत्त्या पेटल्या होत्या. माणसांची वर्दळ, आरडा-ओरडा चालूच होता. ते तिघे चहा घेत हॉटेलच्या बाकावर बसले होते. आणि सहज काशीचे लक्ष समोर गेले. जयरामला चिमटा काढीत ती म्हणाली,

"जया! ती बघ समोर कोण आहे!"

"कोण?" तिने दाखविलेल्या दिशेस पाहत त्याने विचारले व मग त्याला ती दिसली. सतरा-अठरा वर्षांची ती तरणीबांड मुलगी स्वतःशीच हातवारे करीत एका खांबाला टेकून उभी होती. मध्येच तिने मानेला एक हिसका दिला व परत मान हलवीत ती स्वतःशी काहीतरी बडबड करू लागली.

"ओळखलंस का तिला, जया?"

"चेहरा पहिल्यासारखा वाटतो खरा, पण एकदम नाव काही समोर येत नाही."

"अरे, ती अंतुल्याची जनी! आपल्या शेजारी गावात राहायची ती?"

"अगं, हो की! पण इतकी का मोठी झाली आता?"

"मग काय? तू पाच-सहा वर्षांत पाहिलं नाहीस म्हणून काय वाढायची का थांबणार आहे? तिला बोलवू का?"

"पण काशे थांब! ती... ती पूर्वीसारखी तशीच जराशी?"

"अर्धवट ना?तशीच आहे. नुसतं वय वाढलंय; पण समज म्हणून काही नाही. बोलवू का? मला पण ती चांगली वर्षानं भेटतेय, अं?"

"बोलाव तुला हवं तर." तो जरा साशंक आवाजात म्हणाला.

हाताखालची बशी समोरच्या बाकावर ठेवून काशी उठली व त्या मुलीजवळ गेली. जयरामकडे व पोरीकडे बोट दाखवून काशी तिला काहीतरी सांगत होती. जनीने जोरजोराने मान हलवली व ती काशीबरोबर आली.

त्याच्यासमोर- बाकड्यावर जनी बसली. तिचे ढिले तोंड व भावविरहित डोळे यावरूनच ओळखू येत होते, की तिच्यात काहीतरी उणीव आहे, तिच्या मनाचा पूर्णत्वाने विकास झालेला नाही. तिचे मन डोळ्यात, चेहऱ्यावर साकार होत नव्हते. ते जर असेलच तर खोल कोठेतरी, न समजणाऱ्या जगाबद्दलच्या गुंतागुंतीच्या कल्पनाकर्दमात अडकून पडले होते, शरीरावर त्याचे स्वामित्व नव्हते.

पण निसर्ग! कठोर, क्रूर निसर्ग! तो तिचे शरीर कणाकणांनी घडवीत होता; तिचा बांधा आधीच उफाड्याचा होता. त्यात या निश्चिंत जीवनाची भर! यौवनाने शरीर रसरसून आले होते. जयरामला फार वेळ तिच्याकडे पाहवेनाच. त्याने आपली नजर घाईने दुसरीकडे वळवली.

“जने, चहा घेतेस का गं?”

जनी नुसतीच स्वतःशी हसली. कपातला चहा बशीत ओतून ती त्यावर जोराने फुंकर मारीत होती; चहा पिताना तिचा फुर्रर आवाज होत होता.

“जने! सांग ना! याला ओळखलंस का? अगं, हा आपला जया!”

“अन् ओळखलं की मी! अन् झालाय तरी किती मोठा!” अनपेक्षित गोड आवाजात जनी बोलली आणि परत हसली.

“जत्रेला कोणाबरोबर आलीस?”

“अन् एकटीच आले की!”

तिच्या अर्थशून्य नजरेवर त्याची नजर ठरत नव्हती. आणि तरीही एखाद्या अदृश्य तंतूने खेचल्यासारखी त्याची नजर परत परत तिच्याकडे ओढली जात होती. काशी जनीला बरेच काही काही विचारत होती; जनी कधी एकदोन शब्दात, तर कधी नुसती मानेने उत्तरे देत होती. जयरामने त्यात भाग घेतला नाही.

आणि मध्येच काही न बोलता जनी उठून गेली.

“एवढी देखणी पोर! कसं वाऱ्यावर आयुष्य चाललं आहे बिचारीचं!”

हळहळून काशी म्हणाली, “पुढं काय होणार बिचारीचं देवालाच माहीत!”

आश्विनातली संध्याकाळ पाहता पाहता झाकोळून आली होती. काशीची पोरही कंटाळली होती. ते तिघे घरी जायला निघाले.

फर्लांगभर गेले असतील नसतील तोच सस्त्यावरची एक गाडी त्यांच्यापाशी थांबली व आतून ललकारी आली-

"आबाची काशी नाही का गं तू? येतेस का मळ्यावर?"

गाडी त्यांच्या शेजाऱ्याची होती. मुलगी कंटाळली आहे हे पाहून जयरामने त्या दोघींना हात देऊन गाडीत चढवले.

"मी येईन सावकाश मागून! आबांना सांग वाट पाहू नका." गाडी सुरू होताच तो ओरडून म्हणाला.

गाडी दूर दूर जात दिसेनाशी झाली. होता तेथेच जयराम अनिश्चितपणे उभा होता. घराकडे एवढ्यात जायची तर त्याला मुळीच इच्छा नव्हती. सारी संध्याकाळ त्याने गजबजलेल्या जत्रेत घालवली होती; त्या वेळेपुरते खेड्यातील कंटाळवाणे आयुष्य नजरेआड झाले होते. तेवढ्या वेळेपुरता शहरी जीवनाचा आभास निर्माण झाला होता.

एखादी कळ दाबल्याबरोबर पेटी उघडावी तशा इतके दिवस कशाबशा दबून बसलेल्या स्वैराचाराच्या वासना दुप्पट वेगाने जोरात उफाळून वर आल्या होत्या. आपल्याला काय होत आहे, हे त्याला कळत नव्हते; पण तो विलक्षण अस्वस्थ झाला होता. मनात सारखी चलबिचल चालली होती. काहीतरी आपल्याला बांधून ठेवीत आहे, जखडून ठेवीत आहे, तसे त्याला सारखे वाटत होते अन् हे जखडून टाकणारे काहीतरी मोडून तोडून टाकले पाहिजे, दूर भिरकावून दिले पाहिजे असे त्याला सारखे वाटत होते.

त्याची पावले परत जत्रेकडे वळली.

आता सर्वत्र दिव्यांचा लखलखाट झाला होता. त्या देखाव्याला आता एक प्रकारचे नाटकी सौंदर्य आले होते. जयरामही त्या धकाधकीत शिरला व पाय नेतील तसा भटकू लागला. तो त्यांच्याबरोबर फिरू शकत होता; पण त्या लोकांत मिसळू शकत नव्हता. पाण्यात पडलेल्या एखाद्या रेतीच्या कणासारखा तो केवळ प्रवाहाबरोबर फिरत होता. विरघळत नव्हता.

बत्त्यांच्या प्रखर प्रकाशात हजारोंनी चेहरे त्याच्यासमोरून जात होते. त्या सर्व चेहऱ्यांतली तोंडे आश्चर्याने वासलेली होती, आसपासच्या झगझगीत नवलांनी त्या चेहऱ्यांतले डोळे विस्फारले होते. सर्वजण मजा लुटत होते.

जयराम मात्र त्या सर्वांपासून अलिप्त होता. अल्पवयातल्या भोगविलासाच्या अतिरेकाने त्याचे मन जणू विटले होते. त्याला कशातच-या साध्या आनंदात तर खासच नाही-गोडी वाटत नव्हती. हे सर्व मागे टाकून तो अर्थात घरी जाऊ शकला असता, पण तीही त्याची इच्छा नव्हती.

दुखावलेल्या भागावरच्या रागाने मनुष्य जसा तोच तोच भाग पुन्हा पुन्हा हाताळून वेदना वाढवून घेतो, तसा जयराम सारखा सारखा त्या गर्दीतून फिरत होता. त्याच्या मनात त्या सर्व लोकांबद्दल एक प्रकारचा राग उत्पन्न झाला होता. तो आता क्षणाक्षणाला वाढत होता व त्यातच त्याला एक विपरीत समाधान मिळत होते. असे फिरता फिरता त्याला खांबाला टेकलेली जनी दिसली.

जयराम एकदम थांबला व लांबूनच तिच्याकडे पाहू लागला..

आकाशात चकरा मारणाऱ्या पाळण्यांकडे ती टक लावून पाहत होती आणि त्या पाळण्याबरोबर तिची दृष्टी खाली-वर होत होती. तिचे डोळे मोठमोठ झाले होते. तोंड किंचित उघडे होते. चेहऱ्यावरचा आनंद इतका उघड दिसत होता, की वाटत होते कोणत्याही क्षणी ती टाळया पिटून आनंदाने नाचायला लागेल. त्याच्याकडे कोणी पाहत नव्हते व त्याला कोणी ओळखतही नव्हते. मघासारखी त्याची नजर आता तिच्यावरून घसरत नव्हती. तो तिच्याकडे अगदी एकटक नजरेने पाहत निश्चल उभा राहिला.

पाळणा फिरायचा थांबला व जनी स्वतःशीच खुदखुदून हसली.

जयरामच्या सर्व शरीरावरून एक काटा सरसरत गेला.

त्याला क्षणभर वाटले... ही अर्धवट, अडाणी, येताजाता हसणारी, जत्रेतल्या पाळण्याकडे पाहून हसणारी-नाचणारी जनी म्हणजे या मूर्ख गावकऱ्यांचे प्रतीकच आहे. आणि ही अशी... अशी जनी...

रागाचा डोंब उसळलाच होता; त्यात वासनेचे इंधन पडले.

एक क्षणभर त्याच्या शरीराचा कंप अनावर झाला. डोळे घट्ट मिटून त्याने चेहऱ्यावरून दोनतीनदा हात फिरवला.

आणि मग तो पुढे निघाला.

“जने!” तिच्याजवळ येऊन त्याने हाक मारली. त्याचा आवाज कठोर झाला होता. जनी दचकली व वळली. त्याला पाहताच तिच्या चेहऱ्यावर हसू आले.

“काय रे जया?” तिच्या आवाजाने त्याला पुन्हा एकदा धक्का बसला.

“चल माझ्याबरोबर.” तो करड्या आवाजात म्हणाला, काही न बोलता ती निमूटपणे त्याच्याबरोबर जायला निघाली. कोठे जावे हे त्यालाही कळले नव्हते. त्याच्या सर्व क्रियाच असंदर्भ होत्या. पण गर्दीतून पाय नेतील तिकडे तो भटकत होंता व त्याच्याबरोबर जनीही बिनतक्रार चालली होती. ‘कोठे नेतोस?’, ‘काय काम आहे?’ हा किंवा असा एकही प्रश्न तिने विचारला नाही. तिची ही लाचारी, हा दीनपणा पाहून त्याचा संताप आणखीच वाढत होता.

देवीच्या देवळाला वळसा घालून ते मागच्या बाजूस आले. येथपर्यंत दिव्यांचा प्रकाश पोचत होता; पण गलका मात्र खूपच कमी झाला होता. एका खडकावरची जागा हाताने साफ करून जयराम तेथे बसला. जनी त्याच्यासमोर उभी राहिली.

“बस खाली!” तो गुरगुरला व ती निमूटपणे त्याच्या शेजारी बसली. मान वळवून ठेवलेल्या एखाद्या पुतळ्यासारखी ती निश्चल बसली होती.

“जने!” तो एकदम खेकसला. त्याच्या आवाजाने ती केवढ्यांदा तरी दचकली. त्याचे पांढरे शुभ्र दात अर्धप्रकाशात एकदम चमकले.

“तू दिवसभर काय करतेस गं?”

“मी? काय करणार? पाळण्याकडे पाहते, गाणे ऐकते.”

“इथं नाही गं, घरी काय करतेस?”

“मामाच्या दुकानात बसते.”

जत्रेत कोठेतरी मोठा लाऊडस्पीकर लावला होता. त्यावरची एक उंच लकेर त्यांच्यापर्यंत येऊन पोहोचली.

“तुला गाणं येतं का गं?”

“हो? येतं की!”

“मग म्हण!”

तिचा मेंदू एखाद्या यंत्रासारखा होता. तिने विचार करण्यातही वेळ घालवला नाही. बटण दाबताच यंत्र सुरू व्हावे तसे ती लागलीच म्हणू लागली,

आंबेवनात जाऊया दूर,
चल, रानात सजणा...

तिला हे गाणे एकदम कसे आठवले ते त्याला समजले नाही. तिचा आवाज गोड होता, वरच्या दर्जाचा होता, ऐकलेल्या सर्व बारीकसारीक ताना अगदी सहीसही गिरवीत होती; पण ती केवळ एक यांत्रिक नक्कल होती.

"पुरे!" त्याच्या तोंडून शब्द निघताच ती गप्प बसली. राग त्याच्या मस्तकात थैमान घालीत होता. समोरचा देखावा विरघळत होता. परत उभा राहत होता. हे गाव... हे आयुष्य... ही जनी... वेडपट...!

चल रानात सजणा-काय? चल रानात सजणा...

वादळातल्या लाटेसारखे ते शब्द परत परत त्याच्या मनावर धडका देत होते. जयराम एकदम उठला व जवळजवळ ओरडलाच.

"चल माझ्याबरोबर."

आताही ती त्याच्या बरोबर उठली...

तो देवळाच्या मागच्या बाजूस निघाला...

मागे जंगल होते, अंधार होता, शुकशुकाट होता...

तिचा हात धरून जयराम तिला अंधारातून, खाचखळग्यातून खेचत नेत होता; पण अजूनही ती काही तक्रार करत नव्हती. निरंकुश सत्ता नेहमीच वाईट असते.

दाट झाडीतले ते तळे एकदम त्याच्यासमोर आले. वारा पडला होता; आकाशात अस्पष्ट चंद्रकोर तरंगत होती. पाणी एखाद्या काळ्या काचेसारखे समोर पसरले होते. काळा डोह, काळी रात्र, काळी वासना...

वासनेने सारे शरीर धगधगत आहे, असे त्याला वाटत होते. सारे रक्तच उकळत आहे, डोळ्यांतून वाफा निघत आहेत असे वाटत होते. एक हिसका देऊन त्याने जनीला खाली गवतावर पाडले.

"हे असें काय रे जया?" ती आपल्या गोड आवाजात म्हणाली. तो बोलण्याच्या अवस्थेतच नव्हता. त्याने तिला एक चपराक लावून दिली. "चूप!" तो घशातल्या घशात पुटपुटला.

अजाण जनीला कशाची कल्पनाही नव्हती. तिच्या शरीराची होणारी विंटबना... तिला त्याचा अर्थही कळाला नाही. त्यातली वेदना मात्र तिला जाणवत होती. त्या वेदनेने मात्र तिच्या तोंडून अगदी आर्त असा विव्हळण्याचा आवाज निघाला व त्या आवाजाबद्दल तिला आणखी एक जोराची चपराक बसली.

वासनेच्या गर्तेत त्याचा पशू झाला होता. काळया रात्रीवरही डाग पडावा इतकी ती अघोरी होती, दुष्ट होती, किळसवाणी होती.

ती रात्र पाहून नवजात चंद्रकोरही ढगाआड गेली.

जयराम जेव्हा दूर झाला तेव्हा जनी स्वतःशी रडत होती, हळू आवाजात.

"चल ऊठ!" तो ओरडला, पण त्या आवाजाला आता धार नव्हती.

ती जागची हलली नाही. तिचे अस्ताव्यस्त पडलेले कपडे त्याने तिच्या अंगावर फेकले व परत तो जरा जोराने ओरडला,

"चल ऊठ! कपडे घाल! चल..."

"मी मामाला सांगणार आहे, की-की जयानं-जयानं-"

"खबरदार कोणाजवळ एक शब्द बोललीस तर!" तो दरडावून बोलला; पण आता भीती जन्माला आली होती.

"तू ऐकलंस का जने?" तिला गदगदा हलवत तो ओरडला, "याद राख, कोणाजवळ एक शब्द बोललीस तर! याद राख!"

पण क्षणाक्षणाला त्याची भीती वाढत होती. कारण, त्याला तिचा भरवसा वाटत नव्हता. कृती आणि परिणाम यांची सांगड घालायला तिचे मन असमर्थ होते हे त्याने ओळखले.

जनी बोलत नव्हती. एखाद्या दुखावलेल्या जनावरासारखी स्वतःशीच विव्हळत होती. त्याने तिला कसेबसे उठवले व बसते केले. त्याचा हात तिने रागाने झिडकारून टाकला. तिला कोणत्या उपायाने गप्प करावे ते त्याला सुचेना.

दंडाला धरून त्याने तिला उभी केली.

"चल, घाल कपडे! आवाज बंद कर!" तो ओरडत होता-

"मी मामाला सांगणार आहे." ती पुन्हा पुटपुटली

पुन्हा एकदा त्याचा राग अनावर झाला.

"तुला गप्प म्हणतो ना? कोणाजवळ बोलायचं नाही म्हणतो ना!" शब्दा-शब्दागणिक तिच्यावर प्रहार करीत तो ओरडत होता.

तिने त्याच्याकडे पाहिले. ती पुरी घाबरली होती. भयाने तिचे डोळे विस्फारलेले होते. एक क्षणभरच त्यांच्यावर प्रकाशाची एक तिरीप पडली व ते चमकून उठले व दुसऱ्याच क्षणी तिने एक अगदी अनपेक्षित गोष्ट केली. अर्धवट घातलेले कपडे तिने पोटाशी गोळा केले व त्याच्यापासुन ती एकदम, दूर पळून गेली.

एक सेकंदभर स्तिमित होऊन जयराम पाहतच राहिला. आणि मग एकाएकी त्याच्या ध्यानात आले की, ही जनी जर अर्धनग्न अवस्थेत जत्रेत जाऊन पोहोचली व तिथे तिने आपल्या नावाचा ओरडा केला की संपलंच!

"जने! थांब!" एक मोठी आरोळी देऊन तो तिच्या पाठलागावर धावला. त्याच्या आवाजासरशी तिने एकदा मागे वळून पाहिले व तो मागोमाग येत आहे असे पाहताच ती आणखीच जोराने पळू लागली.

वाटेत झुडपे होती व तिचे कपडेही सारखे पायात येत होते. तिची गती अगदीच संथ होती. जयराम झपाट्याने अंतर कापू लागला.

आधीच अर्धवट आणि आता भयभीत झालेल्या तिच्या मनात काय काय विचार आले असतील, हे कळणे अशक्य आहे. रानात जाता येत नाही हे पाहताच ती तलावाच्या बाजूला वळली. त्याची आरोळी ऐकताच ती आणखीच वेगाने तिकडे वळली आणि पाण्यात पडली.

जयराम तेथपर्यंत आला व धापा टाकत काठावर उभा राहिला. ती जेथे खाली गेली त्या जागेवरुन लाटांची वर्तुळे निघत होती. त्याच्या डोळयादेखत दोन-तीन मोठे बुडबुडे पृष्ठाभागावर आले. तिल तो सहज बाहेर काढू शकला असता, वाचवू शकला असता.

पण पुढे टाकलेला पाय अर्ध्यावरच थांबला.

सुटकेची वाट त्याच्यासमोर मोकळी झाली होती.

तो काठावरच थांबला. शंकाकुशंकात त्याने मोलाचे क्षण घालवले.

एकीकडे मोहाची दरी उलगडत होती... तिला वाचवून काय उपयोग?

विनाकारण गळयात लफडे अडकायचे! सारी बेअब्रू व्हायची! जाऊ द्या!

खऱ्या अर्थाने तो निर्मात्यासमोर उभा होता, आत्म्याची प्रखर परीक्षा होत होती.

आणि तो काठावरच थांबला, रत्नमोलाचा वेळ ओघळून गेला. पापाच्या क्षालनाची सुवर्णसंधी त्याने घालवली.

खालच्या मानेने तो परत फिरला.

त्याचा अधःपात या क्षणी पूर्ण झाला.

धीम्या पावलांनी तो गर्दीत येऊन मिसळला. रागाचे निखारे केव्हाच कोळपले होते, त्यांची राख झाली होती. त्याची रग पार जिरली होती. जत्रेतल्या लोकांच्या

डोळ्यांना-डोळा भिडवणे त्याला आता कठीण जात होते. प्रत्येकांची नजर आपल्यावर आरोप करीत आहे, असा त्याला भास होत होता.

त्याने घरचा रस्ता धरला. रस्त्यावर वर्दळ खूप होती. पण त्याचे कशाकडे लक्ष नव्हते. आपल्या शंकेखोर मनाचे समाधान करण्याची तो धडपड करीत होता. "नाहीतरी पुढे तिचे काय होते? तिला कोणीतरी फसवलेच असते! त्यापेक्षा ती सर्व कटकटीतून सुटली हेच बरे नाही का?"

तो मळ्यावर आला. सगळीकडे शुभशुकाट झाला होता.

बाहेरच्या ओसरीवर बाज होती; तेथेच त्याची गादी पसरलेली होती.

थकून त्याने गादीवर अंग टाकले व डोळे मिटले.

पण झोप दूर ती दूरच राहिली.

रात्रभर तो अस्वस्थ होता, तळमळत होता.

सकाळी आबांच्या नजरेतून त्याचा ओढलेला चेहरा व लाल झालेले डोळे सुटले नाहीत. त्याबद्दल त्यांनी त्याला छेडलेही; पण काहीतरी उडवाउडवीची उत्तरे देऊन तो त्यांच्यासमोरून सटकला.

जेवता जेवता काशी म्हणाली,

"आबा, अंतुल्याची जनी कालपासून घरी आलीच नाही."

जयरामच्या हातातला घास एकदम खाली पडला.

"घरी आली नाही? आणि गेली होती कुठे?" आबांनी विचारले.

"काल जत्रेत तर दिसली होती, नाही का रे जया?"

एक आवंढा गिळून जयरामने नुसती मान हलवली.

"तिच्या मामानं सुटकेचा निःश्वास सोडला असेल."

"आबाऽ!"

"अगं, नाहीतर काय! सगळ्या गावात बोंब मारत फिरत होता की, इतके दिवस नुसती खायला काळ नि भुईला भार आहे म्हणून."

"आबा, पण तो शोध करील की!"

"तिचा मामा? गणप्या? नाव सोड! तो म्हणणार गेली असेल कुणाचा तरी हात धरून! त्याला काय? रक्ताचं नातं थोडंच आहे?"

"आबा, ती खरंच किती सरळ होती! देव तरी कसा आहे!"

"पोरी, देवाला कशाला दोष देतेस! तिच्या दैवालाच दे दोष? तिचं नशीबच खडतर! तान्हेपणी आई गेली. बापही गेला. डोकं जरा कमी होतं, पण बिचारी नेहमी हसत असायची. नशीब बिचारीचं! कोठे आहे कोणास ठाऊक!"

जयराम अर्ध्या पानावरून उठून अंगणात गेला-

'माझी काय चूक? माझी काय चूक? तिची तीच पाण्यात गेली...' तो स्वतःची समजूत घालायचा प्रयत्न करीत होता.

त्याचा सारा दिवस असा अस्वस्थच गेला. हातातल्या कामाकडे लक्ष लागत नव्हते; कोणी बोलायला आले तर त्याला चार शब्द सरळ बोलता येत नव्हते. कोणाच्या नजरेला नजर भिडवणेही त्याला कठीण जात होते.

दिवस मावळला. हिरवी संध्याकाळ झाकळून आली. सूर्यास्ताबरोबरच त्यांची जेवणे आटोपली व जयराम बाहेर येऊन खाटल्यावर बसला. दिवसभर आबांनी त्याची चुळबूळ पाहिली होती. आता तेही त्याच्याशेजारी येऊन बसले.

"जया, तुला आज बरं नाही का? काही होतंय का?"

"काही नाही आबा. मला काही होत नाही."

"मग दिवस भर असा घुसमटल्यासारखा का करतो आहेस?"

"कुठे काय? कुठे काय?" तो गडबडून म्हणाला.

"जया, काही होत असलं तर मोकळेपणानं बोलावं. मदतीला आम्ही आहोत. पण आम्हाला तुझं दुःख कळलं पाहिजे ना?"

"आबा, मला खरंच काही होत नाही." तो निराश होऊन म्हणाला; त्याला काय होत होते ते त्याचे त्यालाच कळत नव्हते; तो दुसऱ्याला काय सांगणार?

ढगांच्या सोनेरी कडा शेवटी काळ्या रंगात विरघळल्या; रात्रीची छाया जगावर पसरली. माणसांचे जग विसावले.

आणि जयरामही खाट्यावर पडला.

झोप योजने दूर होती. तारवटलेले डोळे छतावर खिळले होते.

काळी रात्र पसरली होती. या अथांग काळ्या अवकाशात पृथ्वी तरंगत होती. या काळ्या अवकाशाची एक तिरीप त्याच्या मनाला येऊन भिडली होती. त्याचा सारा जीव एका अनिर्वाच्य स्पर्शानं थरारून गेला होता.

कोठेतरी तासाचे ठोके पडत होते; पण त्याला स्थळाचे भान नव्हते. काळाचे भान नव्हते.

एकाच आठवणीभोवती त्याचे मन चकरा मारीत होते...

काल रात्री याच वेळी, याच वेळी...

त्याच्या अलिप्ततेचे कवच फोडून एक आवाज आत पोहोचला...

वस्तीवरची सगळी कुत्री एकदम भुंकायला लागली होती...

आधीच बावरलेल्या त्याच्या मनाला या अनपेक्षित आवाजाने आणखीच धक्का बसला. तो ताड्दिशी उठून बसला. लांबवरच्या कुत्र्यांच्या भुंकण्याचा सूर आता मळ्यावरच्या कुत्र्यांनीही धरला होता...

एकाएकी भुंकायला त्यांना काय झाले होते?

आणि मग त्याला वाटले, की या कुत्र्यांचा भुंकण्यातूनही त्याला एक अस्पष्ट आवाज ऐकू येत आहे. आधी आवाज अगदी अस्पष्ट होता, आवाजाची नुसती शंकाच होती. तरी त्या आवाजात एक वेगळाच तीक्ष्णपणा होता, एक वेगळीच धार होती.

पण क्षणाक्षणाने तो आवाज जवळजवळ येऊ लागला. तो विलक्षण गोड आवाज एक गाणे म्हणत होता आणि त्या गाण्याची ओळख पटताच त्याच्या जिवाची विलक्षण घालमेल झाली. एक क्षणभर हृदयाचे ठोके थांबले व मग काळीज दुप्पट वेगाने धडधडायला लागले.

हेच गाणे, याच आवाजात त्याने चोवीस तासांपूर्वीच ऐकले होते.

आंबेवनात जाऊया दूर
चल रानात सजणा...

पण आता? आता कसे? त्याने स्वतःच्या डोळ्यांनी पाहिले होते, की...की... आवाज सारखा जवळ येत होता. एकेक सूर शरीरातील नसन नस कापीत जात होता. हुडहुडी भरल्यासारखे त्याचे शरीर थडथड उडत होते. नजर समोर ठरत नव्हती. भोवळ आल्यासारखी गरगरत होती.

आवाज आणखी जवळ आला. बंगल्याच्या कुंपणाबाहेर काहीतरी काळे पांढरे हलत गेल्यासारखे त्याला वाटले. सर्व शरीरावरचे केस न् केस एका अनिर्वाच्य भीतीने ताठ उभे राहिले.

त्याची निष्क्रियता संपली. खाटल्यावरून खाली उडी मारून तो धावत धावत घराच्या दारापाशी गेला, दारावर धक्के मारू लागला.

"आबाऽ! आबाऽ! दार उघडा! आबाऽ! काशेऽ!"

आवाज घशात अडकत होता. शब्दही नीट उच्चारता येत नव्हते. आणि मागे तो आवाज आणखी जवळ येत होता. दारावर आणखी जोराने बुक्क्या मारीत तो घोगऱ्या आवाजात ओरडला.

"आबाऽ! काशेऽ! दार उघडा! आबाऽऽ!"

आतून आबांनी दार उघडले, जयराम कसाबसा आत शिरला व दार पाठीमागे लावून घेत दाराला पाठ लावून धापा टाकीत उभा राहिला. त्याच्या पांढऱ्या फटक, घामाने डबडबलेल्या चेहऱ्याकडे आबा आश्चर्याने पाहत होते.

"जया! जया! शुद्धीवर आलास का? काय झाल रे?"

पण जयरामचे त्यांच्या बोलण्याकडे लक्ष नव्हते. त्याचे लक्ष बाहेरच्या त्या आवाजावर होते. वस्तीवरची कुत्री आता शांत झाली होती. दूरची कुठलीतरी मात्र जोरात भुंकत होती. त्या भुंकण्याच्या आवाजातून एक बारीक गुणगुण ऐकू येत होती; पण आता शब्द ओळखू येत नव्हते.

एक खूप मोठा निःश्वास त्याचे शरीर हादरवीत बाहेर पडला.

"जया, तुझं लक्ष आहे तरी कुठं? जागा तरी आहेस का?

या शब्दांनी त्याला धीर आला. मघाशी पाहिले ते स्वप्न तर नसेल?

"आबा, मी आतच झोपतो, बाहेर मला झोप येत नाही."

ते काही बोलायच्या आत तो वर आपल्या खोलीकडे गेलासुद्धा.

आपल्याला एखादे वाईट स्वप्नच पडले असले पाहिजे, अशी तो आपल्या मनाची समजूत काढू पाहत होता; पण त्याच्या मनाची खात्री पटत नव्हती. आलेला अनुभव व त्या अनुभवाचा मागे राहिलेला वारसा इतका जहरी होता, इतका विदारक होता, की नुसत्या आठवणीनेही काळजाचे पाणी पाणी होत होते.

त्याच्या मनाला पटो वा न पटो, तो दुसऱ्या दिवशी संध्याकाळच्या आत घरी परत आला. विचारांच्याही खालच्या पातळीवर त्याला मनोमन पटले होते की, काळोख त्याचा शत्रू होता, अंधारी रात्र त्याची वैरीण होती.

त्याच्या वागण्यातला फरक आबांच्या लक्षात आला असेल कदाचित; पण ते काही बोलले नाहीत. त्यांना ती एखादी इष्टापत्तीच वाटली असेल.

जेवणे उरकली. इतक्या दिवसांचा रिवाज असा होता की, घरातले सगळे आटोपल्यानंतर सर्वजण सोफ्यावर जमायचे. दिवसभर जो तो आपल्या कामात दंग राहायचा. सुखदुःखाच्या चार गोष्टी करायला एवढीच काय ती निवांत वेळ मिळत असे.

आबांनी हाक मारल्यावर जयरामला बाहेर येऊन त्यांच्यात बसावेच लागले. आत्ताच्या वेळी त्याला गप्पासप्पा नको होत्या. स्वतःची वेदना उराशी घेऊन निपचित पडून राहायचे होते.

"आबा! जनीचा काही तपास लागला का हो?" काशी म्हणाली, "आताच तुम्ही गावातून जाऊन आलात, काही आलं का कानावर?"

"नाही गं पोरी! मी म्हटलं ना, तिचा कसचा ठावठिकाणा लागतो! मामानं तर तिला वाऱ्यावरच सोडलं होतं, गेली कुठे तरी पालापाचोळ्यासारखी."

"यांना तिची एवढी काय काळजी आहे?" जयराम स्वतःशीच चडफडत म्हणाला.

"आणि काल रात्री कुत्र्यांच्या अंगात आलं होतं जणू!"आबांची थोरली बहीण म्हणाली, "ओरडून रान डोक्यावर घेतलं होतं मेल्यांनी. तू ऐकलंस का रे जया? तू तर बाहेर होतास?"

"जया!" आबा हसत म्हणाले, "तो तर रात्रीच घरात आला. कुत्र्यांच्या ओरडण्यानंच असेल-आलं असेल एखादं जनावर बिनावर काहीतरी रानातनं."

शब्दाशब्दाला जयरामच्या अंगावर काटा उभा राहत होता. एकेक क्षण तेथे बसणे त्याला असह्य होत होते; पण एकदम उठून गेलो तर अगदीच डोळ्यांवर येईल, म्हणून तो तसाच हातापायांची जुडी करून बसला होता.

"अगं, इथंच काय! गावातही कुत्र्यांनी गोंधळ घातला होता." आबा म्हणाले. "दोन-चार दांडगट पोरं काठ्या घेऊन बाहेरही आली होती."

"आणि मग?" ते गप्प बसलेले पाहून काशीने खोदून विचारले.

जयरामची छाती पुन्हा धडधडायला लागली होती. हाताच्या मुठी गच्च आवळून, त्याने स्वतःला कसेतरी ताब्यात ठेवले होते.

"काशे! गप! तुझी पोर जागी आहे. रात्रीबित्रीची उठायची."

"तुम्ही तरी कसं करता आबा! सांगा ना!"

"सांगू? मला खरं वाटत नाही हं. पोरं म्हणतात की, त्यांना जनी दिसली."

"जनी! रात्रीची? पण त्यात भिण्यासारखं एवढं काय आहे?"

"काशे, पोरं म्हणतात की, ती खरी जनी नव्हती, जनीचं भूत होतं."

"बाई गं!" श्वास एकदम आत घेत ती म्हणाली.

"मी सांगितलं ना! पोरंच ती, चेष्टा करायचीच! गावात सगळ्यांच्या तोंडी जनीचाच विषय आहे. तेवढं त्यांना पुरलं झालं!"

"पण असली कसली बाई अघोरी चेष्टा!"

"ते तर आणखी तिखटमीठ लावून सांगतात. म्हणतात की, तिची पावलं आत वळलेली होती आणि..."

जयराम पुढचे ऐकायला थांबलाच नाही. हींव भरून आल्यासारखी त्याला हुडहुडी भरली होती. ताड्दिशी उठला व वर निघाला; पण त्याचा तोल राहत नव्हता. जिन्याचा आधार घेत तो कसातरी खोलीत पोहोचला व जाड पांघरूण डोक्यावरून ओढून घेऊन डोळे घट्ट मिटून पडला.

अर्धवट गुंगी व अर्धवट झोप अशा अवस्थेतून एखादा झटका बसल्यासारखा तो जागा झाला. बाहेर कुत्र्यांचे कर्कश ओरडणे सुरू होते. हळूहळू त्याने डोक्यावरचे पांघरूण काढले. खोली अंधारात होती. खिडकीच्या चौकोनातून काय चांदण्यांचा प्रकाश येत होता तेवढाच. कुत्र्यांचा आवाज व त्यातूनही ऐकू येणारे ते गाण्याचे सूर.

आज ते आणखीच स्पष्ट ऐकू येत होते. गाणारी व्यक्ती जणू काही बंगल्याबाहेरच होती. त्याला न समजणाऱ्या, आवरता न येणाऱ्या कोणत्यातरी प्रेरणेने तो कॉटवरून उतरला, खिडकीकडे गेला व बाहेर पाहू लागला.

कोठेतरी चंद्र उगवला होता व त्या प्रकाशात रस्त्याची पांढरीशुभ्र पट्टी समोर पसरली होती; पण त्याचे लक्ष एका आणि एकाच गोष्टीवर खिळून राहिले. डोळे त्या वस्तूला जणू जखडले गेले.

रस्त्यावरून कंपाऊंडच्या कडेकडेने काहीतरी हलके हलके पुढे सरकत होते. ते काहीतरी काळे पांढरे होते व त्याच्या सर्व बाजूवर एखाद्या ओल्या पदार्थासारखी चकाकी होती...

तो खिडकीत आल्याची जाणीव त्याला झाली म्हणून ते थांबले, का तेथे थांबलेच असते हे त्याला कळले नाही. जवळ जवळ त्याच्यासमोर थांबले व इतका वेळ अधोमुख असलेला चेहरा व झाला...

दोन डोळे ठिणग्यांसारखे लखकन चमकून उठले.

पुढे काय होणार याची त्याला कल्पना होती; पण तो काही करू शकला नाही. डोळेही मिटू शकला नाही किंवा कानात बोटे घालून तो जहरी आवाजही थोपवू शकला नाही.

तेच ते शब्द! तीच ती लकब! तिरीमिरी येऊन तो मागे कोसळला व त्याच्या मनःपटलावरून चांदण्यातले ते विद्रूप ध्यान, कुत्र्यांचा गलका आणि या सर्वांतूनही घुमत येणारे विषारी गाणे, सारे काही पुसले गेले.

त्याला परत शुद्ध आली तेव्हा सर्वत्र सामसूम होती.

एखाद्या रोग्यासारखा तो धडपडत कॉटच्या आधाराला गेला.

सकाळी उठून तो आरशासमोर उभा राहिला तेव्हा त्याला दिसले की, तो खरोखरच एखाद्या आजाऱ्यासारखा दिसत होता. डोळे लालभडक झाले होते व खोल गेले होते. चेहरा फिकट पिवळा पडला होता आणि ओढल्यासारखा दिसत होता. नजर एका ठिकाणी स्थिर होत नव्हती. हातापायांतही जोर नसल्यासारखे वाटत होते.

असे हे फार दिवस चालणे शक्य नाही ही त्याची खात्री पटली. जिवाला लागलेला हा घोर जर दूर झाला नाही, तर त्याला जगणेही कठीण होणार होते. या प्रकाराचा काय तो सोक्षमोक्ष व्हायलाच हवा होता.

गरम गरम चहा घेऊन, खूप गरम पाण्याने स्नान केल्यावर जराशी हुशारी आली त्याला काय करावयाचे हे त्याने ठरवले होते. प्रत्यक्ष त्या जागी जाऊन स्वतःची खात्री करून घेण्याचा त्याचा विचार होता. रात्री तेथे धोका असेल कदाचित, पण दिवसाउजेडी जायला काय हरकत आहे? मनाचा शाबूत असलेला एक कोपरा विचारीत होता.

दहाच्या सुमारास तो घरून निघाला.

देवीच्या देवळापर्यंत येईतो बारा वाजले. त्या दिवशी गजबजलेला माळ आता उजाड आणि ओसाड झाला होता. हजारोंच्या वर्दळीने तुडवली गेलेली लाल सपाट जमीन व केरकचऱ्याचा खच एवढेच काय ते मागे राहिले होते.

देवळाला वळसा घालून तो मागच्या रानात शिरला. झाडावर कडक ऊन पडले होते, पण खाली केवळ गर्द हिरवा प्रकाश झिरपत होता. येथे गारवा होता, शांतता होती, निश्चलता होती.

खोल पाण्याच्या तळाशी असेच असेल, अंगावर शहारा आणणारा विचार त्याच्या मनात आला.

पायांखाली रान तुडवीत तो तलावाच्या काठावर येऊन पोहोचला.

येथेच ती खाली गेली, तो मनाशी म्हणत समोर पाहू लागला.

सूर्य डोक्यावर आला होता आणि वारा पडला होता.

तलावाची अभंग काळी काच समोर पसरली होती. त्यावर एक लहानसुद्धा तरंग उठत नव्हता. इतका शांतता त्याने यापूर्वी कधीही अनुभवली नव्हती. साऱ्या सृष्टीने जणू आपला श्वास रोखून धरला होता. पण ही शांतता समाधान देणारी नव्हती. जीवाला विलक्षण अस्वस्थ करणारी होती. हवेत एक उत्कट अपेक्षा भरून राहिल्यासारखे वाटत होते.

तो आणखी पुढे सरकला व पाण्यात पाहू लागला.

सूर्याचे ऊन खूप खोलपर्यंत पोहोचत होते. त्याला वाटले की, आपली दृष्टीही खूप खोलपर्यंत आहे.

आणि तेथे, तळाशी त्याला काहीतरी दिसले. अस्पष्ट असे काहीतरी; पण आता पाणी हलू लागले होते व ती प्रतिमा तडकली होती.

वारा अजिबात नव्हता आणि तरी पाणी हलत होते. मग त्याला दिसले की, ही हालचाल आतून, पाण्यातून, खालून होत आहे. ज्या ठिकाणी त्याला आत काहीतरी दिसले होते, तेथूनच लाटांची वर्तुळे पसरत जात होती.

पाण्याखाली गेलेल्या सूर्यप्रकाशातून काहीतरी वर येत होते.

आपल्याला येथे धोका आहे, येथे थांबता कामा नये, हे त्याला कळत होते, पण त्याचे अवयव त्याची आज्ञा मानायला तयार नव्हते. समोरच्या भयंकर दृश्यावर त्याचे डोळे त्याच्या इच्छेविरुद्ध खिळून राहिले होते.

आणि सरतेशेवटी त्याला जनीच्या चेहऱ्याची ओळख पटली. पाण्यात पाहिल्याने तो विकृत व पसरट दिसत होता. मधूनमधून तिचे केस त्यावरून एखाद्या काळ्या पडद्यासारखे जात होते. पण त्या चेहऱ्यातले डोळे उघडे होते व ते त्याच्यावर खिळलेले होते.

तिचे मस्तक पाण्यावर आले व त्याच क्षणी आसपासचे सारे रान डिवचल्या गेलेल्या एखाद्या आग्या मोहोळासारखे रागाचा गुंजारव करून उठले. त्या विलक्षण आवाजातही त्याला त्या गाण्याचे सूर ओळखू आले.

घाबरुन तो मागे वळला. पण क्षणापूर्वी पाण्यात दिसलेली जनी आता रानातून त्याच्याकडे येत होती. डोळ्यात चमक व ओठांवर त्या ओळी...

जनी आपल्या प्रियकरासाठी आली होती. एकक अर्धवट किंचाळी त्याच्या तोंडून निघाली व तो मागे सरकला; पण मागे सरायला जागा नव्हती. चारी बाजूंनी त्याच्याभोवती गार पाणी आले व आणखी काहीतरी. धडपड करायलासुद्धा जागा नव्हती. हातपाय कसल्यातरी लांबच लांब कपड्यात गुंतून पडले होते. नाकातोंडावर लांब लांब केस येत होते. कानात शेवटपर्यंत ते गाणे घुमत होते. आणि शरीराभोवती चारी बाजूंनी काहीतरी...

सात-आठ दिवसांच्या अविश्रांत शोधानंतर तलावात जयराम व जनी या दोघांचे देह सापडले. जनीचे हात त्याच्याभोवती होते व ते दूर करायला लोकांना अतिशय परिश्रम पडले.

१२. बशीभर दूध

मी प्रथमपासूनच या सर्व प्रकाराविरुद्ध होतो. अशा गोष्टीवर माझा संपूर्ण अविश्वास होता अशातली गोष्ट नाही; पण माझी भावना आजकाल सर्वांची देवासंबंधी असते त्या प्रकारची होती. 'असेलही बुवा खरे, कोणी सांगावे?' अशातली, आले ना ध्यानात?

महादेववर अन्याय झाला होता ही गोष्ट निर्विवाद होती; पण त्याचा बदलात घेण्याचे इतर आणखी काही सोपे उपाय नव्हते का? एखाद्या डासाला चिरडण्यासाठी लोहारी घण आणावा अशातलाच प्रकार झाला आणि थोडे असंबद्धपणे बोलायचे म्हणजे बिरबलाच्या माकडाच्या गोष्टीतल्याप्रमाणे गत झाली. आठवते ना ते माकड? माशीला तलवारीने मारायला गेले... आणि...!

महादेव स्वभावाने जरा तुसडा आणि अभिमानी, पण व्यवहारज्ञान बेताचेच. आजीकडून त्याला पैसे मिळाले तेव्हा त्या सरदारजीच्या नादी लागू नकोस असे मी त्याला परोपरीने बजावले; पण त्याचे सारे पैसे हातोहात गडप झाल्यानंतर मग त्याला शहाणपणा सुचला. कोर्टात कोणत्यातरी प्रोसीजरच्या बाबींवर त्याची केस फेटाळली गेली. खर्चापरी खर्चही झाला आणि तो कफल्लक झाला. तरीसुद्धा त्याने ती गोष्ट मनाला वाजवीपेक्षा जास्त लावून घेतली. माझ्या म्हणण्याचा अर्थ असा नाही की, अशा अपघातानंतरही त्याने निर्विकार किंवा समाधानी राहावयास हवे होते; पण त्याच्या मनावर जो परिणाम झाला तो अनिष्ट होता.

जैनीबाबांचे नाव त्याला कोणी आणि केव्हा सांगितले, याची मला काहीच माहिती नाही. मी स्वतः तर कधीच ऐकले नव्हते. मागच्या आठवड्यात पांढराफटक चेहरा करून धापा टाकीत महादेव माझ्याकडे आला, तेव्हा मला सारी हकीकत त्याच्याकडून प्रथम ऐकावयास मिळाली.

मी त्यावेळी एकटाच घरी असे व जेवण वगैरे बाहेर घेत असे. संध्याकाळी परत येऊन मी जरा आरामात पानाचा डबा वगैरे उघडण्याच्या तयारीत होतो, तोच ही स्वारी दारात येऊन धडकली. स्पष्ट शब्दात सांगायचे म्हणजे तो मुळीच भानावर नव्हता. काही इकडचे तिकडचे बोलून त्याला बसवून तर घेतले; पण त्याचे लक्ष काही ठिकाणावर नव्हते. तो सारखा कपाळावरचा घाम पुशीत होता. जराशाने तो आपणहूनच म्हणाला,

"अप्पा, भलत्याच भानगडीत सापडलोय मी. भलतेच काहीतरी करून बसलो आहे अन् सारे अंगाशी आले आहे. तो साला जैनीबाबाही मला आता ऐकत नाही. तुम्हीच सांगा आता काय करू ते."

मग हळूहळू सारी हकीकत बाहेर आली. सरदारजींनी जी फसगत केली, त्यामुळे याचे डोके भडकले होते. मनात विचार यायचे, ते सारखे हेच की, माझे पैसे मारले तर मारले, त्याला ते निदान उपभोगू तरी द्यायचे नाहीत; पण हे साधावयाचे कसे? कारण कायदेशीर मार्ग तर काहीच उरला नव्हता. त्याच्याशी मारामारी करण्याचा प्रश्नच नव्हता, मग इतर काहीतरी?

इच्छा असली की, मार्ग सुचतो म्हणतात; आणि जशी इच्छा तसा मार्ग. कोठून तरी जैनीबाबांचे नाव स्वारीच्या कानावर आले. बाबा म्हणे मंत्र टाकतात, आलेले उतरवितात, चेटूक-टोणा दूर करतात, इत्यादी इत्यादी. तर मग ज्याला सुलटी करता येते त्याला उलटी करता येत असलीच पाहिजे. बस्! एवढेच कमी होते. महादेवरावांनी जैनीबाबांची गाठ घेतली. प्रथम वाटली तेवढी ती सोपी गोष्ट नव्हती. कारण त्यात बाबांनाही धोका होता; पण प्रत्येकाची काही ना काहीतरी किंमत असतेच-आर्थिक-शारीरिक-एकदा ती पुरी झाली की मग झाले काम.

"पण तरीसुद्धा त्यात कितीतरी अडचणी आल्या" महादेव म्हणाला, "मी बाबांना पहिल्यापासूनच बजावत होतो की, असे जोरदार काम झाले पाहिजे की, त्यातून सुटका नाही. त्याचा बंदोबस्त होता कामा नये आणि त्यांनीही अशी काही काढली की वारे वा! बंदोबस्त नाही! हाः हाः! बंदोबस्त नाही!"

त्याच्या बोलण्यातला आणि हसण्यातला भेसूरपणा मला पाहवेना. मी जरा खडसावून बोलल्यावर तो परत भानावर आला.

"अप्पा, तुम्हाला कल्पना नाही- मलाही कल्पना नव्हती- या गोष्टी किती भयंकर असतात! काय करावयाचे हे जेव्हा मला बाबांनी प्रथम सांगितले तेव्हा मी तर गारच होऊन गेलो! मला वाटले होते की, हे काय लेकाचे करतात लोक. एखादे दुसरे लिंबू घ्यायचे, थोडा गुलाल आणि सुया! फारच झाले तर मेणाची एखादी बाहुली अन्...! पण मी जेव्हा हे बाबांना सांगितले तेव्हा त्यावर ते खदखदा हसले होते आणि म्हणाले होते, "असल्या पोरकट गोष्टींना मी नाही हात लावीत! तुम्हाला असली माल पाहिजे ना? चला तर मग सांगतो तुम्हाला काय ते!"

पण त्यांनी सांगितलेल्या गोष्टी प्रथम प्रथम त्याला करवेनातच. त्यातल्या काही काही अशा की, ऐकूनच अंगावर शहारा यावा. विशेष म्हणजे सगळे काही स्वतःच्या हातूनच व्हावयास पाहिजे. बाबांनी मंतरलेल्या पाण्याची एक लहान बाटली त्याला दिली (आणि पुढचे मी मुद्दाम शक्य तेवढ्या संक्षिप्तपणे सांगत आहे, कारण मलाही त्यावरचे विचार असह्य होतात). बाबा म्हणाले की, पुरते एक महिन्याचे व्हावयाच्या आतच मरण पावलेले मूल सापडले पाहिजे. त्याला कोठे पुरून ठेवले अहे ते पाहा. अमावास्येच्या रात्री तेथे जा. मध्यरात्रीच्या सुमारास त्याला बाहेर काढ. त्याच्या तोंडावर या बाटलीतले पाणी टाक आणि या पाण्याने त्याने डोळे उघडले की, ही जी दुसरी दुधाची बाटली तयार करून देत आहे, त्यातला एकच थेंब फक्त त्याच्या ओठाला लाव. सारे झटपट झाले पाहिजे हं. कारण त्याचे डोळे जास्तीत जास्त एक मिनिटभर उघडे राहतील. एवढे केलेस की, त्याला परत त्याच्या जागी ठेवून दे आणि ताबडतोब तेथून निघून ये आणि येताना मागे वळून पाहू नकोस."

हे सर्व सांगता सांगता महादेवचा चेहरा घामाने डबडबला होता आणि मीही थक्क होऊन सारे ऐकत राहिलो होतो.

"आणि तू हा सगळा गाढवपणा केलास?"

त्याने केवळ मानेनेच होय म्हणून खुणावले.

"आणि पुढे?"

"आता ही बाटली. ही दुधाची बाटली-जपून ठेव. तुला ज्यावेळी त्या त्या... त्याची गरज पडेल, त्यावेळी थोडेसे दूध बशीत ओत आणि हा दुसरा मंत्र म्हण. जेथे असेल तेथून ते दुधासाठी येईल. तुला त्याच्याकडून काय काम करून

घ्यावयाचे ते त्याला सांग. सांगायचे म्हणजे काय? त्या एक महिन्याच्या मुलाला काय कळणार? अरे, शब्दात सांगावयाची काय जरूर? केवळ मनात विचार आणावयाचे, चित्रे उभी करावयाची. तुला त्या सरदारजीचा बदला घ्यावयाचा आहे ना? मग जाऊ दे की त्याच्या बिछान्यात! रात्री एकदम हाताला गार लागले काहीतरी, की होईल जागा आणि त्याला अगदी चिकटून...! नाहीतर जाऊ दे की त्याच्या पानाजवळ. हातात घास घेतला, की त्याला समोरच ते दिसेल आणि...! नाहीतर..."

"पुरे पुरे महाद्या!" मी गप्प बसणे अशक्य होऊन ओरडलो- "My God! My God! काय गद्धेपणा! मला तरी निदान ऐकवू नकोस!"

"पण एवढ्याने संपले नाही. तुझे काम झाल्यावर ते परत तुझ्याकडे येईल त्यावेळी बशीतले दूध त्याच्यापुढे ठेव आणि तेथून निघून जा. मागे वळून पाहू नकोस. पुन्हा काम पडेल तेव्हा पुन्हा त्याला आणावयाचे. आणि काम नाही पडले तर? नाही तर दर अमावास्येस ते दुधासाठी तुझ्याकडे येईल. म्हणूनच सांगतो दूध जपून ठेव. पुरवून पुरवून वापर."

मी काय बोलणार त्याच्याजवळ? एकच विचार मनात आला, अशा गोष्टी या जगात असतील का? का महादेवचेच डोके फिरले आहे आणि या साऱ्या त्याच्या दूषित मेंदूतीलच कल्पना आहेत? देवा, देवा असेच असू दे! असल्या भयानक गोष्टी खऱ्या नसू देत! माझा महादेव वेडा असू दे! पण हा भयाचा पेला पुरता भरला नव्हता अजून-महादेवची घोगऱ्या आवाजाची चक्की चालूच होती.

"सरदारजी वेडा झाला, अप्पा, दोन दिवसातच... आणि मी त्यावेळी वेड्यासारखा नाचलो! पुढचा विचार केला नव्हता मी... हातात जालीम शक्ती आली होती माझ्या-स्वतः सुरक्षित राहून सरदारजीचा काटा काढायचे काम काय कठीण होते? त्या दिवशी मी..."

"शट अप् मला काहीही ऐकवू नकोस... पुढे सांग..."

"मी बशीतले दूध तसेच ठेवले आणि बाटली बंद करून कपाटात ठेवली व खोलीचे दार बंद करून बाहेर निघून गेलो. मी स्वतःवरच इतका खूश झालो होतो की बस्! एक वेळ प्रयोग झाल्यावर मी सरदारजीच्या घरावरून गेलो. तो मला दाराशीच भेटला. त्याच वेळी त्याच्यावर परिणाम झाला होता. त्याचे डोळे कावरेबावरे झाले होते; पण त्याने तो दिवस तर रेटला. परत दुसऱ्या दिवशी प्रयोग केला... आणि त्या संध्याकाळीच तो अगदी ठार वेडा झाला."

"मलाही त्याची कीव आली- केवळ पैशासाठी आपण ते काय केले? पण मग मी विचार केला; माझ्या अननुभवीपणाचा त्याने नाही का पुरेपूर फायदा घेतला? मी वेडा व्हायला आलो होतो त्याचे काय? मी त्याला दोनचार दिवसातच विसरलो. मधे गावालाही जाऊन आलो- आता इकडेतिकडे उद्योग पाहायला मी मोकळा झालो होतो."

"आणि अप्पा, इकडे ते अमावास्येची वाट पाहत होते. आपण कोठे मास आणि तिथी ध्यानात ठेवतो? मी तर पार विसरून गेलो होतो सारे आणि आता पुन्हा अशा चुका करावयाच्या नाहीत अशा मोठमोठ्या बढाया मारीत होतो."

"अप्पा, काल अमावस्या होती. मला काय माहीत? नेहमीसारखा मी झोपलो आणि रात्री बरोबर बाराच्या ठोक्याला मला जाग आली. माझ्याजवळ, हो, गादीवर, ते-ते होते. मी मोठ्यांदा ओरडून खाली उडी मारली. कपाट उघडण्याची धडपड करू लागलो. कसेतरी कपाट उघडले. आतली बाटली काढली आणि टेबलावर बशीभर दूध ओतले."

"तिकडे कॉटकडे खरोखर पाहायला नको होते, पण माझी नजर तिकडे गेलीच. त्याची थोडीशी हालचाल दिसताच मी झटकन पाठ फिरविली आणि माझ्या हातातली बाटली टेबलावर आपटली, खाली पडली आणि फुटली!

"मी कसातरी खोलीबाहेर आलो आणि भिंतीला पाठ लावून धापा टाकीत उभा राहिलो. जवळजवळ अर्ध्या तासाने मी हळूच खोलीत डोकावून पाहिले, खोली रिकामी होती! हळूच आत आलो आणि मोठा दिवा लावला.

" अप्पा, कॉटवर जिथे ते दिसले होते, तेथे मातीचे डाग पडले होते. आणि बशीच्या काठालाही मातीचे डाग होते. बशी रिकामी होती!"

महादेवने परत एकदा साऱ्या तोंडावरचा, मानेवरचा घाम पुसला.

मी सुन्न होऊन खुर्चीवर बसून राहिलो आणि मग माझे लक्ष खालच्या फुटक्या बाटलीकडे गेले. त्याची एक मोठी काच शिल्लक होती आणि त्यात काही दूध शिल्लक होते. बाकी सारे सतरंजीत जिरून गेले होते. मी अलगद हाताने ती अर्धवट काच उचलली आणि त्यातले दूध दुसऱ्या एका बाटलीत भरून घेतले. अप्पा, ते जेमतेम एक बशीभर होईल. मी फार तर त्याला आणखी एकदा दूर ठेवू शकेन... आणि मग? मग काय?

याच्या या गाढवपणाच्या वागण्याने मी इतका आश्चर्यचकित झालो होतो, की मला खरोखरच काही वेळ काय विचार करावयाचा तेही सुचेना. मग मी त्याला विचारले,

"तू ताबडतोब तुझ्या जैनीबाबाकडे का नाही गेलास?" त्याचा चेहरा रागाने काळवंडला.

"अप्पा, त्याच तर साल्याच्या तपासात होतो दिवसभर. शेवटी आता त्याची गाठ पडली-संध्याकाळी."

"मग? काय म्हणाला?"

"अप्पा, मी सारे त्याला सांगितले, त्यावर तो बदमाश फिदी फिदी हसला. सगळे दूध सांडून गेले ना? काही शिल्लक राहिले नाही ना? मला पुन्हा पुन्हा विचारीत होता. मी नुसती मान हलवीत होतो. मी त्याचे पाय धरून त्याची विनवणी केली की, बाबा हे परत घ्या."

संतापाने आणि अपमानाने महादेवचा चेहरा लाल झाला होता.

"अप्पा, तो बदमाश काय म्हणाला माहीत आहे का? तुझ्या बहिणीला अमावास्येच्या आदल्या रात्री माझ्याकडे पाठवून दे-एकटीच- म्हणजे मी तिच्याजवळ दूध देईन-एका वेळेपुरते."

महादेवने दोन्ही हातात आपले तोंड झाकून घेतले. मलाही ते ऐकून धक्का बसला; पण या हरामखोर लोकांच्या नादी लागावे कशाला? ती काय आपल्यासारखी सरळ नीतीची माणसे थोडीच असणार? पण तरीही...

मी त्याच्या खांद्यावर हात ठेवून म्हणालो,

"महादेव, आपल्याला अजून विचार करायला वेळ आहे. एकदम इतका निराश होऊ नकोस. अजून महिनाभर अवकाश आहे. मी सवड काढून येतो तुझ्याबरोबर त्या जैनीबाबाकडे. माझ्या सांगण्याचा एखादेवेळी उपयोग होईल."

काहीतरी करुन त्याला थोडीशी आशा दाखविण्याचे काम प्रथम करावयास हवे होते. एकदा त्याने मला सारे सांगितल्यावर त्याचेही मन खूप हलके झाले होते. त्याला चहा वगैरे दिल्यावर त्याचे मन जरासे ताळ्यावर आले. त्याला त्या रात्री मी माझ्याकडेच झोपावयास सांगितले. चहा घेतल्यावर तो कपडे बदलण्यासाठी उठला तेव्हा त्याचा हात त्याच्या खिशात गेला आणि एक आश्चर्याचा उद्‌गार काढून त्याने खिशातून एक लहानशी बाटली काढून ती माझ्या हाती दिली. तेच

ते त्याचे मंतरलेले दूध. बाटली हातात घेताना माझ्याही मनात विलक्षण विचार यावयास लागले. त्याने मला आताच सांगितलेले सगळे खरे असेल का? खरोखरच या दुधात अशी विलक्षण शक्ती भरलेली असेल का? पण त्याचा एकूण एक गोष्टीवर पूर्ण विश्वास बसला होता, हे उघड होते.

तो शांतपणे निजल्यावर मी या गोष्टीवर जास्त विचार केला. समजा, त्याने वर्णन केलेल्या साऱ्या गोष्टी त्याला प्रथम दिसल्या; पण त्या खरोखरीच घडल्या, की या जैनीबाबांनी त्याच्यावर काहीतरी नजरबंदीचा प्रयोग करून त्याला तात्पुरते फसविले? सरदारजीला वेड लागले हे खरे होते; पण कदाचित त्यातही या बाबांचा हात असू शकेल. माझा अजूनपर्यंत तरी त्याच्या सगळ्या सांगण्यावर विश्वास बसला नव्हता. मला असे वाटते की, बाबाच बाहेरून या साऱ्या गोष्टी करत आहेत; शेवटी त्याला पेचात पकडण्यासाठी. आणि असे जर खरोखरच असेल, ते दूध, ते मूल सारे जर नाटकीच असेल, तर मग जरा तरी आशा करायला जागा होती. जरी माझ्या मनात सुस्पष्ट विचार येत नव्हते, तरी त्याची दिशा अशी होती.

दुसऱ्या दिवशी संध्याकाळी आम्ही दोघे जैनीबाबांकडे गेलो. अशा प्रकारच्या गोष्टींचा माझा हा पहिलाच प्रसंग होता. मला अगदी चमत्कारिक आणि शरमल्यासारखे वाटत होते, पण नाइलाज होता. जैनीबाबांचा मुक्काम त्यांच्या एका भक्ताकडे होता. त्यांच्या आवारातल्या मागच्या गॅरेजमध्ये त्यांनी आपले ठाण मांडले होते. आम्ही आत पाय टाकला आणि मला तेथला उदबत्ती, धूप यांचा संमिश्र दर्प जाणवला. त्यांच्या आसपासच्या मंडळीत आमच्यासारखे व्यवस्थित, आधुनिक पोशाखातले कोणीच नव्हते. आम्हाला पाहताच बाबांनी खूण केली आणि सारेजण उठून बाहेर निघून गेले. ते स्वतः एका मळकट गादीवर बसले होते. आम्ही त्यांच्यासमोरच एका जुनाट जाजमावर बसलो.

महादेवने माझी त्यांच्याशी ओळख करून दिली. जैनीबाबांच्या तोंडावर हसू उमटले; पण ते त्यांच्या डोळ्यापर्यंत पोहोचले नाही. त्यांच्या तोंडावर राकट दाढी वाढली होती. भुवयांमधे एक शेंदराचा टिळा होता. डोळेही तसेच लहान आणि लालभडक होते. त्याने महादेवच्या बहिणीबद्दल काढलेले शब्द आठवून माझ्या अंगाचा तिळपापड झाला, पण मी सुरुवातीस शांतपणे बोलायचे ठरविले.

उपरोधिक आवाजात त्याने विचारले,

"काय महादेवराव! आणखी काही काम आहे का आमच्याकडे?"

महादेव काही बोलायच्या आत मीच म्हणालो,

"बाबा, तुम्ही त्याचे काम तर झकास केलेत, आता काय राहिले आहे?"

त्यांनी माझ्याकडे पाहिलेच नाही. त्यांचे डोळे महादेववरच खिळलेले होते. आणि त्यांच्यात परत तो मूक प्रश्न होता, अंगाची लाही लाही करणारा. जरासे खाकरून मी पुढे म्हणालो,

"बाबा, काल महादेव तुमच्याकडे आला होता. तुम्ही तर त्याची थट्टाच केलीत!"

त्यांनी चट्दिशी माझ्याकडे पाहिले. "हो, त्याने मला सारे काही सांगितले आहे... सारे काही..."

मी शेवटच्या शब्दावर जोर देऊन म्हणालो, "पण त्याच्या प्रश्नाला तुम्ही काहीच उत्तर दिले नाहीत..."

"कोणता प्रश्न?"

"त्याची आता गरज संपली आहे. तेव्हा तुमचे साधन आता तुम्ही परत घ्या."

मान हलवीत जैनीबाबा म्हणाले, "त्याने तर मला वेगळेच सांगितले की, दुधाची बाटली फुटली म्हणून."

"अहो, बाटली फुटली नसती तर तो दोन-तीन महिन्यांनी तुमच्याकडे आला असता, त्याऐवजी काल आला इतकेच; पण त्याचे काम तेच होते."

जरा वेळ गप्प बसून गालातल्या गालात हसत ते म्हणाले,

"महाराज, प्रत्येक कामाची किंमत ठरलेली असते आणि मी ती काल त्यांना सांगितली आहे."

मी काही बोलायच्या आत महादेव ताड्दिशी उठला आणि त्यांच्या अंगावर धावून गेला. मी त्याला सावरून मागे ओढीपर्यंत त्याने जैनीबाबांचा गळा घट्ट आवळला होता. मी जर त्याला सावरले नसते तर सांगता येत नाही काय झाले असते. महादेवचेही डोळे लालभडक व भयानक झाले होते. त्याचा श्वासही जोरज़ोराने ऐकू येत होता.

"हरामखोर साला! शरम वाटत नाही थोबाड वर करून बोलायला!"

स्वतःचा गळा चोळीत चोळीत त्याच्याकडे अर्धवट उघडलेल्या डोळ्यांनी पाहत जैनीबाबा म्हणाले,

"महादेवराव, यापूर्वी मी कदाचित तुमचे ऐकले असते आणि काही अटीवर तुम्हाला मोकळे केले असते, पण आता या जन्मात ते शक्य नाही. माझ्याकडून काम करून घेताना गयावया करीत होतात आणि आता मला शिव्या मोजता काय? ठीक आहे, पाहून घेतो काय ते. येथे क्षणभरही थांबू नका. चालते व्हा दोघे येथून!"

"पण बाबा", मी जरा नरमाईच्या आवाजात म्हणालो.

"चालते व्हा म्हणतो ना!" तो मोठ्याने ओरडला. काहीही न बोलता आम्ही मुकाट्याने तेथून काढता पाय घेतला. बाहेर आल्यावर मी जरा वेळाने त्याला म्हणालो,

"महाद्या! जरा एक मिनिटभर गप्प बसला असतास तर काय होत होते? तुझं काम जवळजवळ व्हायला आलं होतं."

पण त्याचा राग अजून ओसरला नव्हता.

"बेदम बडवायला, पाहिजे साल्याला. अद्दल घडविली पाहिजे चांगली."

"हो; तो बदमाश आहे-पाजी आहे- सगळे कबूल; पण त्याने तुझे काम करावयास पाहिजे ना? त्याला मारपीट करून का ते साधणार आहे?"

"अप्पा, आय ॲम सॉरी. माझे माथेच भडकले एकदम."

आम्ही घरी आलो. माझ्याही मनात सारखा हाच विचार घोळत होता. मी दुसऱ्या दिवशी संध्याकाळी परत बाबांकडे गेलो; पण महादेवच्या कालच्या वागणुकीने तो इतका बिथरला होता, की माझा एक शब्दसुद्धा ऐकून घ्यायची त्याची तयारी नव्हती. निराश होऊन मी परत आलो.

आता यावर काय उपाय करावयाचा? महादेवची गोष्ट खरी असो, खोटी असो, माझ्या दृष्टीने त्याचे तर डोकेच फिरायची वेळ आली होती सारखा सारखा विचार करून. दोन-तीन दिवस आम्ही कसेतरी काढले.

पण त्यानंतरच्या संध्याकाळी असा एक प्रसंग घडला, की माझीही अवस्था जवळ जवळ त्याच्यासारखीच झाली. त्याने त्या दिवशी त्या फुटक्या बाटलीतले दूध घाईघाईने एका लहानशा बाटलीत भरून आणले होते व ते तो अगदी जीवापलीकडे जपत होता. माझ्याजवळ त्या दिवशी त्याने एक चांगली घट्ट बुचाची बाटली मागितली. मीही माझ्या अडगळीतून त्याला हवी होती तशी एक बाटली काढून धुऊन दिली. तो एका बाटलीतून दूध दुसऱ्या बाटलीत ओतत

होता. आता नवलाची गोष्ट ही की, ते अजून नासले नव्हते... इतक्या दिवसानंतरही! मध्येच त्याचा हात जरा हिसळला व एक थेंब दूध खाली लिनोलियमवर पडले. त्याने नवीन बाटली घट्ट बंद करुन व्यवस्थित ठेवली व मग तो फडके घेऊन खालचे थेंब पुसायला खाली वाकला-

"अप्पाऽऽ!" मला त्याने एकदम हाक मारली. त्याचा आवाज इतका विचित्र आला, की झटकन "काय रे?" म्हणून मी त्याच्याजवळ आलो. विस्फारलेल्या डोळ्यांनी तो खाली पाहत होता. त्याचा एक हात लांब करून बोटाने तो त्या दुधाकडे दाखवीत होता. मीही खाली वाकून नीट पाहिले.

आणि मी अशी एक गोष्ट पाहिली की, जी आठवताच माझ्या अंगाचा अजूनही थरकाप होतो. एव्हाना त्या थेंबाला बऱ्याच मुंग्या लागल्या होत्या- हे नैसर्गिकच होते-पण त्या थेंबाला तोंड लावून परतणारी मुंगी परत आपल्या वारुळापर्यंत पोचत नव्हती. तेथून जरा अंतरावर आली की गडप होत होती! ही गोष्ट मी माझ्या स्वतःच्या डोळ्यांनी पाहिली! त्या थेंबाच्या आसपास काहीतरी वावरत असले पाहिजे. आणि त्या दूध घेऊन परत येणाऱ्या मुंग्यांना एकामागून एक असे.

शहारुन आम्ही दोघे एकदम मागे सरलो. सर्व दुधाचा लवलेश नाहीसा होईपर्यंत आम्ही त्या भयानक दृश्याकडे पाहत अगतिकपणे उभे राहिलो व मग सारे अंग हादरविणारा मोठा सुस्कारा महादेवच्या तोंडून बाहेर पडला. अगदी अस्पष्ट आवाजात तो म्हणाला,

"पाहिलेत ना अप्पा! त्या दुधाशेजारीच ते कोठेतरी घुटमळत असावे. "My God! काय करून बसलो मी! आता यावेळी मला एकदा त्याला परत पाठविता येईल; पण मग? मग? My God!"

त्याचे सारे मनाचे काल्पनिक खेळ असतील अशी मला आतापर्यंत जी थोडीबहुत आशा वाटत होती, ती या प्रसंगाने पार नामशेष झाली. माझ्याही छातीत सारखे धडधड होऊ लागले. कारण या प्रकाराला मर्यादाच नव्हती. माझ्या डोळ्यांसमोर जी भयानक दृश्ये उभी राहिली त्याचे वर्णन करता येणेच अशक्य आहे.

त्या रात्री मी महादेवला तर झोपेचीच गोळी दिली. मलाही रात्री कितीतरी वेळा भयानक स्वप्नांनी जाग आली. एकात तर महादेवच्या गळयात मिठी मारून ते...

पण या स्वप्नांचा विचार करीत असतानाच माझ्या डोक्यात एकदम ती कल्पना आली-एकदम मला वाटले-का नाही? असे करावयास काय हरकत आहे? त्याने जर नीतिमत्तेची सारी बंधने झुगारून दिली आहेत, तर आपल्याला मात्र दिलेले शब्द पाळत राहण्याची काय गरज आहे? या गोष्टीवर नीट विचार करून त्या संध्याकाळी मी महादेवला म्हणालो,

"महादेव, या आपत्तीतून सुटायला आपल्याला एकच उपाय आहे. जरा धोक्याचा आहे, फसण्याचाही संभव आहे; पण तरीसुद्धा तुला त्यापासून आहे या स्थितीपेक्षा वाईट असे काहीच सहन करावे लागणार नाही."

त्याचे माझ्याकडे नीट लक्ष आहे असे पाहिल्यावर मी म्हणालो,

"आता जैनीबाबांनी तुझ्याजवळ जे काही वापरावयास दिले आहे, त्यावर त्यांनी काही बंधने घातली नाहीत ना?"

"म्हणजे कसे?"

"म्हणजे असे, की याचा उपयोग फक्त सरदारजीविरुद्धच करता येईल, अशा काही अटी त्यांनी घातल्या नाहीत. ना."

"नाही, तसे त्यांनी काहीही सांगितले नाही."

"मग तुला त्याचा उपयोग कोणाविरुद्धही करता येईल ना?"

"हो."

त्याच्या डोळ्यात अनिश्चितता, आश्चर्य, कुतूहल होते.

"तर मग महादेव, तू याचा उपयोग जैनीबाबाविरुद्धच का करीत नाहीस?"

"आं? काय म्हणालात?"

माझी सूचना त्याला एकदम अनपेक्षित होती.

"हे पाहा, त्यांनी तुझ्या कामात तुला मदत केली ही गोष्ट खरी आहे, त्याच्या शब्दाप्रमाणे तू त्यांना त्याचा योग्य तो मोबदलाही दिला आहेस, ठीक?"

त्याने फक्त होकारार्थी मान हलविली.

"आता तू ते परत करावयास गेलास तेव्हा त्यांनी प्रथम ते नाकारले, मग भयंकर अटी घातल्या, कारण ते एक प्रकारचे ब्लॅकमेलच नाही का? एक वेळ जरी तू त्याची अट मान्य केलीस, तरी तुझी त्याच्यातून सुटका कोठे होतें आहे? परत दुसऱ्या महिन्यात तीच वेळ! म्हणजे तुला त्याच्या पाशात कायमचे पूर्णपणे जखडून ठेवण्याचा त्याचा विचार आहे, हो की नाही?"

त्याने पुन्हा एकदा होकारार्थी मान हलविली, पण आता त्याच्या डोळ्यात एकप्रकारची विलक्षण चकाकी यावयास लागली होती.

"तेव्हा आता तू तुझ्या ऋणातून मुक्त झाला आहेस. जैनीबाबाही तुला भेडसावणाऱ्या, धोका देणाऱ्या माणसांपैकी एक झाले आहेत. त्याच्यावरच कर तुझ्या या साधनाचा उपयोग!"

जरा वेळाने मी पुढे म्हणालो,

"जरी हा प्रयत्न फसला तरी तुझा धोका काही वाढणार नाही खास."

एकदम टाळी वाजवून महादेव म्हणाला,

"आणि साला म्हणाला होता याच्यावर बंदोबस्त नाही! हाः हाः! बंदोबस्त नाही! हरामखोर!"

या वेळी त्याच्या मनावर चढलेला रागाचा, त्वेषाचा अंमल मी कमी करण्याचा प्रयत्न केला नाही, त्याला जे करावयाचे होते त्यासाठी रोजच्या मानवी भावना खाक करून टाकणारा असा जळजळीत राग- त्वेषच हवा होता.

"आणि महादेव, त्याने जर याचा बंदोबस्त केलाच, त्याच्या जवळ खास असे काहीतरी असणारच, तर मग त्याने बंदोबस्त केलाच, तर आपोआपच तुझ्या मागची व्याधी सुटेल, पुढचे पुढे पाहू."

तर मग त्या रात्रीच हा प्रयोग करावयाचे आम्ही ठरविले. जेवणाखाणात आमचे अजिबात लक्ष नव्हते. एक घासभर अन्नावरसुद्धा आमची इच्छा नव्हती.

रात्री अकराच्या सुमारास आम्ही या प्रकाराला सुरुवात करावयाचे ठरविले. माझ्या बाहेरच्या खोलीत मध्यभागी आम्ही मोठे टेबल ठेवले. महादेव म्हणाला, टेबल मोठे ठेवा. बशीजवळ त्याला... त्याला जागा लागते व त्याच्या मधोमध एका बशीत बाटलीतले सगळे दूध ओतून ठेवले. सर्व दारे, खिडक्या लावून घेतल्या आणि टेबलावरचा एक दिवा फक्त जळत ठेवला, तोही भिंतीकडे तोंड करून. टेबलावर त्याचा प्रत्यक्ष उजेड पडणार नाही अशा प्रकारे.

आमच्या नकळत आमचे आवाज खाली आले होते. मी महादेवला अगदी खालच्या आवाजात म्हणालो,

"अगदी नक्की काय काय करतोस रे? किती वेळ लागतो?"

"त्याने सांगितलेला मंत्र म्हणायचा मोठ्याने, जरा वेळाने ते त्या बशीजवळ दिसायला लागते. त्यातले असे आहे, दूध घे असा विचार आपण मनात

आणल्याशिवाय त्याला ते घेता येत नाही. ते दिसायला लागले, की आपला हुकूम आपण मनात चित्रे तयार करून सोडायचा. त्याला नीट समजले नाही, तर वेगळ्या रीतीने समजावून सांगायचे. त्याच्या ध्यानात आले, की ते एकदम नाहीसे होते. काम आटोपले, की परत बशीजवळ दिसते. दोन-तीन वेळा मी काही खोलीत थांबलेलो नाही. अप्पा, दोन्ही-तिन्ही वेळा बशी रिकामी झालेली होती आणि तिच्या काठावर ओलसर मातीचे डाग होते."

त्याचा एकेक शब्द ऐकताना माझे सारे अंग शहारून निघत होते. काय राक्षसी प्रकार! पण आता विचारायला, थांबायला वेळ नव्हता.

"ठीक आहे, कर सुरुवात; मात्र कृपा करून तुझ्या मनात काय आणत आहेस ते मला सांगू नकोस."

घसा साफ करून महादेवने एक श्लोक म्हटला. त्याचा अर्थ मला सहज लागला. तुला परत जन्म देणारा मी तुझा स्वामी, तुला सेवेकरिता बोलावीत आहे. जेथे असशील तेथून या स्थानी उपविष्ट हो. तुझ्या स्वामीची आज्ञा ऐक. मी हा पुढचा मंत्र म्हणताच तुझ्यात नेमलेले कार्य करण्याची शक्ती येऊ देत, तेव्हा ऐक आणि माझ्या डोळ्यांना दिसणारा दृग्गोचर हो.

त्यानंतर त्याने ज्या दोन ओळी म्हटल्या, त्याचा मला काहीच अर्थबोध झाला नाही. वेदातील एखाद्या पवित्र मंत्राची स्वर, व्यंजने बदलून किंवा तोच मंत्र शेवटापासून उलटा म्हणून याची योजना केली असावी असे वाटले; पण तेवढा विचार करावयास वेळच मिळाला नाही.

त्याची सर्व अक्षरे म्हणून होताच टेबलावर बशीच्या शेजारी हातभर लांबीचे एक मुटकुळे दिसावयास लागले. माझ्या छातीत जोराने धडधड होत होती. हातापायांतले त्राण नाहीसे झाले होते. हातापायांना मुंग्या आल्यासारखे झाले होते. एक क्षणभर मात्र मी तो डोळे मिटलेला, लहानसा, निरागस चेहरा पाहिला. माझ्या डोळयावरून, मानेभोवती घाम निथळत होता. माझी सारी अवस्थाच वर्णनापलीकडची होती.

महादेवच्या मनात जैनीबाबांच्याबद्दलचा भरून राहिलेला संतापच त्याचे रक्षण करू शकला. रागाने बेहोश झालेले त्याचे डोळे टेबलावरच्या त्या लहानशा, मळकट पांढऱ्या फडक्यात गुंडाळलेल्या मुटकुळयावरच खिळून राहिलेले होते. त्याच्या मनात काय विचार चालले असतील? काय चित्र उभी राहत असतील?

हे जाणून घेण्याची माझी अजिबात इच्छा नव्हती; पण मला क्षणभर त्या जैनीबाबाची कीव आली.

आणि टेबलवरचे ते लहानसे बंडल एकदम दिसेनासे झाले! काय करावयाचे ते त्याच्या ध्यानात ताबडतोब आले असले पाहिजे!

आम्ही दोघे जरा वेळ होतो तसेच बसून राहिलो. मग माझी जराशी हालचाल करण्याची धडगत झाली व माझ्या साऱ्या अंगाला आलेला घाम टॉवेलने पुसून काढला; पण आमची नजर मात्र क्षणमात्रही टेबलावरच्या त्या चमकणाऱ्या दुधाच्या बशीवरून हलत नव्हती.

बाहेर अंधारात कोठेतरी या अमानुष शक्तीचा झगडा चालू होता. त्यातून काय निघणार होते? आता जैनीबाबांच्यावर त्यांच्या या भयानक शक्तीचा हल्ला झाला होता. त्यांचे ज्ञान, त्यांची शक्ती कोठपर्यंत पुरी पडणार होती?का महादेवाचे काम पुरे करून ते आपला दुधावरचा हक्क सांगायला परत येणार होते? सेकंद गेले, मिनिटे गेली, तास गेला. बाराचे ठोके पडले. मी त्याला हळूच म्हणालो, आणि पहिला शब्द निघताच मीही त्याच्यासारखा दचकलो.

"किती वेळ लागतो रे नेहमी महादेव?"

"गेल्या दोन्ही-तिन्ही वेळा अर्ध्या तासाच्या आतच परत दिसले होते."

साडेबारा वाजले, एक वाजला, दीड वाजला.

आमचा तो भयंकर पहारा चालूच होता. आम्ही एकमेकांशी एक शब्दही बोलत नव्हतो. डोळ्यांना पाणी येत होते, तरीही आमची नजर टेबलावरच्या त्या बशीभर दुधावर खिळून राहिलेली होती. हातपाय अवघडून आले, पाठीला रग लागली, पण आम्ही ती कळ काही न बोलता सहन केली.

दोन वाजले, अडीच वाजले, तीन वाजले.

आणि मी काहीतरी बोलणार तोच माझे शब्द माझ्या घशातच अडकले. बशीमधल्या त्या दुधात एका क्षणार्धात एकदम बदल झाला होता. इतके दिवस ताज्यासारखे राहिलेले ते दूध क्षणात नासून गेले, पिवळे पडले, त्याची दुर्गंधी खोलीभर पसरली. आम्ही आश्चर्याने त्या बदलाकडे पाहतच राहिलो. त्यातून एकच अर्थ निघण्यासारखा होता. जैनीबाबांच्या मंत्राच्या शक्तीने ते दूध इतके दिवस टिकले होते आणि आता ते एकदम नाश पावले. याचा अर्थ एकच, त्याच्यावरची त्यांची संरक्षकशक्ती नाहीशी झाली! म्हणजे जैनीबाबा नाहीसे झाले, खलास झाले, मरण पावले!

पण मग आता ते परत आले तर? आमच्या वाट पाहण्याला आता नवीनच धार आली, भीती आली, कारण आता तर आमच्याजवळ त्याला एकदा परत पाठविण्याइतकेसुद्धा दूध शिल्लक राहिले नव्हते.

साडेतीन वाजले, चार वाजले, साडेचार वाजले...

पहाट झाली. बाहेर लोकांची वर्दळ चालू झाली, पण आम्ही दोघे मात्र या रोजच्या जगाच्या काठावर उभे होतो. तिकडून काही भयंकर-आत प्रवेश करते का याची धडधडत्या काळजाने वाट पाहत...

पाच वाजले, साडेपाच वाजले, सहा वाजले.

"अप्पा! इतका वेळ पूर्वी कधी लागला नव्हता. मंला आता जराशी आशा वाटायला लागली आहे. जैनीबाबांनी स्वतःबरोबरच त्यालाही नाहीसे केले असेल कदाचित."

शेवटी साडेसहा वाजता आम्ही हललो. दिवा मालवला, खिडक्या उघडल्या- टेबलावरच्या बशीला मात्र हातसुद्धा लावला नाही.

"महादेव, आपण प्रत्यक्षच जाऊन पाहून येऊ तिकडे. त्याशिवाय आपल्या जिवाला शांतता लाभणार नाही."

खोलीला बाहेरून कुलूप लावून आम्ही दोघे बाहेर पडलो आणि तडक जैनीबाबांच्या मुक्कामाकडे गेलो. लांबूनच खूप गर्दी दिसली माणसांची. त्यांच्या नेहमीच्या बैठकीतले पाचसहा लोक त्यात होते; पण बघ्यांची गर्दी जास्त होती. मी महादेवला बाहेरच उभे केले व गर्दीतून हळूहळू जशी वाट मिळेल तशी काढत पुढेपर्यंत गेलो.

पोलिसांना वर्दी दिली असावी. कारण एक पोलीस तबेल्याच्या दाराशी सर्वांना अडवून धरीत होता. आतमध्ये सबइन्स्पेक्टर आणि आणखी एक-दोघे पंचनामा करीत होते. जरा जास्त पुढे जाऊन मी आत पाहिले. गादीच्या जवळच जैनीबाबा अस्ताव्यस्त पडले होते. आता त्यांच्या सर्व अंगावर एक पांढरी चादर टाकली होती.

"तुम्ही कोण? नाव-पत्ता सांगा."

पोलीस एका माणसाला विचारत होते.

"माझे नाव देशपांडे. मी याच बंगल्यात वरच्या बाजूस राहतो."

"हं, मग काय माहीत आहे तुम्हाला?"

"बाबा इथे एकटे झोपत असत. काल रात्री पावणेतीन-तीनच्या सुमाराला आम्हाला त्यांच्या ओरडण्याचा आवाज ऐकू आला, म्हणून आम्ही एक-दोघे खाली आलो, बाहेरचे दार उघडेच असते नेहमी. आत अंधार होता. आम्ही दिवा लावून पाहिले तो बाबा असेच पडले होते. त्यानंतर त्यांनी काही हालचाल केलेली नाही, तोंडाने काही बोललेही नाहीत."

"हेच ते जैनीबाबा असे तुम्ही खात्रीपूर्वक सांगता का?"

या प्रश्नासाठी पोलिसाने बाबांच्या तोंडावरची चादर जरा वेळ दूर केली. त्या माणसाने आपले तोंड झाकून घेतले. मीही त्या चादरीखालचा चेहरा एक क्षणभर पाहिला; पण माझ्याही मनाला विलक्षण धक्का बसला.

त्याच्या चेहऱ्यावरचे मांस ठिकठिकाणी लोंबत होते. एक डोळाही निकामी झाला होता. माझ्या मनात एक क्षणभरच अतिभयानक विचार आला. दात नसलेल्या एखाद्याने काही जिन्नस चोखण्याचा प्रयत्न करावा त्याप्रमाणे...!

पोलिसांनी त्यांच्या तोंडावर परत चादर टाकली व मग एक हात उघडा केला. त्या हातात एक लहानसे मळकट फडके होते. मी तेही ताबडतोब ओळखले- त्या लहानशा गाठोड्यावरचे- पण देशपांड्यांना त्याची काहीच ओळख पटली नाही. त्या गादीच्या आसपास लालसर, ओलसर माती पडली होती.

शेवटी दोघांची या जगात झटापट झाली आणि ते...ते अघोरी मूल बाबांना या जगातून ओढून घेऊन गेले. त्याच्याऐवजी बंदोबस्त बाबांचाच झाला होता. पुढेही त्यांची झटापट चालली असेल, कोणी सांगावे!

आमच्यापुरता हा प्रश्न मिटला होता. महादेवराव त्यांच्या या काळजीतून सुटले होते. आम्हाला एवढे बस् होते!

✦✦✦

१३. मृतात्मा परत येतो?

मुंबईला बदली झाल्याची ऑर्डर हातात पडल्याबरोबर रमाकांतच्या मनात प्रथमच प्रश्न उभा राहिला तो जागेचा. मुंबईस शे-सव्वाशे रुपये जास्त मिळतील हे खरे होते; पण राहायला जागा कुठून आणावयाची? ॲडव्हान्स, डिपॉझिट, पागडी असल्या प्रकारांना तर त्याच्याजवळ पैसे नव्हते. त्यातल्या त्यात सल्ला घ्यावा म्हणून त्याने दाजींची गाठ घेतली. दाजींच्या ओळखी अचाट होत्या आणि माणसे खरोखरच त्यांच्या शब्दांना मान देत. त्यांनी रमाकांतला गिरगावातल्या 'महाडकर' नावाच्या एका गृहस्थाचा पत्ता सांगितला. एवढेच नव्हे; तर त्यांना एक पत्रही लिहून रमाकांतजवळ दिले.

"त्यांना जाऊन भेट तर खरा. काहीतरी काम नक्कीच होईल. आणि तू त्यांच्याकडे महिना-पंधरा दिवस मुक्काम टाकलास तरी ते काही म्हणायचे नाहीत तुला. बाबुराव मला चांगलं ओळखतात-"

जॉईनिंग डे सोमवार जमवून आणून रमाकांत रविवारी सकाळीच मुंबईस आला व महाडकरांचा पत्ता काढून त्यांच्या घरी पोहोचला. दाजींचे पत्र त्याच्याही आधी तेथे आले होते, त्यामुळे त्या घरची माणसे त्याची वाटच पाहत होती. स्वतः बाबुराव मध्यम वयाचे, शरीराने चारचौघांसारखे, पण स्वभावाने फार मोकळे व मनमिळाऊ निघाले. त्यामुळे त्याचा सुरुवातीचा संकोच दूर होण्यास फारसा वेळ लागला नाही.

आपण ओळखीचा फायदा घेऊन त्रास देत आहोत, असे त्याने एकदोनदा बाबुरावांना सांगण्याचा प्रयत्न केला, पण ते हसून म्हणाले,

"अहो रमाकांत, आजकालच्या दिवसात ओळखीशिवाय कोणते काम होते का? सांगा मला तुम्हीच. तसे नुसते गेलात तर कोणी दारातही उभे करणार

नाहीत किंवा अवाच्या सवा पैसे मागतील. तेव्हा ओळखीचे जाऊ द्या आणि आम्ही दाजींना पूर्वी काय कमी त्रास दिलाय का? आज त्यांचा शब्द आम्हाला ऐकायला पाहिजे!

"दाजींचे पत्र मला मिळाले, तेव्हापासून मी तुमच्याच विचारात आहे. तसा मी एकदोन ठिकाणी शब्दही टाकला आहे. आज संध्याकाळी आपण जाऊ दादरला. तेथे एके ठिकाणी जरा सोय होण्यासारखी वाटते."

संध्याकाळी बसमध्ये त्यांनी रमाकांतला जास्त खुलासेवार माहिती सांगितली. "आपण जात आहोत त्यांचे नाव बर्वे. त्रेचाळीसमध्ये बॉम्बहल्ल्याची बातमी आली होती ना, तेव्हा यांच्याकडे एक ब्लॉक होता. मालक घाबरून वाईला का कोठेतरी गेला. बाकी सारा बंगला रिकामा पडला होता. तेव्हा यांनाच मालकांनी विनंती करून शेजारचाही ब्लॉक घ्यायला लावला, अगदी नाममात्र भाड्याची आकारणी केली; पण सगळी जागा मात्र अजूनपर्यंत यांच्याकडे आहे. अधूनमधून अशी वापरायला देतात कोणाकोणाला, पण भाडेकरू म्हणून मात्र नव्हे हं."

त्यांच्या डोळे मिचकावण्याकडे पाहून रमाकांत म्हणाला,

"आले आले लक्षात...जंटलमन्स ॲग्रीमेंट ना?"

बसस्टॉपपासून बंगला काही दूर नव्हता. उत्तम व प्रशस्त बांधणीचा मूळचा रंग पिवळा; पण आता हिरवट-काळसर थर पसरलेले. आसपास मोठे अंगण व त्यात सुबक बाग. वातावरण मोठे शांत व प्रसन्न होते. रमाकांतने क्षणभर विचार केला, येथे जर आपली सोय होईल तर फारच बरे होईल!

स्वतः बर्वे घरातच होते. त्यांचा व बाबुरावांचा चांगला स्नेह व घरोबा दिसला. रमाकांतची ओळख करून देताना बाबुरावांनी स्पष्टपणेच त्यांच्या येण्याचा हेतूही सांगून टाकला. बर्वे बराच वेळ रमाकांतकडे निरखून पाहून नंतर म्हणाले, "बाबुराव म्हणतात ते सगळे खरे आहे. माझ्या थोरल्या मुलाची एवढ्यातच बदली झाल्यानं मागच्या बाजूच्या दोन खोल्या सध्या मोकळया आहेत. त्यातलीच एक मी गेले काही महिने माझ्या मुलाच्या स्नेह्याला वापरण्यासाठी दिली होती."

ते गप्प बसले. त्यांच्या बोलण्याची वाट पाहून शेवटी बाबुराव म्हणाले,

"बरं मग? ते गेले म्हणून तुम्ही सांगितलंत ना?"

"गेले ना! पण केवळ जागा सोडूनच नाही, जगच सोडून गेले!"

"म्हणजे?"

“त्यांच्या ऑफिसात काय लफडी झाली कुणास ठाऊक; पण त्यांनी स्वतः आपला जीव दिला आणि म्हणून मी जरा नाखूश आहे.”

रमाकांतच्या आनंदावर एकदम विरजण पडले. बाबुराव म्हणाले,

“तुम्हाला तसा काही त्रास वगैरे?”

“नाही नाही हो! तसं काही एक नाही! पण खरं सांगायचं म्हणजे त्यांच्यानंतर आमच्यापैकी कोणी त्या खोलीत पाय टाकायला राजी नसत.”

“पण त्याने... त्याने इथेच?”

“आत्महत्या? छे छे! ते केलं चौपाटीवर-समुद्रात!”

बाबुराव रमाकांतकडे वळून म्हणाले,

“पाहा बुवा आता तुम्ही. अशी भानगड आहे येथे.”

बर्वे हसून म्हणाले, “आम्ही असल्या गोष्टीवर विश्वास ठेवतो अशातली गोष्ट नाही बरं का! पण माझी लहान नातवंडे वगैरे घरात आहेत त्यामुळे आम्ही ती खोली बंदच ठेवली आहे.”

जरा धीर करून रमाकांत म्हणाला, “पण तुम्हाला प्रत्यक्ष अनुभव वगैरे असा काही आला आहे का?”

“नाही, प्रत्यक्ष काही नाही. मात्र मी एकदा संध्याकाळच्या वेळी त्या खोलीत गेलो होतो. ती आमच्या ब्लॉकमधील सर्वात जास्त प्रकाशाची हवेशीर खोली आहे; पण मला एकाएकी इतके उदास, खिन्न असे वाटायला लागले. मी फार वेळ थांबलोच नाही. आलो बाहेर-एवढेच-इतर काही नाही. आता याला काहीही म्हणा.”

रमाकांत म्हणाला, “मी काही छातीठोकपणे असे म्हणत नाही, की या गोष्टी खोट्या आहेत अन् मला कशाचीही भीती वाटत नाही; पण खंर सांगायच म्हणजे मला स्वतःला अशा प्रकारच्या चमत्कारिक गोष्टीचा अनुभव आलेलाही नाही.”

शेवटी त्याने खोलीवर राहायचे ठरवले. बाबुराव म्हणाले, “रमाकांत, तुम्हाला केव्हाही वाटले तर माझ्याकडे सरळ या बरं का परत गिरगावला. आपण दुसरीकडे पाहू कोठे तरी!”

आणि दुसऱ्या दिवशी ऑफिसमधून परत आल्यावर त्याने आपले मोजके डाग नव्या खोलीत आणले.

रमाकांतबद्दल एवढे सांगितले की, पुरे की तो सर्वसामान्य माणसांसारखाच एक होता. त्याच्या अंगी काही विलक्षण गुणही नव्हते आणि काही खास दुर्गुणही नव्हते. तुमच्या आमच्यासारखाच आयुष्य कंठणारा तो इसम होता. त्यामुळे त्या क्षणी त्याला जे योग्य वाटले, ते त्याने केले. बर्व्यांकडच्या खोलीत तो राहायला आला.

पाहिल्या दिवशी ऑफीसमधून परत आल्यावर रोजच्या उपयोगाच्या वस्तूंची खरेदी करण्यात त्याचा खूप वेळ गेला; आणि रात्रीचे जेवण करून तो खोलीवर परत आला, तेव्हा रात्रीचे साडेनऊ वाजले होते. इतर उद्योगात लक्ष न घालता त्याने सरळ बिछाना गाठला.

दिवा मालवून बिछान्यावर पडल्यावर मात्र रमाकांतच्या मनात त्या जागेत पूर्वी राहत असलेल्या इसमाबद्दल विचार येऊ लागले. त्याला त्याच्यासंबंधी फक्त एवढीच माहिती कळली होती की, त्याचे नाव पालव होते, तो केरळकडचा होता. आण्धि कस्टममध्ये इन्फोर्समेंट ब्रँचमध्ये कोणत्यातरी हुद्द्यावर नोकरीस होता. त्याच्याबद्दल त्याला इतर कोणतीही माहिती मिळाली नव्हती व मिळविण्याची इच्छाही नव्हती.

तरीसुद्धा निजल्या निजल्या त्याच्या मनात पालवबद्दल विचार येणे हे अपरिहार्यच होते. माणूस स्वतःला मृत्यूच्या दाढेत लोटावयास निघतो तो काही साध्यासुध्या कारणासाठी खासच नाही. जगणे अशक्य झाले किंवा येणाऱ्या संकटांना तोंड देण्याची हिंमतच खचली, की माणूस हा मार्ग स्वीकारत असला पाहिजे. शेवटच्या रात्री तो या कॉटवर झोपला असेल, तेव्हा त्याच्या मनात काय विचार चालले असतील? त्याचे कशाकडे लक्ष असेल का? हे व असले प्रश्न त्याच्या मनात येऊ लागले व स्वतःच्या नव्या खरेदीतले एक पुस्तक काढून त्याने मोठ्या प्रयासाने त्यात लक्ष गुंतवले.

वास्तविक पाहता त्याचे एकंदर वागणे इतके नियमित होते, की त्याला रात्री दहा वाजले की झोप येत असे, ती इतकी की, त्याचे डोळे अगदी मिटायला लागत व सकाळी उठला की तो रोज अगदी ताजातवाना झालेला असावयाचा; पण त्या रात्री मात्र त्याला झोप लागायला खूप उशीर लागला आणि तीसुद्धा शांत अशी लागली नाही. अस्वस्थ-अस्वस्थ अशीच होती व सकाळी जाग आली तेव्हासुद्धा त्याला बिलकूल तजेला वाटत नव्हता. दिवसभर कष्ट करुन आल्यावर

माणूस संध्याकाळी जसा थकलेला, निरुत्साही असतो, तसे त्याला सकाळीच वाटत होते.

सकाळी दाढी, अंघोळ, चहा वगैरे झाल्यावर त्याला जरा हुशारी आली. पण दुपारी ऑफिसमध्ये त्याला विलक्षण झोप येत होती. अगदी प्रयत्नाने त्याने त्याला सारख्या येणाऱ्या डुलक्या टाळल्या व कसाबसा दिवस संपविला. संध्याकाळ बाकीच्या खरेदीची यादी त्याने तशीच खिशात ठेवली व चौपाटीवर संध्याकाळी काढली. काल रात्री आपल्याला नीट झोप आली नाही, त्यातच या साऱ्या अस्वस्थतेचे मूळ आहे हे त्याच्या तेव्हाच ध्यानी आले. पण आज रात्री तरी नीट झोप लागणार आहे का, ही शंकाही त्याच्या मनाला भेडसावू लागली होती. रात्रीचे सर्व कार्यक्रम आटोपल्यावर त्याने देवाचे नाव घेतले व बिछान्यावर अंग टाकले. दिवसभर थकल्यामुळे त्याला क्षणातच गाढ झोप लागली.

पण मध्यरात्रीच तो कशाने तरी जागा झाला. सर्वत्र अगदी स्मशानशांतता पसरली होती. आपल्याला जाग येण्याचे कारण त्याच्या ध्यानात आले नाही. पण निद्रावस्थेतसुद्धा माणसाचा कोणीतरी एखादा रक्षक जागा असतो व काही अपरिचित, अनोखे, अनाकलनीय घडत आहे अशी शंका येताच माणसाला जागा करतो. रमाकांत तसाच बिछान्यावर पडून राहिला. किती वाजले असावेत याचा त्याला काही अंदाज येईना व हातातल्या मनगटावरच्या घड्याळात पाहण्याचीसुद्धा हालचाल करण्याची त्याच्या मनाची तयारी नव्हती, इच्छाही नव्हती. कमीत-कमी तीन-चार तासांची निवांत व गाढ झोप मिळाल्यामुळे त्याचे शरीर व मन आता अगदी ताजेतवाने झाले होते.

रस्त्यावरच्या लांबच्या कोठल्यातरी दिव्याची तिरकस किरणे खिडकीच्या गजांतून भिंतीवर पडली होती व त्या अनियमित आकाराच्या पण सरळ रेषांच्या कवडशात खिडकीच्या गजांच्या समांतर काळ्या सावल्या पडल्या होत्या. त्याची मान उजवीकडे वळलेली होती व त्याच्या दृष्टिक्षेपात हा उजेडाचा कवडसा व त्याच्या आसपासचा अंधुक प्रकाशित भाग एवढाच भाग येत होता. डोळे न हलविता केवळ नजर खालीवर फिरवून खोलीचा जेवढा भाग पाहता येण्यासारखा होता, तेवढा त्याने पाहिला. आतल्या आत त्याचे मन आपल्याला आता एकदम कशाने जाग आली याच प्रश्नाचा मागोवा घेत विचार करीत होते.

खोलीत आणखी कोणीतरी असावे अशी त्याला सारखी शंका येऊ लागली. त्या व्यक्तीच्या श्वासोच्छ्वासाने, हालचालीने, कशाने तरी आपल्याला जाग आली

असली पाहिजे. स्वतःचा श्वास रोखून तो पुढच्या हालचालींचा, आवाजाचा कानोसा घेण्यासाठी अगदी स्तब्ध, निश्चल पडून राहिला. पुन्हा त्याला ती अगदी कळत-नकळत होणारी सळसळ ऐकू आली.

त्याचा कोंडलेला श्वास एखाद्या स्फोटासारखा बाहेर पडला व पुढचा मागचा विचार न करता त्याने कॉटवरून एकदम खाली उतरून खिडकीजवळचे दिव्याचे बटण दाबले. खोलीत एकदम लख्ख प्रकाश झाला. त्याचे डोळे दिपले. त्याने स्वतःभोवती गरगरा फिरून चारी बाजूंना पाहिले; पण खोली रिकामी होती. समोरच्या भिंतीवरील कपाटावरून त्याने रात्री झोपताना अडकविलेला टॉवेल मात्र हलत होता. वाऱ्याने? त्याने खिडकीला लावलेल्या पडद्याकडे पाहिले, पण आता पडदा अगदी सरळ रेषेत उभा होता. पण मघाशी एखादी वाऱ्याची झुळूक आली असली तर?

रमाकांतची नजर त्या कपाटावर खिळली होती. टॉवेल मधल्या कोयंड्याला टांगलेला होता. कपाटाच्या वरच्या चौकटीत लाकडी खिटी होती. ती आता खाली होती व कपाटाचे दार बंद होते. खोलीत तो नवीनच आला होता, त्यामुळे ते कपाट अजून उघडून पाहिले नव्हते. त्यात काही सामान ठेवले आहे का? ठेवले असले तर काय? हे त्याला काहीच आठवेना. कपाट उघडून पाहण्यासाठी त्याने एक पाऊल पुढे टाकले; पण मग तो तसाच थांबला. पुढचे पाऊल काही त्याच्याच्याने टाकवेना.

आपल्या भित्रेपणाला त्याने मनातल्या मनात लाखो शिव्या मोजल्या; पण चार पावले पुढे टाकून खिटी बाजूला करून कपाट उघडण्याचे साधे काम करण्याची काही त्याची हिंमत होईना! किती साधी गोष्ट! पण त्याचे स्नायू त्याच्या मनाची आज्ञा पाळावयास तयार होईनात.

कपाटात काय असणार? जे काही झाले होते ते येथे नाही. चौपाटीवर समुद्रात झाले आहे. त्याला परत येथे आणलासुद्धा नाही आणि असल्या गोष्टी का खऱ्या असतात? त्याने आपल्या मनात कितीतरी वेळ असले विचार घोळविले, पण कपाटाकडे काही त्याची पावले वळेनात.

वेळ आपल्याविरुद्ध जात आहे हे त्याला समजले. जसजसा जास्त वेळ जाईल, तसतसे हे काम जास्त कठीण होत जाईल हे त्याला माहीत होते; पण त्याचा नाइलाज झाला होता. नुसता हाताने टॉवेल ओढायचीसुद्धा त्याची छाती होईना.

समजा, वरची खिटी ढिली असली आणि टॉवेल ओढता ओढता त्यात कोयंडा अडकून दार धाडदिशी उघडले तर!

त्याच्या डोळयांवर एकदम काहीतरी ओले पडले. केवढ्यांदा तरी दचकून त्याने जोराने हात डोळयांवरून फिरविला. त्याचा कपाळावरचा घामाचा थेंब पापणीवर पडला होता. त्याच्या हातांना, मानेला, पाठीला, कपाळावर घाम येऊन निथळत होता. स्वतःला मूर्ख म्हणत; पण नजर मात्र त्या कपाटावर ठेवून तो हळूहळू मागे सरला आणि कॉटवर बसला. आतापासूनच त्याने एक पावलाची माघार घेतली होती!

किती वाजले ते पाहण्यासाठी तेवढी त्याने नजर खाली केली, पण दुसऱ्याच क्षणी ती एखादी स्प्रिंग लावल्यासारखी वर खेचली गेली. कपाटावर खिळली. आता एवढ्यात, त्यातून काही आवाज आला का? टॉवेल थोडा हलल्यासारखा वाटला का...?

कोणी कोणी मित्रांनी सांगितलेल्या भुताखेतांच्या गोष्टी त्याला आता आठवल्या. माणसे मरण पावली, त्यांचा देह नष्ट झाला, तरी काही काही वेळा त्यांच्या अतृप्त आकांक्षा मागे उरतात व त्या वेडीवाकडी रूपे घेऊन नजरेस पडतात. खरे असेल का हे? पालवने आत्महत्या केली त्याक्षणी-अगदी शेवटच्या क्षणी-त्याच्या मनात काय विचार आले असतील? हे प्रिय जग सोडून जाताना त्याला किती क्लेश झाले असतील? त्याचे वय काय असेल? त्याचे लग्न झाले होते का? त्याच्यामागे त्याच्यासाठी शोक करणारे कोणी होते का? जिवंत असताना कोणासाठी तरी तो धडपडत असला पाहिजे; त्याने जी एवढी कुलंगडी केली, ती काहीतरी हेतू मनात ठेवून केली असली पाहिजेत. त्या त्याच्या इच्छा पुऱ्या झाल्यात का? का त्यासाठी त्याचा तो तळमळणारा आत्मा परत या जगात येत असेल?

बर्व्यांकडच्यांना या खोलीत खिन्न, उदासवाणे, निराश वाटायचे ते का? केवळ त्यांच्या मनावर झालेल्या परिणामाने, का या खोलीतच आता अशी काही प्रेरणा निर्माण झाली आहे की, तिच्या योगाने माणसाचे चित्त विचलित व्हावे, जीव उदास व्हावा, जगण्याची जिद्दच ओहोटीस लागावी? आणि खोलीतच जर हे असे काही भरून राहिले असेल, तर ते सर्वत्रच असणार... केवळ कपाटातच नाही...

तो एकदम भराभर मागे सरकला, भिंतीला पाठ लावून कपाटावर नजर ठेवून बसला. त्याने असेही एकदा ऐकले होते की, काही काही खास संवेदनाक्षम

माणसांना हे विलक्षण प्रकार जास्त दिसतात किंवा जाणवतात. आपली तर त्यात गणना होत नसेल? आणि हे जर सारे विचाराच्याच पातळीवर होत असेल, तर मग आपल्या या विचारांनीच ती दुष्ट, अमानवी प्रेरणा आपल्याकडे आणखी तर आकर्षित होणार नाही? आणि समजा, आपल्याला जर काही दिसले तर ते कशा स्वरूपाने दिसेल? त्याच्या नेहमीच्या रूपात की?

"छे! छे! असले विचार नको."

तो नकळत मोठ्याने म्हणाला व त्याच्याच आवाजाने किती दचकला!

आपल्या या अतिप्रसंगाने, धाडसाने काही विशेष तर घडले नाही ना म्हणून पाहण्यासाठी त्याने साऱ्या खोलीभर नजर भिरभिर फिरविली; पण लागलीच ती समोरच्या बंद कपाटावर खिळली. नको म्हटल्याने मनातले विचार थोडेचे थांबणार? त्याने आपल्या मनाला कितीही आवरावयाचा प्रयत्न केला तरी त्याच्या डोळ्यांसमोर नाही नाही ती चित्रे यावयास लागली. तो जर पाण्यात बुडाला असेल तर तो तसाच ओलाचिंब दिसेल की काय? त्याचे तोंड, सारे अंग सुजलेले असेल की काय? त्याच्या नाकाडोळ्यांत, केसात, कानात शेवाळे अडकलेले असेल की काय? त्याच्या अंगातून पाणी ठिबकत असेल की काय? कपाटाखाली काही पाणी आले आहे का, ते त्याने निरखून पाहिले.

नि मग मात्र त्याला आपल्या मूर्खपणाचे खरोखरीच हसू आले. कारण त्याच्या डोळ्यांसमोर जे चित्र उभे राहिले त्यात भयानकपणापेक्षा हास्यास्पदपणाच जास्त होता. एकाएकी झाकळून आलेले आकाश जसे क्षणभर निरभ्र व्हावे व निळ्या आकाशाचा कवडसा दिसावा त्याप्रमाणे भयाच्या आवरणात गडप झालेल्या त्याच्या मनाला क्षणभर रोजच्या सारासार विचारांचा दिलासा मिळाला. तेवढ्या आवेशात तो उठला, कॉटवरून खाली उतरला व कपाटावर अडकविलेला टॉवेल त्याने जोरात हिसकावून घेतला व कपाटाचे दार उघडले.

आतल्या अंधुकशा प्रकाशात त्याला पांढरे काहीतरी लोंबकळताना दिसले व क्षणभर त्याच्या सर्वांगावर एक भयंकर शिरशिरी उठली; पण लागलीच त्याने आपली कोट पॅंट ओळखली व सुटकेचा एक मोठा श्वास सोडला. त्या कपड्यांशिवाय त्या कपाटात काहीही नव्हते.

प्रतिक्रियेने त्याच्या साऱ्या अवयवात एकदम शिथिलता आली होती. कपाटाच्या दारावरच डोके ठेवून तो जरा वेळ तसाच उभा राहिला व मग त्याने सावकाश दार बंद केले व तो माघारी फिरला.

हातातल्या टॉवलेने त्याने मान, तोंड, गळा टिपला. त्याच्या अंगावरून घामाच्या धारा वाहत होत्या. कॉटजवळच्या टेबलावरील तांब्यातले थोडेसे पाणी पिऊन तो जरा वेळ खिडकीजवळ उभा राहिला व मग त्याने दिवा मालवला. डोळ्यांना त्या अंधाराची सवय व्हायला जरा वेळ लागला व मग परत बाहेरच्या प्रकाशात खोलीतल्या साऱ्या वस्तू त्याला पूर्वीप्रमाणेच आपापल्या जागी दिसू लागल्या.

मघाचा सर्व वेळ त्याने आपले सर्व स्नायू आखडून, जखडून धरले असले पाहिजेत, कारण अंग आता अगदी आंबून गेल्यासारखे झाले होते. खूप लांबची चक्कर मारून आल्यावर शरीरातील कण आणि कण जसा ओरडत असतो तसे त्याला वाटत होते. किती वाजले ते पाहण्याच्या भरीस न पडता त्याने कॉटवर अंग टाकले व डोळे मिटले.

रमाकांत परत जागा झाला होता. मघाच्या प्रकारानंतर आपल्याला झोप लागली होती की नाही, याची त्याला कल्पना नव्हती. खोलीत व बाहेर पूर्ण शांतता पसरली होती.

पण खोलीत कोणीतरी आहे ही रमाकांतची खात्री झाली होती. एवढ्यातच आपल्या अंगाला कशाचा तरी गार स्पर्श झाल्यासारखे त्याला वाटले. मघाशी जरा वेळ दबलेली विचारांची सारी वावटळ परत उफाळून वर आली. मघाशी त्याने मनात कोंडून ठेवलेले सारे विचार आता मुक्तद्वार मिळाल्यासारखे बाहेर ओसंडले.

खोलीत आपल्याशिवाय कोणीतरी आहे याबद्दल त्याला शंका राहिली नव्हती. त्या पालवला जगातून जावे लागले. तो सुखासमाधनाने गेला असेल काय? आनंदाने गेला असेल काय? खासच नाही. त्याचा अतृप्त आत्मा या जगात खासच घोटाळत असणार. येथे या जागी, जेथे त्याने आपली स्वप्ने पाहिली- मनोरे रचले- येथे खासच घोटाळत असणार!

आपण या खोलीत यायला नको होते. आपल्याला येथे राहण्याचा काही अधिकार नाही. मघाशी संधी मिळाली तेव्हा आपण खोलीबाहेर जावयास हवे होते. आता उपयोग नाही, कारण आता वेळ राहिलेला नाही.

तो...तो पालव आता परत त्याच्या खोलीत आला आहे. त्याची जागा घेण्यासाठी आला आहे. कोणत्या रूपात असणार? त्याच्या नेहमीच्याच रूपात. दुसऱ्या कोणत्या? पण तो जर पाण्यात बुडाला होता- मग असेना का? आता

त्याला काय अशक्य आहे? तसाच असेल. ओला तर ओला. त्याला काय त्याचे?

कॉटजवळ उभी असलेली अस्पष्ट आकृती रमाकांतला दिसली. दूर ढकलण्यांसाठी म्हणून त्याने असहायपणे हात पुढे केला; पण हाताला काहीतरी गार लागताच हात झटका बसल्यासारखा मागे घेतला. त्याने आपले अंग चोरून मागे घेण्याचा प्रयत्न केला; पण त्याचे स्नायू त्याच्या ताब्यात नव्हते. त्याला कोणतीही हालचाल अशक्य झाली होती.

ती आकृती रमाकांतशी काहीतरी बोलण्याचा प्रयत्न करीत होती; पण ते शब्द नीटसे उमटत नव्हते. पाण्यातल्या पाण्यात आवाज करावा तसे 'गट्-गट्-बुड्-बुड्' असेच काहीतरी चमत्कारिक उद्गार येत होते. खरंच तो जर पाण्यात बुडाला असेल, तर त्याच्या नाका-डोळ्यांत, घशातोंडात, पाणीच पाणी...

ती आकृती एकदम पुढे झाली व खाली वाकून बिछान्यात शिरली. रमाकांतच्या सर्वांगावर गार गार असे काहीतरी पसरायला लागले.

...पण त्याचक्षणी त्याची शुद्ध हरपली.

दुसऱ्या दिवशी सकाळी नऊपर्यंत खोलीचे दार उघडले नाही हे पाहून बर्व्यांनी आधी हाका मारल्या. मग दारावर थापा मारल्या व शेवटी धक्के मारून दार उघडले. खोलीच्या खिडक्या उघड्या होत्या व त्यातून सूर्यप्रकाश खोलीभर पसरला होता. रमाकांत कॉटवरच झोपला होता.

त्याचे तारवटलेले डोळे समोरच्या कपाटावर खिळले होते.

बर्वे आश्चर्याने म्हणाले,

"काय हो रमाकांत? काय झाले?"

असे म्हणत म्हणत जवळ जाऊन त्यांनी रमाकांतच्या अंगाला हात लावला मात्र, एखाद्या रानटी श्वापदासारखे रमाकांतचे डोळे त्यांच्याकडे वळले व तोंडाने 'न-न-न-'असे आवाज काढीत त्याने आपले अंग स्वतःशी आणखीच चोरून घेतले.

मग बर्व्यांना दिसले की, रमाकांतच्या अंगाखालची सर्व बाजू उशीपासून खालपर्यंत पाण्याने ओलीचिंब भिजली होती. त्याच्या उशापासच्या टेबलावरचा पाण्याचा तांब्या रात्री कशाने तरी कलंडला होता.

◆◆◆

१४. पिंपळदरी

पिंपळदरी ब्रँचचा माणूस एकाएकी आजारी पडला तेव्हा त्याच्या जागी मुख्य ऑफिसमधून कोणास तरी जाणे भागच होते. आता ही संक्रांत कोणावर येते इकडे ऑफिसमधील चौघांचे बारीक लक्ष होते. गडी साहेबांच्या खोलीत गेला होता. तो बाहेर येताच आम्हा चौघांपैकी कोणाला तरी एखाद्याला 'साहेबांनी आत बोलावलंय' असे पुकारून सांगणार होता. आणि खरे म्हणजे कोणाचीच तिकडे जायची इच्छा नव्हती. पिंपळदरी आडबाजूचे गाव. वीज नाही, नळ नाहीत, कंपनी नाही... वनवासच!

गडी बाहेर आला व म्हणाला, "सोनारसाहेब, तुम्हाला आत बोलावलंय!"

बाकीच्या तिघांनी इंग्रजी चित्रपटातील प्रसंगाची नक्कल केली. तिघांनी आपले अंगठे खाली केले. चेहरा लांब करीत मी आत गेलो.

एस.टी. दोनदा बदलून मी पिंपळदरीच्या स्टँडवर भर दुपारचा उतरलो तेव्हा या सर्व प्रकाराला मनातल्या मनात लाखो शिव्या देत होतो. या रानात किती दिवस मुक्काम करावा लागेल कोणास ठाऊक! कधी न मिळणारी रजा येथल्या माणसाला मिळाली होती व आता तो आपल्या आजाराचा पुरेपूर फायदा उठवणार हे उघड होते.

स्टँडवरून सरळ ऑफिसमध्ये गेलो व तीन दिवसांचे अर्धवट राहिलेले काम संपवले. तोपर्यंत दुसरा कशाचा विचार करायलाही सवड नव्हती. शेवटी साडेसहा वाजता बाहेरचे दार बंद झाले व मग जराशी उसंत मिळाली. गड्याशी बोलता बोलता समजले की, येथला माणूस आपल्या गावी गेला आहे. कोणीतरी त्याच्या घरचे त्याला न्यायला आले होते. तेव्हा आता जागेचाही प्रश्न आला.

जेवणाची सोय खानावळीत सहज झाली असती; पण राहणार कोठे? येथे हॉटेल वगैरे काही प्रकार नव्हता. बरं, गावात कोणाची ओळखही नाही. शेवटी तेव्हा मी त्यालाच विचारले,

"काय रे बुवा! आपल्याला एखादी खोली मिळेल का नाही?"

"अहो साहेब! अर्धा गाव ओस पडलाय! पण तुम्हाला चांगली जागा हवी असणार, नाही का?"

"चांगल्यात चांगली! भाडे तर ऑफिसच भरणार आहे."

"तसं नाही. चांगली म्हणजे संडास हवा, विहीर हवी, काही काही वाड्यात जागा आहेत, पण हे काही नाही."

"म्हणजे?"

"म्हणजे सगळं बाहेर करायचं."

"छे! छे! तसं नको बुवा काही!" मी शहारून म्हणालो.

"मग साहेब! जाधव वकिलांना विचारा की! त्यांच्याकडे कितीतरी वाड्यांची व्यवस्था असते."

"ठीक आहे चल, मला त्यांचे घर दाखव."

जाधव वकील अपेक्षेपेक्षा फार वेगळे निघाले. त्यांनी व्यवसाय पूर्वीच बंद केला होता; पण गावात सर्वजण त्यांना 'जाधव वकील' अशा दुहेरी नावानेच ओळखत असत. मी त्यांना माझी अडचण सांगितली.

"तुमचा मुक्काम किती दिवस आहे इथे?" त्यांनी विचारले.

"काय सांगणार? मी तात्पुरत्या बदलीवर आलो आहे. कदाचित पंधरा दिवस- कदाचित दोन महिने- काही सांगता येत नाही."

"म्हणजे फॅमिली वगैरे आणणार नाही तुम्ही?"

"नो-नो! तो विचारसुद्धा मनात आलेला नाही."

"मुद्दाम विचारायचं कारण असं की, मी एकदोन महिन्याकरता तुम्हाला जागा देऊ शकेन. पण ती एकट्यानंच राहण्यासारखी आहे."

"का? वस्ती वगैरे बरी नाही आसपास?"

"अं... आसपास वस्तीच नाही. जरा एका बाजूला वाडा आहे."

"बाकी सगळ्या सोयी आहेत ना?"

“मी म्हणेन, की तो गावातला सर्वांत चांगला वाडा आहे.”

“मग बंद का? म्हणजे मोकळा का?”

“मी जरा चोखंदळ आहे. वाटेल त्याला ती जागा देणार नाही आणि गावात असे नवीन लोक कितीसे येणार? मागणीही नाही.”

त्यांनी भाडे पंधरा रुपये सांगितले. खरोखर हा आकडा जास्त होता. कारण तीन रुपयांपासून खोल्या मिळत होत्या.

पण ऑफिसवरच्या एक प्रकारच्या रागाने मी ही महाग जागा पसंत केली. स्वतः जाधवच माझ्याबरोबर निघाले.

“तुमच्याकडे दिवा वगैरे आहे का नाही?”

“नाही. उद्या विकत घेणार आहे. आज वेळच झाला नाही.”

घरातला एक कंदिल त्यांनी मला दिला.

“आजच्या दिवस वापरा हा, सावकाश परत केला तरी चालेल!” माझे सामान घेण्यासाठी आम्ही मुद्दाम माझ्या ऑफिसवरूनच गेलो.

गावाची वेस सुमारे दीड मैलाची होती. आता एका मोठ्या दगडी कमानीशिवाय काहीही जागेवर राहिले नव्हते. त्यातून आम्ही बाहेर पडलो व पुढे निघालो.

सुमारे फर्लांगभर चालल्यावर वाड्याचे आवार लागले. वाड्याला चारी बाजूंनी डबरी पण चांगली वावभर जाडीची भिंत होती. दरवाजाही जुन्या पद्धतीचा चांगला दीड पुरुष उंचीचा होता. आत मोकळे पटांगण होते. पूर्वी बाग असली पाहिजे, पण आता त्यापैकी फक्त मोठमोठे वृक्षच शिल्लक होते. बाकी सर्व जमीन साफ करून टाकली होती.

ज्यावेळी पैशाची व वेळेची कमतरता नव्हती, अशा संथ गतीच्या जमान्यातले अप्रतिम बांधकाम. दोन फुटांपेक्षा पातळ भिंत नाही. तशाच रुंद रुंद तुळ्या. ओसरी-पडवीच्या खांबांनादेखील उच्च कोरीवकाम, मोठमोठ्या खोल्या, झकास दारे...

त्या मोकळ्या खोल्यांतून आमचा आवाज घुमत होता.

“गेले वर्षभर वाडा रिकामाच आहे. त्या आधी गावात नवीन आलेले मामलेदार इथे काही दिवस राहिले होते.” जाधव जरा वेळ थांबले व मग म्हणाले, “त्यांनी बदली करून घेतली येथून!”

“बदली करून घेतली?” मी जरासे आश्चर्याने विचारले.

"मला हे तुम्हाला सांगायचंच होतं. जायच्या आधी ते मला भेटले. त्यांची वाड्याबद्दल तक्रार होती; पण त्यांना आधीच सांगितलं होतं की, जागा अगदी एका बाजूस आहे."

"पण ते तक्रार कशाबद्दल करीत होते?"

"त्यांना म्हणे भुतं दिसली या वाड्यात!" जाधव उपहासाने म्हणाले, "आमचा थोडासा वाद- भांडणच म्हणा ना! झाला त्यावर!"

मी मनात म्हटले, जाधवांनी वकिलीचा व्यवसाय सोडला असला, तरी वकिली डावपेच सोडलेले नाहीत. मामलेदारांची गोष्ट खरी असेल किंवा अर्धवट खरी असेल, मला ही स्पष्ट सूचना होती, वाड्यात काहीही झाले तर त्याची जबाबदारी जाधवांच्यावर नाही. कारण त्यांच्या मते वाड्यात काहीही होणे शक्यच नव्हते.

मी खोली घेतली, त्यामागे जाधवांच्यासमोर भित्रे दिसायला नको असा विचार असेल किंवा ऑफिसवरचा राग असेल! उत्सुकता किंवा कुतूहल काहीही नव्हते एवढे नक्की! कारण माझा स्वभाव त्या धाटणीचा नाही. ही हकीगत माझ्या स्वतःसाठी आहे. तेव्हा येथे आत्मवंचना कशाला?

समोरच्या ओसरीवरची एक खोली जाधवांनी माझ्या ताब्यात दिली होती. बाकीची दारे त्यांनी स्वतःच तपासून त्यांना कुलुपे घातली होती. समोरचे अंगण मला वापरायला मोकळे होते. एका बाजूस विहीर होती व कोपऱ्यात मोरी वगैरे होती. सोय व स्वच्छता मनाजोगती होती.

खोलीला कुलूप घालून मीही त्यांच्यामागोमाग बाहेर पडलो. जेवायची सोय पाहायची होती; अगदी दैनंदिन गरजेच्या काही वस्तूही खरेदी करायच्या होत्या. गड्याला बरोबर घेतले. जोपर्यंत जाधव बरोबर होते तोपर्यंत तो मुकाट्याने मागाहून चालला होता. पण ते वळून त्यांच्या वाटेला लागले व त्याचे तोंड सुरू झाले. एकदम पुढे येऊन त्याने माझा खांदा धरला.

"सोनारसाहेब, हा वाडा कशाला पसंत केलात?"

"का रे बाबा? इतकी चांगली जागा गावात मिळेल का दुसरी?"

"अहो, चांगल्या जागेशी काय करायचं आहे?" तो म्हणाला, "तुम्हाला इथं चैन तर पडली पाहिजे ना?"

"हे बघ, तुला प्रत्यक्ष काही माहीत असेल तर सांग. गावातल्या ऐकीव गोष्टी मला नकोत. तुला खरोखरच काय माहिति आहे?"

"तसं काय सांगणार साहेब!" तो हिरमुसला होऊन म्हणाला.

"इथं कोण राहत होतं. वाडा कोणाच्या मालकीचा आहे, ते तर सांग!"

"बडवे सावकारांचा वाडा आहे असे म्हणतात; पण साहेब, मला एवढी बारीक माहिती नाही तिथल्या लोकांची."

"मग राहू दे तर. चला मला खानावळ दाखव, दुकान दाखव."

'छत्रपती मराठा खाणावळ' चालवणारे पाटील खूप बोलके होते; पण आज मला काही बोलायला सुचत नव्हते. त्यांच्यात व दुसऱ्या जेवणाऱ्यांत गप्पागोष्टी, थट्टाविनोद चालला होता. तो मी मुकाट्याने ऐकत होतो. गावात घडलेल्या बऱ्याचशा गोष्टी मला अज्ञात होत्या व त्यामुळे त्यांच्या संदर्भात त्यांनी एकमेकांना दिलेल्या कोपरखळ्या मला समजू शकत नव्हत्या व त्यांच्या हसण्यात मी भाग घेऊ शकत नव्हतो.

मी परत आलो तेव्हा साडेनऊ वाजून गेले होते. दिवस उन्हाळ्याचे होते व सगळीकडे जाग होती. एकदोन कुलुंगी कुत्रीही माझ्या पाठलागावर धावली. एकूण वाड्यापाशी पोहोचेपर्यंत फारसा विचार करायला वेळच मिळाला नाही. सकाळच्या न्याहारीसाठी मी काही खायचे जिन्नसही विकत घेतले होते. त्याच्या वासाने एक काळे कुत्रे माझ्या मागेमागे येत होते. वाड्यापाशी पोहोचताच मला वाटले येऊ दे की, त्याला आत! झोपून राहील अंगणात! आपणाला तेवढीच जागही राहील.

मी हाताने एक चुटकी वाजविताच ते माझ्या मागोमाग आत आले. विहिरीजवळ धुण्याचा दगड होता, त्यावर मी काही काही काढून ठेवले व त्याच दगडाच्या खळग्यात पोहऱ्याने पाणी काढून ठेवले. इतकी सौजन्याची वागणूक त्याला जन्मात प्रथमच मिळत असली पाहिजे. त्याने आपली कृतज्ञता दाखवण्याचा इतका आटोकाट प्रयत्न केला की, त्या मुक्या प्राण्याची मला खरोखर कींव आली.

मी कंदिल पेटवला, गादी पसरली, विहिरीचे ताजे पाणी उशाशी भरून ठेवले व झोपते वेळी दार ओढून घेताना बाहेर पाहिले. ओसरीच्या पायरीवरच अंगाचे वेटोळे करून ते कुत्रे समाधानाने झोपले होते.

मी झोपलो.

दिवसभराच्या प्रवासाने मी अगदी थकलो होतो. रात्री अगदी गाढ झोप लागली होती. तरीही जाधवांनी व गड्याने वाड्यासंबंधी काही काही सांगितले होते ते मनात मागे कोठेतरी दबा धरून राहिले असले पाहिजे. कारण एकदोनदा माझी झोप चाळवली गेली.

प्रत्यक्ष झोपेतून जागा असा झालो नाही; पण काही काही गोष्टींचे अर्धवट स्मरण राहिले. मनातले विचार स्वप्नांच्या रूपाने रात्रीचे पुढे उभे राहतात व आसपासचा एखादा खरा आवाजही योग्य ते रूप धारण करून त्या स्वप्नात प्रवेश करतो. कारण मध्ये केव्हातरी वाऱ्याने एखादे दार किंवा खिडकी खड्खड् आवाज करीत होती व पायरीवरचे कुत्रेही हेल काढून रडत होते, असे मला अंधुकसे आठवते.

पण सकाळची उन्हे खोलीत आली होती व खोलीला तसाच मनालाही उजाळा देत होती. प्रसन्न मनाने मी जागा झालो. अपरिचित खोली पाहून एक क्षणभर चकित झालो व मग सारे आपापल्या जागी पडले.

खोलीतून बाहेर पाय टाकला व मग मला काल रात्री माझ्याबरोबर आलेल्या काळ्या कुत्र्याची आठवण झाली. ते पायरीवरच माझी वाट पाहत बसले होते. दिवसाउजेडी ते अगदीच घाणेरडे दिसत होते. पण त्याला हाकलून द्यायची काही मला इच्छा झाली नाही. मी असा किती दिवस या गावात राहणार होतो? राहिना का बिचारे तोपर्यंत! चार घास तरी खाईल!

खाणावळीत आज मी जवळजवळ पहिलाच आलो होतो. साहजिकच पाटलांचे माझ्याकडे लक्ष गेले. कोणत्या ऑफिसमध्ये आहे, बदली कायमची झाली का, कोठे जागा घेतली, ही चौकशी ओघानेच आली. 'बडवे सावकाराचा वाडा' असे ऐकताच त्यांनी एकदम माझ्याकडे पाहिले व मग रस्त्यावर नजर टाकली. जरासा धीटपणा करून मी विचारले.

"अहो मालक! काल जाधव वकीलही जरा चाचरत होते. ऑफिसमधला गडीही जरा बेचैन झाला होता. तुम्हीही अशी नजर टाळता; एवढं आहे तरी काय त्या वाड्यासंबंधी? तुम्हाला काही माहिती आहे का?"

पाटील जरा वेळ माझ्याकडे पाहत राहिले व मग म्हणाले,

"मला माहीत आहे, साऱ्या गावाला माहीत आहे; पण तुम्हाला सर्व माहिती देणारा एकच इसम गावात भेटेल. बडव्यांच्या घरी त्यावेळी तो आचारी म्हणून

कामाला होता. आता त्यानं स्टँडवर चहाचं दुकान घातलं आहे. शिवराम आचारी असेच त्याला सगळे ओळखतात, त्याला विचारा."

"पण तो तिऱ्हाईताशी मोकळेपणानं बोलेल का?'

"शिवराम? त्याला गप्प कसं करायचं याचीच गावकऱ्यांना चिंता पडते. तो सांगेल, त्याला विचारा."

हातावर बाहेर जाताना कुटलेली सुपारी ठेवता ठेवता ते म्हणाले,

"रात्रीचं काय? येणार ना इकडे?"

"येतो-येतो." त्यांना सांगून बाहेर पडलो.

शिवराम आचाऱ्याचे चहाचे दुकान जत्रेतल्या दुकानासारखे टिनपाटाचे होते. आत पाय टाकणे मला अशक्य झाले. रस्त्याच्या समोरच्या कडेला उभा राहून मी काय करावे याचा विचार करीत होतो. एकेकाळी मीही अशा दुकानांतून चहा-चिवडा, भजी-शंकरपाळी यावर मजेने ताव मारला होता; पण आता त्या सवयी गेल्या होत्या. आत जाणाऱ्या गिऱ्हाइकांचा मला तिटकारा वाटत होता असे नाही; पण माझी स्वतःची आत पाय टाकायची इच्छा नव्हती.

शेजारीच झाडाखाली दोन पोरांचा गोट्यांचा खेळ चालला होता. त्यांच्या पैकी एकाला मी जवळ बोलावले व समोरच्या दुकानाच्या मालकाला 'पाच-दहा मिनिटे बोलावले आहे' असा निरोप द्यायला सांगितले. दुकानात खूप मोठ्या स्टोव्हवर काहीतरी तळत बसलेला माणूसच शिवराम आचारी निघाला. माझा निरोप ऐकताच त्याने स्टोव्ह कमी केला व दुकानात कोणालातरी काहीतरी सांगून तो बाहेर माझ्याकडे आला.

खरे सांगायचे म्हणजे त्या शिवरामाचे ध्यान अगदी किळसवाणे होते. सबंध दुपारभर स्टोव्हपाशी बसल्याने त्याच्या अंगावरून घामाचे ओघळ वाहत होते व तो खांद्यावरच्या मळक्या फडक्याने ते पुसत होता. धुराच्या व तेलाच्या खकाण्यात सारखे सारखे बसून डोळे लाल झाले होते व एकसारखा बारीकसा खोकला येत होता. तोंडावरही दोनचार दिवसांचे दाढीचे पांढरे केस वाढले होते. येता येता त्याने विडी शिलगावली होती व माझ्याशी काही बोलायच्या आधी त्याने विडीचा खूप मोठा झुरका मारला व धूर तसाच आत जाऊ दिला- मग तो म्हणाला, "काय काम होतं तुमचं?"

या अशा माणसाशी काही बोलावं की नाही याचा मला प्रश्न पडला.

“मी बडवे सावकारांच्या वाड्यात खोली घेतली आहे.” मी एकदम म्हणालो व त्याच्यावर या माहितीचा काय परिणाम होतो हे बारकाईने पाहत राहिलो, पण तो होता तसाच उभा राहिला.

“छत्रपती खाणावळीचे मालक पाटील मला म्हणत होते की, पूर्वी तुम्ही बडवे सावकारांच्या घरी नोकरीला होता!”

“होतो-होतो. पुढे?”

“असं सोंग घेऊ नका हो! वाड्यात काही कमी-जास्त आहे का? तुम्हाला सारं काही माहिती आहे, असं सगळे म्हणतात.”

“अहो, मला माहिती नसेल तर कोणाला असणार! जवळजवळ डोळ्यांदेखतच सारं काही घडलं... येता दुकानात?”

“अं... आता नको... बंद केव्हा करता?”

“नऊला... त्यावेळी याल? सगळं काही सांगतो.”

“ठीक आहे.”

बडवे सावकारांची हकीगत जाणून घ्यायची मला तीव्र उत्सुकता नसती तर मी या शिवरामाला पुन्हा भेटलो असतो का नाही याची शंकाच आहे!

शिवरामला रात्री नऊला भेटलो. रात्रीच्या चंदेरी, फसव्या प्रकाशाने गावाचे ओंगळ रूप झाकले होते. आकारांचे कठोर कोन सावल्यांनी दुरमडले होते. तेथे नसलेली एक खोटीच रहस्यमय झिलई चढली होती. दिवसभराचे गावातले बरेवाईट वास आता कमी झाले होते व मधूनच एखाददुसरी सुगंधाची लाट येऊन जात होती. अशा यावेळी शिवरामच्या हॉटेलच्या लाकडी फळीवर बसून मी बडवे सावकाराची सर्व कहाणी ऐकली. शिवरामचा छाती भरून खोकला, दाढीतून व केसातून खराखरा फिरणारी त्याची बोटे, तोंडात सारखी कडक धूर ओकणारी विडी... रोमांचाला तडा देणारे हे सर्व उपस्थित असूनही ही हकीकत मनाला जरा चटका लावून गेली. जराशी अस्वस्थ करून गेली.

तात्या बडवे गावात फारसे लोकप्रिय नव्हते. पण कोणता सावकार असा लोकप्रिय झाला आहे? सावकारांकडे पैशांसाठी अजिजी करावी लागते म्हणून राग येतो व पैशांसाठी सावकार दाराशी धरणे लावतो तेव्हा तर आणखीच राग येतो; पण तात्यांनी कोणाच्या रागालोभाची फिकीर केली नाही व म्हणून गडगंज

पैसाही जमाविला आणि एके दिवशी सकाळीच हृदयविकाराचा झटका येऊन तात्यांनी हे जग सोडले. कोणी म्हणतात, तात्या असे अचानक गेले नसते तर प्रसंगांना अशी दिशा लागली नसती.

ते काही असो, तात्या गेले व त्यांचे मागे त्यांच्या बहीणच घरात मोठी अशी राहिली. तात्यांची बायको एकुलत्या एक मुलीला, मीराला, जन्म देतानाच गेली होती व आता मीरा आठ-साडेआठ वर्षांची होती. तात्यांची बहीणही विधवा होऊन आपल्या मुलासह तात्यांच्याकडेच कायम राहायला आली होती. तिचा मुलगा चांगला मोठा होता, पण त्याला समज बेताचीच होती. तात्यांनी घराची व मीराची जबाबदारी बहिणीवरच सोपवली होती.

ज्यांनी बडवे सावकारांची पत्नी पाहिली होती ते सांगत असत की, मीराही आपल्या आईसारखीच दिसायला होती. शरीराची चण लहानच. रंग निमगोरा व तरतरीत चेहऱ्याची; पण मीराची खरी वाढ झालीच नाही. ती तशीच खुरटल्यासारखी राहिली. आत्याबाई जहांबाज होती व गावात कोणाचीही तिच्यापुढे शब्द काढण्याची हिंमत नव्हती. मीराचा होत असलेला कोंडमारा उघड्या डोळ्यांनी पाहत राहणे एवढेच परक्यांना शक्य होते.

खेडेगावातील शाळा, त्या शाळेत जेमतेम व्ह. फा. पर्यंत ती शिकली. शाळेसाठी काय ती घराबाहेर पडेल तेवढीच. इतर वेळी ती बरोबरीच्या मुलीत मिसळलेली, खेळलेली दिसली नाही. एकदोनदा तिला घरी भेटायला गेलेल्या तिच्या मैत्रिणी आत्याबाईंचा रागीट स्वभाव व घरातील एकंदर वातावरण पाहून परत काही जायला धजल्या नाहीत.

दिवस गेले. मीरा साडी नेसू लागली. तिच्याबरोबर तिचा आतेभाऊही वाढत होता; पण शरीराने त्याची काय वाढ होत होती तेवढीच. त्याच्या बुद्धीची मर्यादा तेवढीच, अर्धवट अशीच राहिली. त्याच्या आईला त्याचे दोष कळत नव्हते असे खासच म्हणता येणार नाही. पण ती तिकडे जाणूनबुजून कानाडोळा करीत होती एवढे मात्र खरे. असे होता होता मीरा अठरा वर्षांची झाली. ती कितीही प्रतिकूल अशा परिस्थितीत वाढत असली तरी निसर्ग आपले बदलाचे कार्य कणाकणाने घडवीतच होता. ऊन-प्रकाश नसलेल्या, त्या अंधाऱ्या, कोंदट जगातही तिच्या कृश शरीरावर यौवनाचा अस्पष्टसा मोहोर फुलून आला. काही क्षण कोणाकोणाच्या जिवाला धुंद करीत राहिला व मग गळून गेला. केवळ आठवणीच्या रूपातच मागे राहिला.

आत्याबाईंच्या मनात ती कल्पना केव्हा आली हे कोणाला समजले नाही. पण एके दिवशी स्वयंपाकघरात गुरुजी पूजा करीत असताना शिवरामच्या कानावर दोन-चार प्रश्नोत्तरे आली. त्यावरून त्याला समजले की, मीराचे लग्न आपल्या मुलाशी लावायचा आत्याबाईंचा विचार आहे! कोणताही गाजावाजा न होता, कायदेशीरपणे मीराची सर्वच्या सर्व प्रॉपर्टी बळकावण्याचा हा विलक्षण उपाय त्यांनी शोधून काढला होता.

मीराच्या कानी तिच्या भावी आयुष्याबद्दल रचले जाणारे हे बेत गेले होते का नाही, आणि गेले असतील तर तिला त्याबद्दल काय वाटले हे कोणालाच कळले नाही. तिला खास विश्वासातली अशी एकही मैत्रीण राहिली नव्हती. वाडा सोडून चार घटका मन मोकळे करायला जाण्यासारखी गावात एकही जागा नव्हती. तिचे हक्क तिला समजावून सांगणारेही कोणी नव्हते.

उपाध्याय काय! सावकारांच्या अन्नाचे मिंधे! आते-मामेभावंडात विवाह होऊ शकतो याला त्यांनी सोयिस्कर निर्णयाचा पुरावा काढला. बाबाच्याही कानावर हे गेले असले पाहिजे. शिवरामला एक सकाळ स्पष्टपणे आठवते.

बाबा जेवायला बसला होता व नेहमीसारख्या आत्याबाई त्याच्याजवळ बसून हवे नको करत होत्या. मीरा कशासाठी तरी स्वयंपाकघरात आली व आत्याबाईंनी तिला मीठ का चटणी काहीतरी वाढायला सांगितले. बाबाच्या पानापुढे ती वाढायला वाकली असतानाच बाबाने एकदम तिचा हात धरला व तोंडातला घास तसाच ठेवून तो म्हणाला,

"आता तू माझी नवरी होणार! मीरा माझी नवरी होणार!"

मीराच्या हातातला काचेचा सट फरशीवर पडला व खळ्कन फुटला.

"छी:! मूर्ख कुठचा!" असे म्हणत तिने त्याच्या हातातला हात खस्‌कन काढून घेतला व ती धापा टाकीत मागे सरली. तिचा चेहरा एकदम पांढराफटक पडला होता. 'बाबाऽऽ!' आत्याबाई ओरडल्या. स्वयंपाकघरात नोकरमाणसे वावरत होती याची आत्याबाईंना सारखी जाणीव होती.

"मग तूच नाही का आम्हाला सांगितलंस!" लाडिक आवाजात बाबा म्हणाला- एक अर्धवट हुंदका देऊन मीरा घाईने निघून गेली.

तेव्हापासून आत्याबाई बाबाचे पान माजघरात घेऊ लागल्या; पण त्यांनी मीराला एकदोनदा वाढायला बोलावल्याचे शिवरामने ऐकले होते.

कशालाही न जुमानता त्या महत्त्वाकांक्षी बाईने लग्नाचा घाट तर जुळवला खरा! गावात उलटसुलट चर्चा खूप झाली. पण प्रत्यक्ष त्यांच्यात पडून किंवा विरोध करून गळ्यात नसते त्रांगडे अडकवून घेण्याचा उद्योग कोण तिऱ्हाईत इसम करणार? बाबाची खरी लायकी सर्वांना माहीत होती तरीही- 'न जाणो! कदाचित मीरालाही हे पसंत असेल!' अशी सारवासारव करून त्यांनी आपल्या टोचणाऱ्या मनाला गप्प केले असेल!

या सर्व अवधीत शिवराम वाड्यातच कामाला होता. आधीच मीरा फार कमी वेळा खाली यायची, आता तर ती तिच्या खोलीबाहेर दिसणेही मुष्कील झाले होते. एकदोनदा शिवरामला ती गच्चीवर एकटी उभी असलेली दिसली होती. तिचा मलूल, उदासवाणा चेहरा पाहून त्याच्या मनात कींव दाटून आली होती. पण तो पडला नोकरमाणूस. काय बोलणार? आणि आत्याबाईच्या कानावर काही गेले तर! पोटावरच पाय यायचा! तो मनाशी चरफडला आणि शेवटी वरमून गप्प बसला.

मीराच्या बावरलेल्या मनात काय विचार चालले होते ते कोण जाणणार? सुटकेचा तिने एक क्षीण प्रयत्न केला. दुपारच्या वेळी आत्याबाई झोपलेल्या आहेत, असे पाहून ती हलकेच वाड्याच्या बाहेर पडली; पण तिचे दुर्दैव तिच्या वाटेत नेमके उभे राहिले. बाबा! ती वाड्याबाहेर पडायला आणि तो रस्त्याने घराकडे यायला एकच गाठ पडली. रस्त्यावर त्यावेळी कोणी नव्हते. तेव्हा प्रत्यक्ष काय झाले ते कोणालाच कळले नाही. मीरा खूप मोठ्याने ओरडली व धावत धावत, अडखळत अडखळत वाड्यात परत आली व तिच्या खोलीत जाऊन बसली. तिच्या मागोमाग 'माझी नवरी-माझी नवरी' असे काहीतरी ओरडत बाबाही वाड्यात आला व मीराला शोधू लागला. सगळी माणसे जागी होऊन चौकात जमली. खूप गोंधळ झाला व शेवटी आत्याबाईंनी बाबाला कसेतरी शांत केले. आत्याबाईंचा चेहरा रागाने लाल झाला होता.

पण मीराने या प्रसंगाने विलक्षण धास्ती घेतली. तिला सपाटून ताप भरला. तिची प्रकृती इतकी खालावली की, जनलाजेस्तव तरी आत्याबाईंना डॉक्टरांना घरात आणावे लागले. शक्यतो तिच्याजवळ स्वतःच राहण्याचा प्रयत्न आत्याबाई करीत; पण शिवरामच्या मीराच्या खोलीत दूध, कॉफी, ताक, रस असे काही ना काही देण्यासाठी रोज कितीतरी चकरा व्हायच्या. मीरा नुसती भिंतीकडे तोंड करून चूपचाप पडलेली असायची.

आत्याबाईंनी धूर्तपणा करून नेहमीच्या डॉक्टरांना बोलावले नव्हते. गावात नवीनच बदलून आलेला सरकारी डॉक्टर त्यांच्या घरी येत होता. त्याचे नाव आता शिवरामला आठवत नव्हते; पण तो तरणाबांड होता, सुस्वभावी होता. मीराला दुखण्यातून बरे करण्यासाठी त्याने अपार श्रम घेतले. आयुष्याच्या कडेपर्यंत पोचून तेथे तिचा जीव लटपटत होता. तेथून त्याने तिला माघारी आणले.

सहानुभूतीसाठी आसुसलेली मीरा... तिला धीर देणारा, तिची सतत काळजी वाहणारा हा जवान डॉक्टर... कोणाला काही शंका यायच्या आतच त्या दोघांच्या सहानुभूतीचे रूपांतर प्रेमात झाले. काही दिवस तरी मीराच्या गांजलेल्या जिवाला दिलासा मिळाला. तिच्या कोमेजलेल्या गालावर थोडीशी लाली आली. निस्तेज डोळ्यांत थोडीशी चमक आली. दुरमडलेल्या ओठावर एक अस्फुटसे हास्य झाले.

कावेबाज आत्याबाई, त्यांच्या नजरेतून हा प्रकार सुटला नव्हता; पण या प्रेमाच्य आशेवरच, प्रेमाच्या आधाराने मीरा झटपट सुधारत होती हेही त्या पाहत होत्या नि तोपर्यंत त्या काहीच बोलल्या नाहीत.

आणि एके दिवशी त्यांनी आपला डाव टाकला. मीराच्या खोलीत त्या, बाबा, डॉक्टर व मीरा एवढेच होते. मीरा एकदम किंचाळली. डॉक्टर व आत्याबाई यांचे आवाज चढलेले ऐकू आले. 'पोलीस-' 'एकटी पाहून अतिप्रसंग-' 'अब्रूनुकसानी-' असे काहीतरी आत्याबाई बोलत होत्या. दगडासारख्या कठीण चेहऱ्याने डॉक्टर घराबाहेर पडला, तो परत वाड्यात आला नाही.

वादळात कोसळलेल्या वेलीसारखी मीरा एका दिवसात काळवंडली. शिवराम धरून सर्वजण निष्क्रियतेने होणारा प्रकार पाहत होते.

डॉक्टरला अब्रूची नोकरीची चाड होती. त्यांना पोटे जाळायची होती.

दोष कोणी द्यायचा, कोणाला द्यायचा? काचेची घरे!

मार्गशीर्षातला मुहूर्त हुकला होता. आत्याबाईंनी वैशाख-ज्येष्ठात बाबाचे लग्न उरकण्याचा चंग बांधला. दहाजणांजवळ त्या बोलूनही दाखवायला लागल्या. मीरा हतबुद्ध होऊन आपले उधळणारे जीवन पाहत होती.

पण हा वरवरचा भास होता. अधूनमधून शिवरामला मीराच्या डोळ्यात एक अनैसर्गिक चमक दिसली होती व त्याचा जीव शहारून गेला होता; पण तो काही बोलू शकला नाही व काही करूही शकला नाही.

चैत्र संपला. वैशाख सुरू झाला. वाड्याला रंगरंगोटी सुरू झाली.

आणि एका सकाळी मीरा गडप झाली.

खूप धावपळ झाली. गावातही शोधाशोधा झाली व शेवटी प्रकरण पोलिसांच्या हाती द्यावे लागले. घरभर त्यांनी कसून शोध केला. मीराची खाण नाही, खूण नाही, चिठ्ठीचपाटी नाही. काही लवलेशसुद्धा सापडला नाही. तिचे सर्व कपडे होते तसेच होते. वाड्याबाहेरही ती कोणाला दिसली नव्हती.

शेवटी नाइलाजाने सर्वांना त्या भयानक शक्यतेचाही विचार करावा लागला व विहिरीत पाणबुड्या उतरला.

मीराचे शव विहिरीत सापडले. तिने शेवटी हा मार्ग निवडला होता.

बाबा आधीच अर्धवट होता. त्याचे साधे मनोव्यापारही सर्वसाधारण माणसाच्या आकलनापलीकडचे होते. विहिरीतून फुटाफुटाने वर काढण्यात आलेले मीराचे शव पाहून त्याच्या अर्धवट मनात आणखी काय उलथापालथ झाली कोण सांगू शकणार? पण बाबा बदलला. त्या दिवसापासून बदलला. वेळी-अवेळी स्वतःशी (निदान असे सर्वजण समजत होते.) बोलायला लागला. शिवरामने त्याला एकदा सहज थट्टेने विचारले होते, "बाबासाहेब, कोणाशी सारखे बोलत असता आताशी?" त्यावर तो नैसर्गिकपणे म्हणाला होता, "मीराशी. ती माझी नवरी होणार आहे ना!" तोंडावर असलेले शब्द शिवरामने मागे रेटले होते. कारण बाबाला तेवढी समज असेल का याची शंकाच होती. पण शिवरामला बाबाचे उत्तर व बाबाचे स्वतःशी बोलणे आवडले नाही.

आणि त्याने अस्वस्थ होणारी घरात आणखी एक व्यक्तीही होती. आत्याबाई! मीराच्या आत्महत्येमुळे घरातल्या प्रकरणाचा गावभर बोभाटा झाला होता. लोकांची तोंडे बंद करता करता आत्याबाईंना पुरेवाट झाली होती. त्यात आता ही आणखी नवी भर! शिवरामला दिसले की, आत्याबाई आताशी बाबावर सारखे लक्षत ठेवत होत्या. कारण त्याची बडबड दिवसा-दिवसाला वाढत होती. इतर गडीमाणसेही त्यामुळे अस्वस्थ व्हायला लागली होती मीराची सारखी आठवण त्यांना नको होती.

विहिरीच्या आसपास स्वतःशी बडबडत हिंडताना बाबाला शिवरामने ज्या दिवशी पाहिले तेव्हा त्याची खात्री झाली की, ही लक्षणे चांगली नाहीत. शिवराम

स्वयंपाकघराच्या खिडकीतून पाहत होता व त्याला बाहेरचे काही दिसत होते व ऐकूही येत होते. प्रथम बाबा अनिश्चितपणे जोत्याच्या पायरीवर उभा होता व मग तो हळूहळू अंगणात आला होता. पण त्याची नजर सारखी विहिरीच्या कठ्ठ्यावर खिळलेली होती. जणू काही तेथे त्याला कोणीतरी दिसत होते.

विहिरीभोवती चकरा मारीत तो जसजसा जवळजवळ जायला लागला त्याबरोबर शिवरामने आत्याबाईंना बोलावून आणले. त्या धावत अंगणात गेल्या व बाबाचा हात धरून त्याला घरात आणायला लागल्या; पण तो जागचा हलायला तयार नव्हता. विहिरीच्या कठ्ठ्याकडे बोट दाखवून आत्याबाईंना काहीतरी सांगत होता. शेवटी कशीतरी त्याची आत्याबाईंनी समजूत काढली व त्याला घरात आणले. मग त्या खिडकीजवळून गेल्या तेव्हा शिवरामला दिसले की, त्यांचा चेहरा घामाघूम झाला होता, रंग उतरून काळाठिक्कर पडला होता.

बाबाचा अस्वस्थपणा कमी न होता वाढतच चालला होता. आताशी त्याची स्वतःशी बडबड तर सारखी चाललेली असायची. आत्याबाई जवळपास नाहीत असे पाहून शिवरामने एकदोनदा बाबाच्या खोलीच्या दाराला कान लावला होता; पण त्याने जे काय ऐकले त्याने त्याचे नैसर्गिक कुतूहल एकदम नाहीसे झाले होते. कारण शिवरामला बाबाच्या अर्ध्या चिडक्या, अर्ध्या अडखळणाऱ्या आवाजात असे काही काही ऐकू आले होते.

'पण विहिरीत कशाला ग? घरातच का नाही?' आणि पुन्हा- 'मला पाण्याची भीती वाटते ना! विहीर किती खोल आहे! पाणी कसे हिरवे-हिरवेगार आहे! काय? पाण्यात नाही पडणार?...'

पुन्हा शिवरामने ऐकण्याचा प्रयत्नही केला नाही...

सप्तमीचा मुहूर्त आत्याबाईंनी योजला होता खरा; पण ते सारे त्या केव्हाच विसरून गेल्या होत्या! मग बाबाला त्याची आठवण कोणी व केव्हा दिली?

कारण त्या दिवशी तो जेवता जेवता अचानकपणे म्हणाला,

"आई! उद्या माझं लग्न होणार की नाही गं?"

"शू! काहीतरी बोलू नकोस बाबा, चल आटप."

"सांग ना! उद्याच आहे ना लग्न?"

"आता एवढ्यात लग्न नाही बाबा, चल लवकर."

“नाही कसं? मीरा म्हणत होती की, उद्याच माझं लग्न लागणार.”

“बाबाऽऽ!” आत्याबाई ओरडल्या; “पुरे म्हणते ना?”

बाबा गप्प बसला खरा; पण त्याचा विचार चाललाच होता.

सप्तमींचा दिवस उजाडला. आठच्या आधी कधीही जागा न होणारा बाबा पहाटेपासूनच खाली येऊन बसला होता. ‘बाबासाहेब, आतापासूनच कशाला खाली येऊन बसला बरं?’ असे शिवरामने त्याला विचारले. त्यावर बाबा मान हलवून व डोळे गरगर फिरवून म्हणाला होता. ‘वा! वा! आज आमचे लग्न नाही का होणार? वा-वा!’... व शिवराम एकदम गप्प बसला होता.

जे काही झाले ते अवचित झाले व सर्वांच्या डोळ्यादेखत झाले. सातच्या सुमारास बाबा, आत्याबाई, शिवराम व आणखी एक बाई असे स्वयंपाकघरात होते. बाबा सारखा खिडकीकडे पाहत होता व चुळबूळ करीत होता.

“हो... हो! आलो!”

बाबा इतक्या अवचितपणे ओरडला की, क्षणभर स्तिमित होऊन सर्वजण जागच्या जागी खिळून राहिले. बाबा धावत बाहेर आला, अंगणात गेला व विहिरीच्या कठ्ठ्यावर चढला.

“बाबाऽऽ!” खिडकीतून आत्याबाई किंचाळल्या. पण बाबाचे आता दुसरीकडे कोठेच लक्ष नव्हते. शिवरामची नजर विहिरीवर खिळली होती व एक क्षणभर त्याला असा भास झाला की, विहिरीच्या मध्ये, कठ्ठ्यापासून दोन हात दूर, अशी एक धूसर आकृती उभी आहे नि हात पुढे करून बाबाला पुढे यायची खूण करीत आहे.

बाबाने एक पाय पुढे टाकला व त्याच्या तोंडाची किंकाळी पूर्ण व्हायच्या आतच तो पाण्यात पडल्याचा आवाज झाला.

आत्याबाई दारातून ओसरीच्या वाटेने अंगणात उतरायच्या आतच शिवराम स्वयंपाकघराच्या खिडकीतून उडी मारून विहिरीपाशी पोहोचला होता. पाणी अजून खळबळत होते आणि तो खाली वाकून पाहत असतानाच पाण्यात खोलवरून जरा वेळ बुडबुडे आले.

पण आत्याबाई विहिरीपाशी पोहोचेपर्यंत सर्व काही शांत झाले होते.

“मी स्वतः धावत धावत गेलो व पाणबुड्याला घेऊन आलो!” शिवराम म्हणाला. आत्याबाईंनी तर आकांत मांडला होता. आजच्या मुहूर्तावर त्यांनी

योजले होते काय नि झाले काय? त्यांच्याबद्दल जिव्हाळा वाटण्यासारखा त्यांचा स्वभाव नव्हता, पण तरीही त्यांची कीव आल्यावाचून राहिली नाही.

"पाणबुड्या ना? हो हो. तो तर लागलीच चऱ्हाटावरून खाली उतरला. खूप मोठा श्वास घेऊन तो पाण्यात गडप झाला. पहिल्या खेपेस तो वर आला. त्याने वर पाहून हाताने 'काही नाही' अशी खूण केली व तो परत आत गेला. लागोपाठ तीन-चार बुड्या झाल्यावर त्याने जरासा दम घेतला. कारण आता सर्वांच्याच लक्षात आले होते की, बाबा मदतीपलीकडे गेला होता. शेवटी त्याने बाबाला वर तर काढलेच; पण खूप वेळ लागला. त्याला स्वयंपाकघरात चहा देत असताना तो म्हणाला, "कपारीत कसं गच्च बसलं होतं हो! हिसके मारूनही सुटेना! एखाद्याला वाटेल की, आतल्या बाजूने कोणी गच्च आवळूनच धरलं आहे!' मी काहीच बोललो नाही.

"मग ना? मग काय व्हायचं? वाताहत झाली नू काय! आत्याबाई तर एक रात्र तेथे घालवायला तयार नव्हत्या. बारावं-तेरावं होईपर्यंत पाहुणेमाणसांनी कसं तरी त्यांना थोपवून धरलं व मग त्या काशीयात्रेला गेल्या.

"आता? तेथेच असतील की! त्यांना काय होणार? बाबाचं लग्न त्यांना लावायचं होतं. त्या वेडपटाच्या गळ्यात दावणीतल्या गाईसारखी ती बिचारी पोर अडकवायची होती. आता कोणाला दोष देऊन काय उपयोग! दोष म्हणजे काय? सारख्या मीराच्या नावाने खडे फोडत होत्या, आता कोण विचारतो!

"मी नोकरी केव्हा सोडली? अहो, सगळं कुटुंबच खलास झालं नि मग कसली नोकरी नि कसलं काय! बसलो झालं दुकान थाटून! दुकानाला पैसे? आत्याबाईंनी दिले! दुसरे कोण देणार? तशा काही त्या उदार नव्हत्या. हातातून फुटकी कवडी सुटायची नाही कधी! पण सगळेच नोकर कुरकुरायला लागले. माळी तर म्हणाला, आपण पोलिसात सांगणार सगळं! मी नाही हं! तेव्हा मग सगळ्यांनाच दोन-दोन हजार रुपये दिले झालं! हपापाचा माल! तिला काय त्याचं एवढ्यात? छे हो! आता कसली ती तोंड दाखवते!

"बरं आहे साहेब! आहात ना महिना दोन महिने? येत जा दुकानात. मामलेदार साहेबांना? काही माहीत नाही बुवा काय झालं ते! अहो, वाडा उघडा असतो कधी आताशी? आणि असला तरी असल्या जागेत कोण पाय टाकणार? माझी तर छाती व्हायची नाही! बरं आहे- नमस्कार!"

शिवरामचा निरोप घेऊन मी निघालो तेव्हा अकरा वाजून गेले होते. दिवसभराचा उष्मा आता नाहीसा झाला होता. थोडासा गार वारा वाहायला लागला होता. खरं म्हणजे माझ्या अंगावर अधूनमधून एक बारीक काटा येत होता.

बडवे सावकारांच्या वाड्याचा रस्ता मी धरला. माझ्या मनात आताच ऐकलेली ही चमत्कारिक हकीगत सारखी घोळत होती. माणसाचं मन कसे असते. पाहा, इतका वेळ वातावरण शांत वाटत होते, ते आता एकाकी वाटू लागले. वाडा इतका एका बाजूला नसता तर बरे झाले असते, असे वाटायला लागले. असा विचार करताकरताच मी वाड्यापाशी येऊन पोहोचलो.

काल रात्रीचं काळं कुत्रं पायरीवरच माझी वाट पाहत बसले होते. मी दिसताच त्याने शेपटी हलवून ओळख दिली. हे कुत्रे इतके काळे होते की, ते एखाद्या सावलीसारखे, अंधाराच्या एखाद्या तुकड्यासारखे दिसत होते. छे! असले विचार ठीक नाहीत- मी मनाशी विचार केला व मोठा दरवाजा उघडला.

आता शांतता एखाद्या डोहासारखी गच्च भरून राहिली होती.

नकळत माझे लक्ष विहिरीकडे गेले व मग उजवीकडच्या काळवंडलेल्या खिडकीकडे गेले. हीच ती स्वयंपाकघराची खिडकी. येथूनच बाबाला...

छे! हे थांबलेच पाहिजे! असा विचार करून मी खोलीत गेलो. आमचे नवे काळे मित्र मागोमाग आलेच होते. त्याला खायला काढून दिले. पाण्याची बादली अर्धीच होती. आता विहिरीवर जायचे? मी विचार केला.

तसा काही मी भित्रा नाही किंवा या गोष्टीवर आपण विश्वास ठेवतो अशातलाही भाग नाही; पण आता विहिरीवर जायचा मला अगदी कंटाळा आला होता. शेवटी ते काम मी दुसऱ्या दिवसावर टाकले.

कपडे बदलले, हातपाय धुतले व वळकटी पसरली.

काही केल्या झोपच येईना. कोठेतरी वाचले होते की, झोप येत नसली, तर डोळ्यासमोर एक मोठे शेत आणावे. त्यात खूप मोठा मेंढ्यांचा कळप आणावा व त्यातली एक एक मेंढी दोन पट्ट्यांच्या फाटकावरून उडी मारून पलीकडे जात आहे अशी कल्पना करावी. त्या मेंढ्या मोजाव्यात.

एक... दोन... तीन... चार...

मी तो प्रयोग करून पाहिला. शंभर.. दोनशे...

मधेच केव्हातरी मला झोप लागली असली पाहिजे व स्वप्न पडले असले पाहिजे. कारण आता त्या मेंढ्या फाटकावरून उड्या मारत होत्या खऱ्या, पण

दुसऱ्या बाजूस शेत नव्हते. एकामागून एक अशा त्या एका खोल विहिरीत पडत होत्या... डुबुक्... डुबुक्...

मी खडबडून जागा झालो. चंद्रप्रकाश आता खोलीत आला होता. घड्याळ दिसण्याइतका प्रकाश होता. अडीच वाजले होते.

सर्वत्र शांतता होती. इतकी शांत वेळ मी आजवर अनुभवली नव्हती. अगदी बारीकसा आवाजदेखील या शांततेत उठून दिसला असता. मग मला दिसले की, मी अगदी कान लावून ऐकत होतो. पण काय? कसला आवाज? कशाची वाट पाहत होतो? छातीत एवढी धडधड कशासाठी होत होती?

पाच सेकंद गेले... दहा... पंधरा...

बाहेरून एकदम एक विलक्षण आवाज झाला. इतका अचानकपणे की, मी उठून गादीवर बसलो. काळ्या कुत्र्याने खूप मोठा गळा काढून रडायला सुरुवात केली होती. मला तो आवाज आणि तो वाडा आणि ती रात्र सारे काही एकदम असह्य झाले. मी गादीवरून उठलो, टॉर्च घेतला, एक चादर काखोटीला मारली व खोलीचे दार धाडदिशी उघडून बाहेर आलो.

अंगणातून घाईघाईने जात होतो. शेवटची दहा-पंधरा पावले तर पळतच काढली. कारण विहिरीच्या कठ्ठ्यावर मला काहीतरी दिसले होते, काहीतरी काळे काळे...

मग ते माझ्याबरोबर आलेले काळे कुत्रे होते की, आणखी काही होते, हे पाहण्याच्या भरीस मी पडलो नाही, बाहेर आलो व दार लावून घेतले.

रात्रीचे उरलेले दोन तास मी देवडीवर बसून काढले. साडेचार-पाचला वर्दळ सुरू झाली व चांगले फटफटल्यावर मी वाड्यात गेलो.

सामान बांधताना एकच गोष्ट मला खटकत होती. ते काळे कुत्रे मला कोठेच दिसले नाही. दोन-तीनदा मी हाका मारून पाहिल्या व मग शेवटी नाद सोडून दिला. मनाशी म्हटले, या वाड्यात यायला जायला खूप वाटा आहेत. आपल्याला कशाला फिकीर!

महिन्याचे खोलीचे भाडे भरले होते; पण मी महिनाभर बाहेरच राहिलो. नशिबाने महिन्यातच मी हेड ऑफिसला परत आलो. किल्ली परत घेताना जाधव वकिलांच्या डोळ्यात एक मूक प्रश्न उमटला व त्याला उत्तर म्हणून मी केवळ होकारार्थी मान हलवली. यापेक्षा जास्त काय सांगणार!

✦✦✦

१५. कवठीचे वळण

गोडबोले, पाटील, भगत आणि मास्तर गावाबाहेरून परत येत होते. संध्याकाळची धूसर वेळ होती.

हिवाळयाचे दिवस. हवेत बराच गारवा आला होता. गावच्या आसपासच्या शेतांवरून वा गावातल्या मोकळया जागांवरून अंधुकसे धुके तरंगायला लागले होते.

एका बाजूचे, आसपासच्या वाड्यावस्त्या धरून अडीच-तीन हजारांचे गाव. अशा ठिकाणी आपल्याला मानवेल अशी सोबत नाहीच मिळाली तर जी मिळेल ती चालवून घेण्याचा माणसाचा स्वभाव बनतो. मास्तरांचेही बहुतेक तसेच झाले असावे. रेव्हेन्यूतला गोडबोले आणि भगत, पोस्टातला पाटील या पंचविशीच्या आतल्या पोरांशी त्यांनी एवढी सलगीची वागणूक ठेवलीच नसती.

पाच-सव्वापाचला सारे मोकळे व्हायचे. मग कधी गावाबाहेर टेकडीवर फिरायला जा, कंटाळा आला तर ते तिघे राहत होते त्या जुन्या वाड्याच्या ओट्यावरच गप्पा मार, पगाराच्या दिवशी स्टँडवरच्या हॉटेलमध्ये काही खाणे-पिणे कर - असा त्यांचा कार्यक्रम असावयाचा.

लांबूनच त्यांना ताश्याचा कड्‌ कड्‌ कड्‌ आवाज ऐकू आला, जवळ जवळ येत पलीकडच्या गल्लीतून त्यांच्या मागे मागे गेला. मास्तर म्हणाले, "देवीच्या देवळाकडे चाललेले दिसतात."

"आज काय विशेष आहे बुवा?"

"हे नेहमीच चालतं. कोणी झपाटल्यासारखं करायला लागलं, की त्याला देवीच्या पायांवर घालतात.'

"च! एकोणीसशे साठमध्ये या गोष्टी अं?"

"अहो, एकोणीसशे साठ काय, पंचवीसशे साठ झाले तरी त्यांचा या गोष्टींवरचा विश्वास ढळायचा नाही."

भगत म्हणाला,

"का हो मास्तर? हे गाव खूप जुनं आहे म्हणता ना?"

"हो आहे. सहाशे वर्षं तर या नावानंच इथं आहे-"

"मग इथं काही असले प्रकार नाहीत वाटतं? एखादा झपाटलेला वाडा."

"अहो एखादा काय? प्रत्येक वाड्यात तुम्हाला काही ना काही सांगणारे लोक भेटतील. शाळेच्या कोपऱ्यावर तो घुल्यांचा तीन चौकी वाडा आहे ना? तिथं म्हणतात की, एखादे वेळी मध्यरात्री खाली बळदात खणण्याचा आवाज येतो. मागे पुरून ठेवलेले पैसे कोणीतरी म्हणे परत परत खणून पाहत असतो. शंकराच्या देवळामागे तो आंधळ्याचा वाडा आहे ना? तिथल्या विहिरीतून वेळीअवेळी पाणी काढल्याचा आवाज येतो. ठगांच्या हल्ल्यात कोणीतरी चुकून कोंडलं गेलं होतं नि पाण्यावाचून तडफडून मेलं म्हणतात. त्याची ती तहान काही अजून भागत नाही."

मास्तर सहजपणे बोलत होते खरे; पण त्यांच्या शब्दात ताण होता. त्यांना जणू या विषयाची चर्चा नको होती.

"पण तुम्हाला एखादा अनुभव आला आहे का?" पाटील म्हणाला.

"एकदा काहीतरी घडलं; पण मी त्याला अनुभव म्हणत नाही. कारण माझ्या मनाचा धीटपणा कसाला लावण्याचा प्रयत्न मी केला नाही."

ते गप्प बसलेले पाहताच पाटील म्हणाला,

"पण काय झालं ते सांगा तर खरं."

"शेजारच्या गावी शाळेचा कसलातरी उत्सव होता. त्याकरता आम्ही सगळेच गेलो होतो. तिथेच एकाकडं माझं संध्याकाळचं जेवण झालं. बाकीची सारी मंडळी आधी निघून आली आणि गप्पांच्या नादात माझी शेवटची बस नेमकी चुकली. पण मी म्हटलं, सातआठ मैलांचं तर अंतर आहे, चांदणी रात्र आहे, जाऊ सहज चालत- निघालो न् काय."

"होळी पौर्णिमेच्या आधीचे दिवस होते. हवा सुंदर होती. आंब्याच्या मोहोराचा वास वाऱ्यावर दरवळत होता. मी अगदी खुशीत गावापर्यंत आलो. मनाशी म्हणालोसुद्धा, बरं झालं तेवढेच पंचवीस पैसे वाचले! वेस ओलांडून गावात

आलो. एकदा बसचा स्टँड लागला, की माणसांची जाग होती आणि आता उन्हाळ्याच्या दिवसात तर एक एक वाजेपर्यंत भजन, गप्पा, पत्ते चालतात. पण स्टँडपर्यंतचा तेवढा अडीच-तीन फर्लांगाचा रस्ता अगदी ओसाड आहे. वाटेत एक-दोन मारुतीची देवळं आहेत, एक-दोन पडके वाडे आहेत. तंबाखू मळून मी एकदा बार भरला आणि गावची वाट धरली."

"कवठीच्या वळणापाशी आलो. खूप लांबून गावातला एखाददुसरा दिवा लुकलुकताना दिसायला लागला होता. मनाशी म्हटलं आता पंधरा-वीस मिनिटावर गाव आलं; आणि माझी नजर सहज उजवीकडे गेली. वळणावरच बांधाच्या आत वीस-पंचवीस फुटांवर एक वठलेलं झाड आहे. त्या झाडाला काहीतरी लटकलं होतं. त्या झाडापासून खाली काहीतरी लोंबकळत होतं, एखादा फटका बसल्यासारखा मी जागच्या जागी उभा राहिलो."

"तुम्हाला माहीत आहे, चांदण्याच्या प्रकाशात वस्तूंना एक प्रकारचा सपाटपणा येतो. वस्तूंना खोली आहे असं भासत नाही, त्या एखाद्या चित्रासारख्या वाटतात. तसाच मला तो समोरचा निश्चल, पांढरा आकार दिसत होता. माणसासारखा दिसत होता. पण वरपासून खालपर्यंत अगदी सफेत पांढरा होता. वर पांढरा कपडा होता का आणखी काही होतं; मला माहीत नाही. इतर काहीही दिसत नव्हतं आणि मी पुढे जाऊन पाहण्याच्या भरीसही पडलो नाही. होतो तेथूनच पाहत राहिलो.'

"किती वेळ गेला असेल कोणास ठाऊक! मनात वेडेविद्रे विचार यायला लागले. माणसाच्या मनात शंका येतात त्या नेहमी अशुभ, भयप्रद अशाच का असतात? हा मागच्या कोणाच्या भीतीचा वारसा आहे? देवाशपथ सांगतो, वळणावरच्या त्या झाडावरून मी अगोदरच गावाच्या बाजूला आलो होतो हे नशीब! नाहीतर त्याच्यासमोरून रस्त्यावरून पुढे यायची माझी छाती झाली नसती! तिकडे पाहत पाहत मी हळूहळू गावच्या दिशेने एकएक पाऊल टाकायला लागलो. ते जरासं जरी हललं असतं किंवा तिथून जरासा जरी आवाज आला असता, तर सांगता येत नाही काय झालं असतं! कितीतरी लांब येईपर्यंत मी वळून वळून चांदण्यातल्या त्या पांढऱ्या ठिपक्याकडे पाहत होतो. मध्येच दुसऱ्या कसल्यातरी अडथळ्यानं ते दिसेनासं झालं आणि त्याच क्षणी मी धूम ठोकली. स्टँडपर्यंत येईतो मी अगदी घामाघूम झालो होतो.'

"दुसऱ्या दिवशी सकाळी उन्हं पडताच पहिलं काम केलं ते हे, की सरळ गावाबाहेर त्या वळणापाशी गेलो. तिथं काय दिसलं असेल? काही नाही. त्या वठलेल्या झाडावर, झाडापाशी, जवळपास काहीही नव्हतं!"

"काय मास्तर ! तुम्ही एवढे धीट म्हणविता..."

"भगत, मी धीट नाही. मी पुरा घाबरलो होतो."

"पण गावात काही चौकशी तरी केली असेलच की!"

"गावच्या एका बाईनं तिथं आत्महत्या केली आहे असं सांगतात. कोणी सांगतात, नवऱ्याशी पटत नव्हतं म्हणून, तर कोणी सांगतात, नवऱ्यालाच तिचा संशय आला म्हणून."

भगत परत म्हणाला,

"मग मास्तर, पुन्हा एखाद्या चांदण्या रात्री गेलात की नाही तिथं?"

"कशाला? वेड लावून घ्यायला?"

"च् ! च् ! मास्तर तुम्ही केवढी संधी गमावलीत !"

"पाटील, आमचे शिकायचे दिवस आता संपलेत. तुमचं मात्र अजून वय गेलं नाही. तुम्हाला हवं असलं तर खुशाल जा नि पाहा-छाती झाली तर वाटेल तेवढं संशोधन करा."

"मास्तर, तुम्ही माझी थट्टा करता आहात की काय? तुम्हाला असं वाटतं का की मी तिथं जाणार नाही?"

पाटीलच्या खांद्यावर हात ठेवून मास्तर म्हणाले,

"पाटील, तुमची थट्टाच करीत होतो मी. पण तुम्हाला भित्रे ठरविण्याचा माझा आशय अजिबात नव्हता आणि... आणि माझी अशी खरी इच्छा आहे, की कोणीच तिथे जाऊ नये. काहीही पाहण्याचा प्रयत्न करू नये."

"का हो?"

"तिथं जर खरोखरच काही असलं - आहेच असं मी म्हणत नाही; पण जर असलंच, तर ते निसर्गनियमांच्या विरुद्ध आहे; ते आपल्या कोणाच्या डोळ्यांसाठी नाही. जर काही असेल तर ते आपल्यासाठी नाही."

"पण तुम्हाला एखादा तर्कही नाही का करता येत, की ते तिथं कशासाठी दिसत असावं?"

"आपल्याला माहीत नाही - स्वतःचा नाश केल्याबद्दल ही शिक्षा असेल - कोणी सांगावं, आयुष्याचा नाश हे कृत्य एखाद्या अत्यंत मूलगामी, आदिस्थित

नियमांचा भंग असेल! किंवा दुसऱ्या कोणाच्या हातून हे कृत्य झालं असेल, तर त्याला स्वतःला त्याच्या बळीच्या रूपात वावरावं लागत असेल!"

पाटील मोठमोठ्याने हसला.

"मास्तर, तुम्ही जवळजवळ माझी खात्री पटवत आणली होती! बॉश! तुम्हाला त्या रात्री एखाद्या कामकऱ्यानं झाडावर टाकलेले फडकं दिसलं असेल-नाहीतर फांदीमागचा एखादा पांढरा ढग तुम्हाला दिसला असेल."

दोन्ही सूचना मास्तरांनी हातांनी फटकारून लावल्या.

"पाटील, मी जे पाहिलं, त्यावर चर्चा कशाला? आणि खरोखरच त्यात आणखी काही शोधत बसण्याची माझी इच्छा नाही."

"पण मास्तर, हे केव्हा झालं?"

"दोनच्यावर वर्षं होऊन गेली."

"आणि तिथं जे काय घडलं होतं ते? ते केव्हा झालं?"

"झालं असेल त्या आधी तीन-चार वर्षं."

"म्हणजे सहासात वर्षांपूर्वी झालं असं म्हणा ना?"

"होय. पाटील, तुमचा काय विचार आहे?"

"मला वाटलं, की जाऊन एकदा पाहावं. काय रे, तुमच्यापैकी कोणाची यायची तयारी आहे?"

गोडबोले हुडहुडी भरल्यासारखे करून म्हणाला,

"या थंडीच्या दिवसात? नाव सोड. त्यापेक्षा गावातल्या गावात शोध कर की! ते कुठे बळदात खणतात तिथे जाऊन बस, नाहीतर त्या कोणत्या विहिरीपाशी.'

पाटील भगतकडे वळला.

"काय रे भगत! तूही असाच भित्रा भागूबाई निघणार का?"

मास्तर म्हणाले, "तुम्हाला हा नसता उपद्व्याप कोणी सांगितला आहे? मी तुम्हाला काही सांगितलं ही चूक केली असं वाटायला लागलं आहे मला."

"मास्तर, आता आम्ही पाहतो काय ते. निदान मी आणि भगत तरी पाहतो. हा गोडबोल्या तर येत नाही."

जरासे रागाने मास्तर म्हणाले,

"खुशाल जा! पण या गोष्टी एखादे वेळी धोक्याच्या असतात. जोपर्यंत प्रत्यक्ष तुमचा त्यात संबंध आला नाही, तोपर्यंत तुम्हाला त्यात ढवळाढवळ करण्याचे काही कारण नाही."

पौर्णिमेला सात-आठ दिवस अवकाश होता. ते दिवस पाटीलला कसे गेले हे काही तो कोणाजवळ बोलला नाही. भगत मात्र अधूनमधून अस्वस्थ होत होता व ते त्याने गोडबोलेजवळ बोलूनही दाखविले.

अखेर चतुर्दशीची रात्र त्यांनी ठरविली. त्या रात्री खाणावळीत जेवताना थट्टा करायचा एकही चान्स गोडबोलेने सोडला नाही.

"धोंड्या, भगतला एक चपाती आणखी घाल रे ! कदाचित उद्या तो तुझ्या खास चपात्या खायला येणार नाही."

"काय भगतसाहेब? काय टूर वगैरे आहे काय?"

"धोंड्या, त्याची टूर आहे; पण साधीसुधी नाही."

"गोडबोल्या, पुरे म्हणतो ना?"

पाटील काही बोलत नव्हता-गप्प होता. भगतला ते आवडत नसावे असे वाटत होते. गोडबोले शेवटी म्हणाला,

"ऑल राईट-आता थट्टा नाही. तुम्ही काय करायचं ठरवलं आहे? नुसते तिथं जाऊन येणार आहात, की थांबणार आहात? थांबणार असलात तर किती वेळ? मध्यरात्रीपर्यंत की कोंबडा आरवेपर्यंत?"

पाटीलने याचा विचार केलेला नसावा; तो जरा थांबून म्हणाला,

"आम्ही थांबणार आहोत. काही दिसेपर्यंत किंवा पहाट होईपर्यंत. जे आधी होईल तोपर्यंत."

"बरोबर सतरंजी घ्या, एखादा रग घ्या, थर्मासमध्ये चहा घ्या."

निघताना ते मास्तरांना भेटायला गेले.

"तर मग तुम्ही विचार बदलला नाही आपला? ठीक आहे. पण पाटील-भगत-दोघेही ऐका. काही जर विचित्र दिसायला लागलं किंवा भीती वाटायला लागली तर परत या बरं का."

दोघे काही बोलले नाहीत. दहाच्या सुमाराला गोडबोलेने बराच चहा बनविला. सर्वांनी कप कप घेतला आणि बाकीचा थर्मासमध्ये भरला. सतरंजीची वळकटी व रगाची घडी खांद्यावर टाकून दोघे निघाले.

दाराजवळच्या ओट्यावर उभे राहून ते दिसेनासे होईपर्यंत गोडबोले त्यांच्या पाठमोऱ्या आकृतीकडे पाहत होता.

थंडीचे दिवस. गावात सामसूम झाली होती. नावालासुद्धा कोठे जाग दिसत नव्हती. बंद खिडक्यांच्या फटीतून कोठे एखाददुसरी प्रकाशाची चीर दिसत होती. तेवढीच काय ती. बाकी सर्वत्र शुकशुकाट. एरव्ही रात्रभर कोकलणारी, भांडणारी कुत्रीही पाय पोटाशी घेऊन कोठेतरी आडोशाच्या उबेत पडली होती.

गुराढोरांच्या खुरांनी सांजेच्या वेळी उधळलेली धूळ आता विरली होती. हवेत रानझाडांचा आणि एखाद्या उशिरा उमललेल्या सायलीच्या वेलीचा वास दरवळत होता. रातकिड्यांचा किर्रर आवाज सर्व बाजूंनी येत होता.

दोघे गावातल्या अरुंद बोळातून चालले होते. तोवर निदान दोन्हीकडच्या घरातल्या माणसांची जरा तरी जाणीव होती. पण स्टँड सोडले व ते जसे पुढे निघाले तशी मात्र त्यांच्याभोवती पसरलेल्या रात्रीच्या अथांग सागराची क्षणोक्षणी जाणीव होऊ लागली.

पूर्ण निरभ्र आकाशात चंद्र चांगलाच वर आला होता. चांदण्या जवळजवळ निस्तेज होऊन गेल्या होत्या. खाली जमिनीवर पसरलेला धुरळ्याचा धूसरपणा व वरचे पूर्ण निरभ्र आकाश या जराशा विचित्र मांडणीने सारे जगच त्यांच्याभोवती उलटे झाल्यासारखे वाटत होते. चंद्रप्रकाशातल्या या जगाला एक अनैसर्गिक ठिसूळपणा असल्यासारखे वाटत होते. असे वाटे की, एखादा जोराचा आघात झाला, तर हे जग एखाद्या रत्नपात्रासारखे दुभंगेल, खळकन् आपल्याभोवती पडेल.

खिशातून सिगारेटचे पाकीट व काडेपेटी काढून भगतने एक सिगारेट स्वतः शिलगावली व पाकीट-काडेपेटी पाटीलच्या हाती दिली. दोघेजण आपापल्याच विचारात मग्न होऊन वाटचाल करीत होते. कोणताच विषय त्यांना बोलायला योग्य वाटत नव्हता. ऑफीसमधले, वर्तमानपत्रातले काही बोलावे, तर ते या वेळी व अशा विवक्षित कामावर जात असताना एकदम अयोग्य वाटत होते... आणि आताच्या त्यांच्यापुढच्या गोष्टीची चर्चाही त्यांना फारशी नको होती.

रस्ता संपला व ते कवठीच्या वळणापाशी येऊन पोहोचले. वठलेले झाड आता त्यांच्यासमोर, डाव्या हाताला, बांधाच्या आत वीसपंचवीस फुटांवर दिसत होते. बांधावर उभे राहून त्यांनी तिकडे निरखून पाहिले. त्याच्या बुंध्याशी अगदी पातळसर धुके पसरले होते आणि त्यातून ते अर्धवट खोड वर आले होते. गर्द निळ्या आकाशाविरुद्ध त्याचा वेडावाकडा, काळाकुट्ट आकार उभा होता.

त्याला दोन-तीनच मोठ्याशा फांद्या होत्या, त्याही वेड्यावाकड्या होत्या. भगतला क्षणभर वाटले, हा आकार एखाद्या माणसाचे हालहाल झाल्यावर वेदनेच्या अतिरेकात पिळवटलेल्या त्याच्या शरीरासारखा दिसतो. पण त्या ठिकाणी त्याचे शिर हवे तेथेच खोड नेमके छाटलेले होते-एकाएकी त्याने विचारांची दिशा बदलली आणि तो म्हणाला,

"बोला, पाटीलसाहेब, बोला! आपण इथे येऊन तर पोहोचलो!"

'कम् ऑन! जवळ जाऊन पाहू एकदा व मग बसू आरामात--'

विचाराला वाव न देता पाटील बांधावरून घसरत खाली उतरला व झपाट्याने त्या झाडाकडे निघाला. त्याच्या मागोमाग भगतही होताच; पण तेथे काही नव्हते. निर्जीव झालेले, सालपटे निघणारे, जेमतेम दीड पुरुष उंचीचे ते खोड आणि वरच्या बाजूस पाच-सहा फुटांवर तोडलेल्या दोन-तीनच फांद्या. भगत मनात म्हणाला, ज्या कोणी हे झाड तोडले ते पार मुळासकट का खणून काढलं नाही? असं अर्धवट कशाला बाकी ठेवलं?

पायथ्यापाशी वाळके गवत, दगड, गोटे होते. आता ते प्रत्यक्ष झाडापाशी पोहोचले तेव्हा त्याच्या जवळपासचा भाग स्पष्ट दिसत होता; पण पंचवीस-तीस फुटांवर परत धुक्याचे अस्पष्ट वलय पसरले होते.

"चला! आता तर येथे काही नाही! आता बसू कोठे तरी जवळपास."

पाटीलच्या आवाजात सुटकेचा एक किंचितसा अंश होता, की तेही भगतच्या कल्पनेचे चाळे होते?

भगतला तर एकदम मोकळेपणा वाटायला लागला होता. मास्तरांनी वर्णन केलेली पांढरी आकृती सारखी त्याच्या डोळ्यासमोर येत होती; पण खरोखरच लांबून त्या झाडावर किंवा झाडापाशी काहीतरी पांढरं दिसलं असतं, तर आपण काय केलं असतं? आपलं सोडा-पाटीलनं काय केलं असतं? जवळ गेला असता? हाताने चाचपून पाहिलं असतं? किंवा...मोठ्या प्रयासाने त्याने हे विचार दाबले.

त्यांनी आसपास बसण्याजोगी जागा शोधली; पण दगडागोट्यांखेरीज काहीच नव्हते. बांधावर बसायचे म्हणजे फार लांब राहावे लागणार होते. ते पाटीलला पसंत नव्हते. शेवटी त्यांनी मोठमोठे दगड एकत्र करून त्याची दोन फुटांची उतरंड रचली, त्यावर मऊपणाकरता बरेचसे गवत टाकले, मग त्यावर सतरंजी अंथरली व त्या गवताला पाठ लावून दोघे झाडाकडे तोंड करून बसले.

मेहनतीमुळे आलेली ऊब तेव्हाच गेली व आसपासची थंडी त्यांच्या अंगात शिरू लागली. मग त्यांनी जवळचा रग उलगडला व त्याची दुहेरी घडी करून दोघांच्या अंगावर पसरून घेतला. थर्मासमधला कप कप गरम चहा घेतला व सिगरेट्स शिलगावून दोघे आरामात बसले. त्यांच्या मनावरचा ताण बराच कमी झाला होता.

पण मग मनाची जागरूकताही कमी कमी व्हायला लागली. कामातला मुख्य भाग संपला होता. काही झाले नव्हते ही एक प्रकारची यशस्वीपणाचीच खूण होती. आता फक्त जरूर तेवढा वेळ येथे थांबायचे होते.

हवेतल्या जमिनीजवळ गारवा जास्त होता; त्यांच्या निश्चलपणामुळे तो अधिकच जाणवत होता; आतून गरम गरम चहाची ऊब पसरली व बाहेरून त्यांच्या शरीराभोवती गरम रगामुळे उबेचा कोश तयार होऊ लागला. दिवसभराच्या कामाने व रात्रीच्या जेवणानंतरच्या दीड-दोन मैलांच्या रपेटीने थकलेले भगतचे शरीर त्या उबेत हळूहळू विसावू लागले. कळत न कळत त्याच्या डोळ्यावर झोपेची झापड येऊ लागली. अत्यंत प्रयासाने तो डोळे उघडे ठेवण्याचा प्रयत्न करीत होता; पण शिशाची वजने लावल्यासारख्या भारावलेल्या पापण्या परत परत खाली येत होत्या. समोरच्या वेड्यावाकड्या, खंडित आकारावर त्याने नजर एकाग्र ठेवण्याचा प्रयत्न केला; पण जाग आणि झोप यांची सारखी गल्लत होत होती. त्याच्या नजरेसमोर तो आकार विरघळत होता, दुसरेच रूप धारण करीत होता आणि दचकून त्याला जाग आली, की चोरट्यासारखा परत आपल्या मूळ विकृत रूपात तसाच स्तब्ध उभा राहत होता. भगतला मधूनमधून कळत होते, की आपल्याला एखाददुसरी डुलकी येत आहे व त्यात हे दिसत आहे.

एकाएकी त्याला उजवा पाय गार पडल्यासारखा वाटला. हा काही झोपेतला भास नव्हता. इतका वेळ उबेत असलेला पाय आता उघडा पडला होता. त्याचे मन भीतीने खडबडून जागे झाले. भगतने सर्व हालचाल थांबविली व काय होत आहे याची वाट पाहत श्वास रोखून तो तसाच, निश्चल बसून राहिला...

पुन्हा ती हालचाल झाली; बारीकशी पण खात्री देणारी. त्याच्या पायावरचा रग डावीकडे, पाटीलकडे ओढला जात होता. अगदी काळजीने, डोळे जेमतेम किलकिले करून, त्याने पाटीलकडे तिरकस पाहिले.

पाटील जागा होता. आता किंचित् कललेल्या चंद्राचा प्रकाश सरळ त्याच्या चेहऱ्यावर पडला होता आणि तो चेहरा बदलला होता. पाटील मधूनमधून

भगतकडे आणि मधूनमधून हातातल्या रगाकडे पाहत होता. तसूतसूने तो भगतच्या अंगावरचा रग ओढून घेत होता. भगतला जाग आली का, त्याचे लक्ष गेले का, हे मधूनमधून पाहत होता. पण त्याच्या चेहऱ्यावर एक विलक्षण भाव होता. एक प्रकारचे वेडपट समाधान, एक प्रकारची अर्धवट समजणारी अभिलाषा - नक्की काय होते ते भगतला समजले नाही; पण जी कल्पना आली ती चांगल्या गोष्टीची नव्हती.

भगतने शांत बसून काय होते ते पाहायचे ठरविले. तो अस्वस्थ झाला होता; पण त्याची उत्सुकताही तीव्र झाली होती. झोपेत असल्यासारखे त्याने आपले शरीर सैल केले, ढिले सोडले. पायाखाली दुमडलेला रग आता पुरता निघून आला. पण पाटीलच्या पुढच्या कृत्याने मात्र...

आपल्या बाजूची दोन्ही टोके एकत्र करून पाटील हलके हलके, अगदी आवाज होऊ न देता, शक्य तेवढ्या चोरट्या हालचालीने, रगाची एक उभी आठघडी करीत होता. मग त्याने त्याला पीळ घालून त्याची लांबच लांब जाड दोरीसारखी...

दोरीचा विचार येताच भगतचे सर्व अंग शहारले. हा प्रसंग येथेच थांबविला पाहिजे. त्याने शेवटचे एकवार पाटीलकडे पाहिले. त्या डोळ्यांत आता एक नवीनच चकाकी आली होती. मधूनमधून जीभ ओठावरून फिरू लागली होती.

एकदम हुडहुडी भरल्याचा आवाज करून भगत उठून बसला. पाटीलकडे न पाहता तो मोठ्याने म्हणाला,

''अरे? माझ्या अंगावरचा रग काय झाला? हे काय रे?''

काही न बोलता त्याने पाटीलच्या हातातला रग हिसकावून घेतला व परत घडी करून दोघांच्या अंगावर पसरला. पाटील काही बोलला नाही; त्याने हातातला रग घट्ट धरण्याचाही प्रयत्न केला नाही. एक क्षणभर भगतला त्याच्या चेहऱ्यावर सुटकेची आणि निराशेची अशी संमिश्र भावना दिसली; पण मग लागलीच पाटीलचे डोळे मिटले व तो निपचितपणे बसून राहिला.

पाटील जागा तरी होता का? का झोपेतच होता? का...? नको! तिसऱ्या शक्यतेचा विचार नको - निदान आता तरी नको. पण तो काय करीत होता? रगाची अशी लहानशी, उभीच्या उभी, एखाद्या जाड दोरखंडासारखी वळकटी कशासाठी करीत होता? भगतच्या डोळ्यासमोर निरनिराळ्या शक्यतांचे रानचे

रान उठले... एकापेक्षा दुसरी जास्त भयंकर होती... आणि त्यात पाटील नुसता झोपेतच होता का, या शंकेची भर पडली.

रग हिसकावून घेतल्यावर पाटील रागावला नव्हता, आश्चर्यचकित झाला नव्हता किंवा ओशाळल्यागतही झाला नव्हता. एकदम झोपी गेला होता. पण ती सुटकेची आणि निराशेची क्षणभराची नजर? कशापासून सुटका? आणि काय न जमल्याची निराशा?

भगतला आपले सारे अंग आता खरोखरच हुडहुडी भरल्यासारखे थरथरत आहे, असे वाटले. पुन्हा हे असे होऊ देता उपयोगी नाही. खरे म्हणजे त्याच्या हाती रगच देता उपयोगी नाही. त्याच्याजवळून तो हलकेहलके काढून घेतला पाहिजे. त्याची लहानात लहान घडी करून त्याच्या आवाक्याबाहेर ठेवला पाहिजे. लांब नेऊन ठेवला पाहिजे. समोरच्या झाडाच्या फांदीवरची जागा चांगली आहे.

कणाकणाने त्याने रग आपल्या बाजूस ओढायला सुरुवात केली. पाटील जागा होतो की काय, इकडे त्याचे अगदी बारीक लक्ष होते. आधी एका बाजूस व मग दुसऱ्या बाजूस असा ताण देऊन त्याने सगळा रग आपल्या बाजूस खेचून घेतला. बस! आता फक्त त्याची एक गुंडाळी करायची आणि हलकेच जाऊन त्या झाडाच्या फांदीवर नेऊन ठेवावयाची...

शक्य तितक्या हलक्या हाताने तो रगाची टोके जुळवीत होता; त्या एकाग्रतेत तो क्षणभर पाटीला विसरला. पाटील जागा झाला असला पाहिजे.

कारण एकदम तो ताड्दिशी उठून बसला व मोठ्याने म्हणाला,

"काय रे भगत? हा काय वात्रटपणा? आण तो रग इकडे! सगळा माझ्या अंगावरचा ओढून घेतलास की!"

भगतने एक सुस्कारा सोडला व रग हातातून जाऊ दिला. इतका उशीर नको होता करायला. मघाशीच सहज जमून गेले असते...

पाटील त्याला हलवीत होता.

"ए! ऊठ! काय झोपलास? चहा घ्यायचा का एकदा? अडीच वाजले आहेत. चहा घेऊ, एखादी सिगारेट ओढू. पाहता पाहता पहाट होईल."

त्याला काहीतरी सांगायचे आहे असे भगतला सारखे वाटत होते; पण काय ते काही केल्या त्याच्या ध्यानात येईना; पण त्या कडाक्याच्या थंडीत त्याला ताबडतोब जाग आली. थर्मासमधला उरलेला सर्वच्या सर्व गरमागरम चहा दोघांनी

घेऊन टाकला. त्याची उष्णता आपल्या शरीराच्या सर्व नसानसातून पसरत गेलेली त्यांना जाणवली. सिगारेट्स शिलगावल्या गेल्या.

"काही दिसले नाही ना रे भगत अजून तुला?"

"मी मध्ये जरा वेळ झोपलो होतो; पण फार वेळ नाही." "नाही नाही, मला काहीही दिसलेले नाही. पाटील, तुला काहीतरी सांगायचं होतं असं मला सारखं वाटतं आहे, पण काही केल्या ध्यानात येत नाही."

"जाऊ दे रे, उद्या सांग. ही साली झोप काही जात नाही."

"पाटील, जरा चक्कर मारून यायची का?"

"नको, या थंडीत नको. बसू असेच जागत. आता काही फार वेळ राहिला नाही. अडीच वाजलेत."

"पाटील, अजून तीन तास आहेत. साडेपाचशिवाय या दिवसात उजाडणार नाही."

"राहू दे रे. तसेच जागत राहू... आणि... आणि."

"आणि काय?"

"मध्यरात्र टळून गेली आहे का? मला नाही वाटत आता यापुढे इथे काही होईल किंवा काही दिसेल असं."

भगतला त्याची काही कल्पना नव्हती. एकदा उजाडले आणि घरचा रस्ता धरला की सुटलो, असा तो विचार करीत होता. थोडासा अस्वस्थपणा सोडला तर त्यांना काही दिसले नव्हते, काही ऐकू आले नव्हते; पण पुन्हा कोणत्याही कारणासाठी तो अशा आडवेळी येथे येणार नव्हता.

दोघे मागे टेकून बसले. इतर विषयावरच्या गप्पा या वेळी कशातरीच वाटत होत्या आणि त्यांच्या समोरच्या कामाबद्दल तर त्यांना एक शब्दही बोलण्याची इच्छा नव्हती. शेवटी दोघे गप्प बसले व परत झोपेची छाया त्यांच्यावर पसरली.

कसल्यातरी अर्धवट स्वप्नातून भगत खडबडून जागा झाला. किती वाजले होते कोणास ठाऊक; पण अजून रात्रच पसरली होती. चंद्र समोर खूप खाली आला होता आणि त्याच्या चंदेरी बिंबाच्या पार्श्वभूमीवर त्या झाडाची आकृती आणखीच रेखीव, काळीकभिन्न दिसत होती. त्यात किंवा आसपास कोठेतरी काहीतरी बदल झाला होता. आधारासाठी त्याने शेजारी पाहिले.

शेजारी पाटील नव्हता आणि त्यांच्या अंगावरचा रगही नव्हता.

पूर्ण जागा होऊन त्याने समोर पाहिले. हो... त्याला समोरच काहीतरी हालचाल दिसत होती. त्याने निरखून पाहिले. तो पाटीलच होता. झाडाच्या लांबच लांब, त्यांच्यापर्यंत येऊन पोहोचलेल्या सावलीतून तो हळूहळू सरकत झाडाकडे चालला होता. पण तो असा ओणव्याने, जवळजवळ हातावर आणि पायावर का चालत होता? आणि त्याच्या गळयाभोवती काय होते ते?

या वेळेपर्यंत पाटील झाडापाशी पोहोचला होता. तेथे तो सावकाश उभा राहिला व मग दोन्ही हात झाडाभोवती घालून तो वर चढायला लागला. तो जरासा वर गेला आणि मग भगतला त्याच्या गळयापासून पाठीवरून मागे लोंबणारा, रगाचा वळलेला दोरखंड दिसला.

इतका वेळ कुंठित झालेल्या त्याच्या मनाला जणू विजेचा धक्का बसला. तो धडपडत उठला व त्या दगडगोट्यांतून पाटीलला हाका मारीत झाडाकडे धावला. तेवढे पंचवीसएक फुटांचे अंतर कापताना त्याची छाती धडधडायला लागली होती. तो केवळ "पाटील, पाटील, थांब, थांब..." असे ओरडत होता. मध्येच झाडावर चढायच्या प्रयत्नात पाटील जरा थांबल्यासारखा वाटला; पण तो भगतच्या हाकामुळे थांबला, की त्याच्यामागे लोंबणारा रग कशात अडकला म्हणून थांबला? कळायला मार्ग नव्हता. कारण परत तो वर वर चढू लागला होता.

भगत झाडाच्या बुंध्याशी पोचला. पाटील पहिल्या फांदीपाशी पोचून फांदीवर सरकायला लागला होता. काय करावे याचा भगतने एक सेकंदभरच विचार केला व मग तोही सपासपा वरती चढायला लागला. तोही त्या तोडलेल्या फांदीवर आला व बसल्याबसल्याच पाटीलच्या रोखाने पुढे सरकू लागला. पाटीलचे अजूनही त्याच्याकडे लक्ष नव्हते. खरे म्हणजे त्याची भगतकडे पाठ होती व खाली वाकून त्याचे रगाशी काहीतरी करणे चालू होते. आपण त्याला आता थांबविले पाहिजे, तो जे काय करायचा प्रयत्न करीत आहे, ते त्याला करू देता कामा नये ही भगतची खात्री झाली. त्याला जी एक अर्धवट शंका आली होती तीच जिवाचे पाणी पाणी करणारी होती.

मागच्या बाजूने जाऊन त्याने पाटीलभोवती हात घातले व त्याचक्षणी त्यांची झटापट सुरू झाली. जवळजवळ शेवटपर्यंत दोघे एक शब्दही बोलले नाहीत. जवळ येताच भगतला दिसले, की पाटीलने त्या जाड रगाच्या एका टोकाची गाठ स्वतःच्या गळयाभोवती घातली आहे. मग खरोखरच दोघे निग्रहाने झटापट करू लागले आणि पहिल्या फटक्याला त्याने ती गाठ सोडवून टाकली-

मग पाटील स्वतःभोवती परत गाठ मारायचा प्रयत्न करीत होता, की भगतच्या गळ्याभोवती ती गाठ मारायचा प्रयत्न करीत होता? भगत त्याच्या हातून रग काढून घ्यायचा प्रयत्न करीत होता, की त्याच रगाने त्याचे हात त्याच्या अंगाशी बांधून टाकायचा प्रयत्न करीत होता? भगतच्या मनात गोंधळ उडाला. त्याचे ध्येय एकच होते- जे काही पाटील करायचा प्रयत्न करील, ते त्याला करू द्यावयाचे नाही.

पाटीलच्या जोराच्या धडपडीवरून त्याला वाटले, की आता हा निर्वाणीचा प्रयत्न आहे. आपण एखाद्या क्लायमॅक्सकडे येत आहोत. तेथपर्यंत टिकलो की मग काम सोपे होईल; पण त्याच्या मनात कालाची एक ठरावीक रेषा होती; आणि त्याची कल्पना बरोबर होती.

ती रेषा ओलांडली आणि पाटील एकदम ओरडला,

"हे काय रे? अरे ए भगत! थांब... थांब."

तरीही भगत एकदम थांबला नाही. आता हात ढिले पडलेल्या पाटीलच्या हातून त्याने रग हिसकावून घेतला, खाली टाकून दिला व मग तो थांबला.

"हे रे काय? आपण फांदीवर काय करीत आहोत?"

धापा टाकीत भगत त्याच्याकडे आश्चर्याने पाहत होता.

"मला... मला वाटतं, आपलं काम झालं आहे. चल खाली."

एकामागून एक असे दोघे खाली उतरले. भगतने रग उचलला, सतरंजीजवळ येऊन तिची घडी घातली. पाटील त्याच्यामागेच उभा होता. पायात चपला अडकवीत तो म्हणाला,

"अरे पण मला सांग तर!"

"सांगतो सांगतो. आपण आता निघू या गावाकडे."

"पण अजून सकाळ कुठं झाली आहे? तोपर्यंत थांबायचं आहे ना?"

"पाटील, आता थांबायची जरूरी नाही. चल."

ते दोघे बांधावरून रस्त्यावर आले आणि गावाकडची वाट धरताना त्यांनी एकवार त्या वठलेल्या झाडाकडे वळून पाहिले.

पहाटेच्या धुक्यात, मावळत्या चंद्रावर आपला वेडावाकडा आकार उठवीत, कधीही न हलणाऱ्या ताठ फांद्या पसरून ते एकाकी उभे होते.

पहाटेची पाचची वेळ होती. गोडबोलेने मास्तरांना बोलवून आणले होते व सर्वांचा चहा चालला होता. भगतने सारी हकीगत सांगितली.

गोडबोले म्हणाला,

"भगत, तुला खरोखर असं वाटतं का, की तुला उठायला किंवा तिथं- फांदीवर पोचायला उशीर झाला असता तर... तर... पाटीलनं...?"

घसा साफ करून मास्तर मध्येच म्हणाले,

"राहू द्या... राहू द्या. आता चर्चा कशाला त्याची?"

पण पाटील म्हणाला,

"मला काही एक आठवत नाही. जी झोप लागली त्यातून एकदम जागा झालो तो फांदीवर! आणि... भगत, माफ कर हं... पहिला विचार जर कोणता आला असेल माझ्या मनात, तर... तर तो हा, की भगतच आपल्याला येथे आणून... आणून..."

भगत रागावला नाही; उलट मान हलवून म्हणाला,

'हेच मी मघाशी म्हणालो होतो. पाटील जागा होताच मी पहिली गोष्ट केली ती ही, की तो रग खाली टाकला. माझ्या मनात आणखीही काही होतं..."

पण गोडबोले आश्चर्याने म्हणाला,

"पण तिथं झालं काय? नक्की काय घडलं?"

आता भगत विचार करून बोलला.

'मला एक अंधुक कल्पना येते... का आणि कसे विचारू नका... मला असं वाटतं, की त्या जागेभोवती एक प्रकारचं वलय आहे, एक प्रकारचा निर्यास आहे; त्याच्या परिघात माणूस सापडला, की त्याच्यात काहीतरी बदल होतो व त्याच्या मनाची स्वनाशाकडे प्रवृत्ती होते. एवढेच. जास्त मीही सांगू शकत नाही. पण... एखाद्या धगधगलेल्या भट्टीपासून काही ठराविक अंतराच्या आत एखादी मेणाची बाहुली आणली तर तिचा आकार जसा बदलू लागतो तसंच आपल्या मनाचं तिथं होत असावं. मानवतेचा साचा विरघळतो, आपली आयुष्यावरची पकड ढिली होते. दुसऱ्या कशात तरी विलीन होण्याची आपल्याला अनिवार इच्छा होते... निदान मला असं वाटतं... तुम्हाला?"

✦ ✦ ✦

१६. उंबरठा

खूप दिवसांनी भेटलेले ते दोन मित्र हिंडत हिंडत नदीच्या काठावर आले. तेथल्या एका प्रचंड झाडाखालच्या पारावर दोघेजण ऐसपैस बसले. आता उन्हाळ्यानं लहान झालेली नदी खूप लांबवरून वाहत आलेली दिसत होती. डाव्या हातास जुनी स्मशानभूमी होती व तिथं अनेक लहान मोठ्या समाध्या होत्या. सर्व देखाव्यावर एक प्रकारचा शांतपणा पसरला होता. काही वेळ गप्पा झाल्यावर ते दोघेही आपापल्या विचारात मग्न झाले.

या दोघांची इतकी परस्पर भिन्न जोडी शोधूनही सापडली नसती. त्यांच्यापैकी एक म्हणजे जनार्दन कुलकर्णी हा गोरापान, उंच, किडकिडीत होता; त्याचा चेहराही उभट होता, डोळे टपोरे आणि चंचल होते. याच्या उलट त्याचा मित्र शिवलाल कोठारी. हा ठेंगणा, प्रशस्त बांध्याचा, मंदगतीनं विचार करणारा असा वाटत होता. रूपाप्रमाणे त्यांच्या स्वभावातही जरी भिन्नता होती तरी त्यांची मैत्री खूप दिवसांपासून टिकून राहिली होती. आता प्रत्येकजण आपापल्या व्यवसायात गर्क झाल्यामुळे त्यांच्या गाठीभेटी बऱ्याच कालावधीने पडत असत; पण एकदा भेट झाली, की त्यांच्या गप्पा खूप रंगत असत.

पारावरचे खडे उचलून जवळच्या एका समाधीवर नेम धरून टाकण्यात कोठारी गुंतला होता. मध्येच तो म्हणाला,

"काय रे कुलकर्णी, या ठिकाणी अगदी उदास वाटतं नाही?"

"मन थोडं खिन्न होतं खरं."

"थोडं का? माझा तर पार मूडच गेला आहे. आसपासच्या या सगळ्या मृत्यूच्या खुणा पाहिल्या, की मनातल्या मनात आयुष्याची गणती सुरू होते."

"अरे अरे, इतकं?"

“माझ्या तर मनावर तसा परिणाम झाला बुवा!”

“कोठारी, मला काही काही वेळा वाटतं, आपण मृत्यूला निष्कारण इतकं महत्त्व देतो.”

“माय गॉड! मृत्यूपेक्षा जास्त महत्त्वाचे आणखी काय आहे?”

“मला काही काही वेळा वाटतं, की मृत्यू हा काही आयुष्याचा शेवट नाही. आपल्या कालमार्गावरचा तो केवळ एक टप्पा आहे.”

“तुला असं सुचवायचं आहे का, मरणानंतरही आयुष्य चालू असेल?”

“नुसतं सुचवायचंच आहे असं नाही, तर ठाम म्हणावयाचं आहे-”

“तू इतकी खात्री कशी देऊ शकतोस?”

“कोठारी, आजवर तुला न सांगितलेलं एक गुपित मी आज तुला सांगतो. सर्वसामान्य माणसापेक्षा माझी घडण जरा वेगळी आहे. बागेबाहेरून जाताना फुलांचा सुगंध आला, की त्यावरून आपण आतील फुलांची कल्पना करतो; घराबाहेरून जाताना कानावर संगीताचे सूर आले, की आपण आतील वाद्याची कल्पना करतो. या आपल्या ज्ञानेंद्रियांच्या प्रतिक्रियेवरून आपण सृष्टीच्या रूपाचं ज्ञान मिळवितो. माझ्यामध्ये असा काय वेगळेपणा आहे कोणास ठाऊक; पण माझ्या मनाला कधी कधी या जगाबाहेरच्या कुठल्यातरी गूढ आणि अज्ञात अस्तित्वाची जाणीव एखाद्या वाऱ्याच्या झुळकेसारखी चाटून जाते. काही काही माणसांना तशा प्रकारची वेगळी अद्‌भुत शक्ती असते असं म्हणतात. मला ती तशी आहे याबद्दल बरीचशी खात्री आहे. मी शब्दात यापेक्षा जास्त काहीच स्पष्ट करून सांगू शकणार नाही; पण या वेगळ्या अस्तित्वाबद्दल माझ्या मनाची पूर्ण खात्री पटलेली आहे...”

“पण कुलकर्णी ! हे केव्हापासून चालू आहे ?”

“अगदी लहानपणापासून. फक्त त्याचा अर्थ मला बराच उशिरा समजला.”

“पण त्याला कारण असेल की नाही? आनुवंशिक वगैरे?”

“नाही... तसं काहीही नाही. फक्त एकच गोष्ट मला संभवनीय वाटते. मला लहानपणी- मी सहा वर्षांचा होईपर्यंत- फिट्स येत असत, असं आई सांगायची. त्यामुळं माझ्या मनोधर्मांत, शरीरधर्मांत काही बदल झाला असण्याची बरीच शक्यता आहे. माझ्या या वेगळ्या आकलनशक्तीला तेवढं एकच कारण मला आतातरी सुचतं.”

“पण रोजच्या आयुष्यात त्याचा काही परिणाम नाही होत?”

“वेल्! मला आता त्याची सवय झाली आहे. प्रत्येक ठिकाणाला रंग, रूप, मांडणी यांच्याबरोबरच हा आणखी एक गुण आल्यासारखा वाटतो. कोणत्याही ठिकाणी पाय टाकताना मला तेथील या आत्मिक-सायकिकल्-प्रवृत्तीचा कल समजतो. बहुतेक सर्व प्रवृत्ती निःपक्षपाती, सामान्य, उदासीन, तटस्थ अशा असतात. काही ठिकाणी मैत्रीची, चांगुलपणाची भावना जाणवते. तिथं मन प्रसन्न होतं. काही जागा अगदी विषारी, घातकी, भयंकर वाटतात. नशिबानं अशा जागा थोड्याच आहेत. त्या ठिकाणी मनावर एक प्रकारची छाया येते.”

“पण प्रत्यक्ष त्रास होत नाही?”

“अशा जागा मी सर्वसाधारणपणे टाळतो. वर्ज्य मानतो. तुझ्या अजून लक्षात आलं नाही असं दिसतंय कोठारी! मला केवळ त्यांच्या अस्तित्वाची जाणीव होते. पाहा ना, दुरूनच तुला वस्तू दिसते, एखादा वास येतो किंवा एखादा आवाज येतो, नाही का? प्रत्यक्ष संबंध न येताही तुला एखादी वस्तू प्रिय किंवा अप्रिय अशी वाटते की नाही? या ठिकाणांच्या बाबतीत माझं असंच आहे. पण ज्या जागा घातकी वाटतात तिथं मी फार वेळ राहतच नाही. विषाची परीक्षा कशाला?”

संभाषणाला हे वळण येईल ही दोघांनाही कल्पना नव्हती; पण एकदा हा विषय निघाल्यावर थांबविणंही मुश्कील झालं. कोठारी एकदम म्हणाला.

“दॅट्स् इट! मी सारखी याचीच आठवण करायचा प्रयत्न करीत होतो. तू म्हणतोस ना, तुझ्याजवळ ही एक खास विशिष्ट अशी संवेदना आहे?”

“माझा समज तरी निदान तसा झालेला आहे खरा.”

“मग त्याचा उपयोग करावयाचा कुठं प्रयत्न केला आहेस?”

“उपयोग म्हणजे कसा काय म्हणतोस?”

“हे पाहा कुलकर्णी, तू जे सांगितलं आहेस ते मला नवीन आहे. असे प्रकार होतात की नाहीत, त्यामागं खरोखर काही आहे का केवळ दृष्टिभ्रम आहे, की फसवाफसवी आहे, याचा वाद वर्षानुवर्षे चालला आहे. मग त्याचं नक्की अस्तित्व दाखविणारी ही शक्ती तुझ्याजवळ आहे तर त्याचा उपयोग का करीत नाहीस?”

“महाराज, एक गोष्ट विसरता; एखाद्या रोगाच्या लक्षणावरून त्याचं निदान होणं वेगळं आणि त्यावर उपचार करणं वेगळं; नाही का? मला केवळ त्यांच्या अस्तित्वाची जाणीव होते, फार तर चांगलं, मध्यम किंवा वाईट येथपर्यंत समजतं; पण त्यापुढे आमची मजल जात नाही.”

“का बरं? त्याला काय हरकत आहे?”

“कोठारी, मला एक अनुभव नेहमी आला आहे. सुशिक्षित लोक अशा प्रकारांचा उल्लेख करीत नाहीत, केलाच तर हेटाळणीच्या, अविश्वासाच्या भावनेनं करतात. यांच्यावरचा विश्वास जरा खालच्या पातळीवरच्या मनांतून आढळून येतो. पण त्यावरून सर्वसाधारण लोक जो तर्क काढतात, की या गोष्टी साध्या अशिक्षित माणसाच्या मनाच्या पातळीवरच्या आहेत, तो तर्क मात्र पार चूक आहे. त्यांच्याशी, म्हणजे या शक्तीशी संबंध जोडायचा असलाच तर त्यांचा उगम, त्यांच्या मर्यादा, त्यांचे धर्म यांचा खोल अभ्यास पाहिजे आणि ते माझ्या आटोक्यापलीकडचे आहे. मी माझी तुलना एखादेवेळी विनोदानं कुत्र्याबरोबर करतो.”

“कुत्र्याबरोबर?”

“हो. तुला माहीत आहे का, की श्रवणेंद्रियांच्या बाबतीत त्या वर्गाचे प्राणी आपल्यापेक्षा जास्त श्रेष्ठ आहेत? त्यांच्या कानांना अत्यंत वरचे आवाज, ज्याला आपण अतिनाद-सुपरसॉनिक वेव्हज्-म्हणतो तेही ऐकू येतात; पण म्हणून त्यांना या आवाजांचा उगम, रचना, स्वभाव यांची माहिती होणार आहे का?”

“मी एवढंच म्हणतो, की तू ही शक्ती वाया घालवीत आहेस. मला जर असं काही उपलब्ध झालं असतं तर...”

पण कुलकर्णी हळूहळू नकारार्थी मान हलवत होता.

“काय?”

“नाही कोठारी, नाही. मला नाही वाटत तू जास्त खोलात शिरला असतास! मी तुला समजावून सांगणार नाही; पण ही माझी खात्री आहे.”

कोठारी हसत हसत म्हणाला,

“हे सगळं एकेरी तर्कशास्त्र झालं, नाही का? अमूक एक गोष्ट मला माहीत आहे, ती अशी आहे, पण बाबा रे, त्याचा अभ्यास करू नकोस. तुला त्यात धोका आहे!”

कुलकर्णीचा चेहरा थोडा खिन्न झाला होता.

“कोठारी, तुझ्या शब्दावरून असं वाटावं की, तुझा माझ्या सांगण्यावर फारसा विश्वास बसलेला नाही.”

“नो-नो- आय् नेव्हर मेंट दॅट, कुलकर्णी!...”

"जाऊ दे, मी आज हवं असलं तर तुला दाखवितो. तुझ्या माहितीत अशी एखादी जागा आहे का? जिच्याबद्दल कुणकुण आहे, अफवा आहेत अशी?.."

"पछाडलेली?"

"मला तो शब्द आवडत नाही; पण हो, तशा प्रकारची..."

"कुलकर्णी, माझा मनात खरोखरच तसा हेतू नव्हता..."

"फरगेट दॅट! आहे का अशी एखादी जागा?"

"ऑल राइट! आहे. मी स्वतः जास्त चौकशी केली नाही; पण माझ्या घरामागच्याच बाजूला टिकेकरांचा वाडा आहे. आज बरेच दिवस तो रिकामा आहे. तेथे बिऱ्हाडे टिकत नाहीत, ही गोष्ट सत्य आहे. असे म्हणतात की, तेथे..."

"थांब...."

"अं?"

"मला तेथलं काही सांगू नकोस. तुला असं वाटेल, की ऐकलेल्या गोष्टींनी माझ्या मनावर परिणाम होऊनच मला काहीतरी जाणवलं."

"ओह बॉश्! यू आर टू सीरियस!"

"नाही, करायचंच आहे तर प्रॉपरली करू या. आज माझ्याबरोबरच जेवण घे व मग आपण निघू. ओ. के.?"

"कुलकर्णी..."

"जाऊ दे रे, तू जुना मित्र आहेस ना? मग एवढं मनावर घेऊ नकोस. आय डोंट माईंड. मला हे नेहमीचंच आहे."

अंधार पडल्यावर दोघे उठले व गावात आले. मघाच्या चर्चेने व त्यानंतरच्या ठरलेल्या कार्यक्रमाने त्यांच्या एकमेकांबरोबरच्या वागण्यात एकदम ताण आला होता. मोकळेपणावर एक निर्बंध आल्यासारखा झाला होता.

जेवणाकडेही दोघांचं अर्धवटच लक्ष होतं. जेवण झाल्यावर त्यांनी काही वेळ भटकण्यात काढला. दहाच्या सुमाराला चहा घेतला.

"ठीक आहे कोठारी. चल आता..."

"कुलकर्णी, यू आर श्युअर?"

"अर्थात! आपलं ठरलं आहे ना?"

"ठरलं होतं; पण मला आशा होती, की तू थट्टेनं बोलत असशील."

थोड्या कठीण आवाजात कुलकर्णी म्हणाला, "कोठारी, मला त्या थट्टेच्या गोष्टी वाटत नाहीत..."

"ऑल राइट! चल मग."

मोठ्या रस्त्यावरून लहान रस्त्यावर, अशा टप्प्याटप्प्यांनी ते त्या बोळाच्या तोंडाशी येऊन पोहोचले. कोठारी म्हणाला,

"या बोळात शेवटचा वाडा आहे तो..."

बोळ अरुंद होता, अंधारात होता. खालचा रस्ता अजून जुन्याच प्रकारचा, फरशांचा होता. किंचित उतार होता. त्यावरून दोघेजण आले व बोळ ज्या ठिकाणी संपला होता त्या वाड्याच्या दाराशी थांबले. सर्वत्र अंधार, शांतता, शुकशुकाट होता. त्या अरुंद, अंधाऱ्या, खडबडीत बोळानं त्यांना जणू काही जगाच्या टोकाशीच आणून सोडले होते!

बाहेर मोठमोठ्या पायऱ्या होत्या. मोठे दार बंद होते; पण दिंडी दरवाजा मात्र अर्धवट उघडा होता. दारावर खडूची काहीतरी अक्षरे दिसत होती. काडी पेटवून ती कुलकर्णीने त्या अक्षराजवळ धरली. कोणीतरी वात्रट मुलाने मोठ्या अक्षरात लिहून ठेवलं होतं.

"भुतांचा वाडा"

दिंडी उघडण्यापूर्वी हलक्या आवाजात कुलकर्णी म्हणाला,

"कोठारी, एक गोष्ट तुला सांगायची राहून गेली. माझी स्वतःची त्याबद्दल खात्री नाही म्हणून इतका वेळ सांगितली नाही."

"ठीक आहे, सांग."

"कोठारी, अशा जागा मी सहसा टाळत असतो. त्यामागे आणखीही एक कारण आहे. मला तर अप्रसन्न, खिन्न, असं वाटतंच; पण मला काही काही वेळा शंका आली आहे, की माझ्या आगमनाबरोबर त्या स्थानात वास करणाऱ्या या शक्ती नेहमीपेक्षा जास्त प्रकर्षानं जागृत होतात, तिकडे खेचल्या जातात..."

"काय होतं प्रत्यक्षात?"

"जो काही आविष्कार होत असेल तो अधिक प्रमाणात होतो."

"मला आधी का नाही सांगितलंस हे?"

"अरे पण, तुझा विश्वास नाही ना?"

“विश्वास आहे अशातली गोष्ट नाही; पण.”

“जाऊ दे रे, चल आत.”

त्यानं दिंडी आत ढकलली. गंजलेल्या बिजागऱ्यांनी कुरकुरत विरोध केला. त्यांनी आत पाय टाकला. सर्वत्र पूर्ण शांतता होती. रात्रीच्या वेळी नेहमी येणारा जिवाणूंचा आवाजसुद्धा येथे येत नव्हता.

आत मोठा चौक होता. दोन्हीकडच्या ओवऱ्या अगदी अस्पष्ट अशा दिसत होत्या. एका कोपऱ्यात कसले तरी उंच, शुष्क, वठलेले झाड होते व खाली सर्वत्र पाला-पाचोळा, काटक्या, कागदाचे कपटे पसरलेले दिसत होते.

कोठारी हलकेच म्हणाला,

“काय रे कुलकर्णी? काही जाणवतं का?”

होकारार्थी मान हलवीत कुलकर्णी म्हणाला,

“बाहेरूनच जाणवत होतं कोठारी, ही फार वाईट जागा आहे.”

आता काय करावं असा कोठारीला प्रश्न पडला. परत जाऊ म्हणावं तर त्याला स्वतःच्या भित्रेपणाची शरम वाटत होती. पुढे चल म्हणावं तर आसपासच्या या साऱ्या सूचक वातावरणाचा त्याच्याही मनावर परिणाम व्हायला लागला होता. शेवटी तो काहीच बोलला नाही.

जोत्याच्या पायऱ्या चढून ते वर आले. खालच्या एकेका खोलीत काडी पेटवून त्यांनी नीट पाहिलं. कोठेही त्यांना थांबण्यासारखं, पुन्हा पाहण्यासारखं किंवा चमत्कारिक असं काहीही दिसलं नाही.

मागच्या चौकापर्यंत जाऊन आल्यावर मुख्य जिन्यानं त्यांनी वरचा मजला गाठला. दिवाणखान्यात पाय टाकताच कुलकर्णी थांबला व जरा वेळानं म्हणाला, “खालच्यापेक्षा येथील जाणीव तीव्र आहे बरं का!”

कोठारीला वाटले, आता तरी याला सांगावे, की तिसऱ्या मजल्यावरच्या अडगळीच्या खोलीसंबंधीच सगळा ओरडा होता. जे काय होते, दिसते किंवा ऐकू येते ते तिथेच असते; पण तरीही तो काही बोलला नाही.

खालच्या मजल्याप्रमाणेच दुसरा मजलाही त्यांनी पाहिला. प्रत्येक खोलीत जाऊन, काडी पेटवून त्यांनी ती खोली नीट पाहिली.

अजून काही नाही. आवाज नाही. हालचाल नाही. काही नाही...

सगळा मजला पाहून झाल्यावर कुलकर्णी खालच्या जिन्याजवळ आला. जरा वेळ कोठारीला आशा वाटली, की बाजूच्या, माळ्याकडे जाणाऱ्या लहानशा जिन्याकडे कुलकर्णीचे लक्ष जाणार नाही. त्याने जर तो पाहिला नाही, तर आपण काहीही बोलावयाचे नाही, इथपर्यंत आता कोठारीच्या मनाची तयारी झाली होती.

पण कुलकर्णीने तो पाहिलाच.

"ओ हो! हे अजून राहिलंच आहे की," तो म्हणाला.

त्या अरुंद जिन्याचे दार त्याने उघडले. आत संपूर्ण काळोख होता. काडी पेटवून तो वर निघाला व त्याच्या पाठोपाठ निरुपाय होऊन कोठारीलाही जावं लागले.

सात-आठ पायऱ्यांचाच तो लहानसा जिना होता. वर पोहोचेपर्यंत ती काडी जेमतेम पुरली. दाराबाहेरच्या चौकटीत जेमतेम दोघांना उभे राहण्यापुरतीच जागा होती. ते दोघे अगदी चिकटून उभे राहिले होते.

हाताने चाचपून कुलकर्णीने समोरचे दार उघडले व आत पाय टाकला. तो आता काडी पेटवील अशी कोठारीची अपेक्षा होती; पण त्याला आतून काहीच आवाज ऐकू येईना. इतका वेळ दोघांच्या सहवासाने दूर राहिलेली शांतता एकदम चारी बाजूंनी त्यांच्याभोवती जमा झाली. काडीच्या प्रकाशाने इतका वेळ दूरवर थोपविलेला काळोख त्यांच्यावर सर्व बाजूंनी एखाद्या आवरणाप्रमाणे पसरला. आपले अंग गरम झाले आहे, सर्व अंगाला घाम आला आहे हे कोठारीला जाणवले. हलक्या आवाजात तो म्हणाला,

"कुलकर्णी... ए कुलकर्णी? काडी पेटव ना..."

त्याच्या प्रश्नाला उत्तर आले नाही. त्याच्या हाकेला साद आली नाही. आता त्याच्या छातीत एक विलक्षण धडधड व्हायला लागली होती. थरथरत्या हाताने त्याने खिशातून पेटी काढली, त्यावर काडी ओढली व समोर पाहिले. त्याच्यासमोर एक हातावरच पाठमोरी, निश्चल उभी असलेली कुलकर्णीचीं आकृती त्याला दिसली.

एक उसासा सोडून तो म्हणाला,

"गॉड! मी किती घाबरलो होतो, कुलकर्णी?"

अजूनही समोरची व्यक्ती हलली नाही. एक पाय पुढे टाकून त्याने त्याच्या खांद्याला हात लावला मात्र, त्याच्या स्पर्शाबरोबर त्या जीर्ण झालेल्या, सडलेल्या

कपड्यांचे तुकडे तुकडे होऊन ते खाली पडले व ती आकृती त्याच्याकडे वळली. तो चेहरा कुलकर्णीचा नव्हता. खरे म्हणजे तो चेहराच नव्हता. मांस जवळजवळ नसलेली ती फक्त कवटी होती. डोळयांच्या खोबणी या जळमटांनी भरल्या होत्या आणि हसण्यासाठी पांढरेशुभ्र दात विचकलेले होते...

"बापरे! हे काय? तू कोण?"

कोठारी ओरडला आणि मोठ्याने किंचाळत मागे पडला.

खोलीचे दार उघडेपर्यंत कुलकर्णीला आपल्या मानेवर कोठारीचा गरम श्वास जाणवत होता. त्याची सोबत म्हणजे त्याच्या आसपास दाटत येणाऱ्या मनाला बेचैन करणाऱ्या या विलक्षण संवेदनांविरुद्ध एक ढालच होती. त्याचा विश्वास असो वा नसो, केवळ त्याचे अस्तित्वच कुलकर्णीला धीर येण्यास पुरेसे पडले होते. आपण एकट्याने या घातकी जागेत इतका खोलवर प्रवेश केला असता की नाही, याची त्याला शंकाच होती. ठीक आहे, एवढी एक खोली पाहिली की संपले...

आत पाय टाकून त्याने काडी पेटविली. इतर खोल्यांसारखीच हीही अगदी रिकामी होती. आत काहीही नव्हते. तो स्वतःच्याच सुटकेच्या विचारात गर्क होता. हातातील काडी इकडे तिकडे फिरवीत तो म्हणाला,

"पाहिलेस ना कोठारी? येथेही काही नाही. संपल आपलं काम."

मग त्याला आठवले, की आपल्यामागोमाग कोठारी आत आल्याचा आवाज आलेला नाही. त्याची इतरही काही हालचाल ऐकू येत नाही. विझलेली काडी खाली टाकून दुसरी काढता काढता तो दाराकडे वळला व म्हणाला,

"कोठारी? कोठारी! ये ना आत. आत काही नाही."

काडी पेटवून त्याने दाराकडे पाहिले. दाराबाहेर कोणीतरी होते; पण तो कोठारी नव्हता. हातातील जळती काडी समोर धरून कुलकर्णी पाहतच राहिला.

त्याच्या आमंत्रणाला मान देऊन ती व्यक्ती आत आली आणि तिच्या बरोबरच खोलीत सडका, कुबट वासही आला.

तो ओलसर स्पर्श होण्याआधी कुलकर्णी जोराने ओरडला; किंचाळला.

...तर मग येथे असा प्रकार असतो काय?

हा त्याचा शेवटचाच विचार होता.

✦✦✦

१७. पाठमोरा

नागेश महाजन समोरून येताना दिसला, तेव्हा शंकररावांना ती एक आपत्तीच वाटली. तसे पाहिले तर तोही साधा मास्तरच होता; शिक्षणही ट्रेंड ग्रॅज्युएट होण्यापर्यंतच झाले होते; पण त्याच्या वागण्यात स्वतःबद्दलचा एक विलक्षण गर्व आणि दुसऱ्याला कमी लेखण्याची वृत्ती असावयाची. त्यामुळे त्याच्या सहवासात शंकररावांना फार अस्वस्थ वाटत असे.

मास्तरकीच्या पेशात शंकररावांनी सारी हयात काढली होती. तो व्यवसाय त्यांनी शक्य तेवढा प्रामाणिकपणाने केला होता. प्रथमप्रथमचा ज्ञानदानाचा उत्साह अर्थात फार दिवस टिकला नव्हता; पण शिक्षणखात्याची व विद्यार्थ्यांची जर इच्छा असेल की, ठराविक विषयातील ठराविक भागच शिक्षकांनी शिकवावा, तर मग शंकररावही त्याला तयार होते. त्यात त्यांनी पूर्ण यश मिळविले होते. शेवटी शेवटी शिकवण्याही केल्या. तीन-चार मार्गदर्शिकाही लिहून प्रसिद्ध केल्या. एकूण काय, निवृत्तीच्या वेळी प्रॉव्हिडंट फंड, सोसायटीचे काँट्रीब्यूशन, विमा पॉलिसीज आणि माजी विद्यार्थी, सहकारी आणि हितचिंतक यांनी निवृत्तीच्या समारंभाच्या वेळी अर्पण केलेली थैली या साऱ्यांची बरीचशी रक्कम त्यांच्या गाठीला होती.

निवृत्त झाल्यावर महिन्याभरात त्यांनी गावातले मध्यवस्तीतले एक लहानसे घर विकत घेतले. किंमत वाजवी होती. व्यवहार सुरळीतपणे पार पडला आणि पाडव्याला वास्तुशांती करून शंकरराव आणि गिरिजाबाई नव्या (त्यांना) घरात राहायला आले. जागा त्यांना पुरेशी होती. उरलेल्या तीन खोल्यांतल्या दोन त्यांनी विद्यार्थ्यांना दिल्या होत्या आणि एक क्वचित काळी येणाऱ्या पाहुण्यांसाठी ठेवली होती. एकूण ते दोघे समाधानाने राहत होते.

पण आता हा नागेश महाजन-

"नमस्कार, महाजन"

"नमस्कार नमस्कार, शंकरराव, काय खबर आहे?"

"ठीक आहे... ठीक आहे... शाळा काय म्हणते?"

"शाळा शंख करते. काय नवीन घर घेतले म्हणे तुम्ही?"

"अहो नवीन कसले! जुनाच वाडा आहे गावातला!"

"असं का! मला वाटलं मास्तर आता बंगला बांधणार."

"अहो, आम्ही कसचा बंगला बांधतो?"

"तुमचे काय सांगायचे मास्तर! शिकवण्या आहेत, गाईडस्‌ची रॉयल्टी आहे, पुन्हा घरभाडे आहेच. चैन आहे, काय?"

जरा खटकल्यासारखे होऊन शंकरराव म्हणाले, "आमचे ठीक आहे, नाही म्हणत नाही मी; पण नागेशराव, पस्तीस वर्षे त्यासाठी झिजलोय बरं... पस्तीस वर्षे!"

"काय झिजण्याच्या गप्पा मारता शंकरराव! त्या मला नका सांगू. बाहेरच्या कोणाला सांगा. आम्हीही त्याच सर्कशीत आहोत बरं!'

शंकररावांना वाटले हा वाद कशाला वाढवायचा?

"या ना एकदा घरी नागेशराव, चहाला या एकदा."

"बघू बघू... वेळ झाला की येईन."

थोडक्यात संपले या समाधानात शंकररावांनी त्याचा निरोप घेतला. त्याला काही काम नसते हे त्यांना माहीत होते; पण त्या सबबीवर तो घरी आला नाही तर त्यांना काही वाईट वाटणार नव्हते. त्याला आलेल्या अपयशामुळे (बी.ए.ला क्लास मिळवून कॉलेजमध्ये लेक्चरर होण्याची त्याची एकेकाळी महत्त्वाकांक्षा होती.) त्याच्या मनात आपल्या यशस्वी आयुष्याबद्दल हेवा असला पाहिजे ही गोष्ट त्यांना सहज समजत होती. त्याच्यापुढे आपल्या पैशांचे प्रदर्शन करण्याची त्यांना अगदी इच्छा नव्हती. ही भेट शंकरराव सहजगत्या विसरून गेले.

शाळेचा कसला तरी महोत्सव होता. त्यावेळी शंकररावांना आमंत्रण आले. तेथे नागेशची गाठ पडली तेव्हा त्यांच्या ध्यानात ही मागची भेट अजिबात नव्हती; पण चहाच्या वेळी नागेशनेच त्यांना ती आठवण दिली.

“हं काय मास्तर, काय म्हणताय? ठीक?”

“ठीक आहे- ठीक आहे. आमचं काय आता? आम्ही रिटायर्ड लोक!”

“मग आम्हाला घरी केव्हा बोलावणार?”

“अहो, मी सांगितलं नाही का! केव्हाही या की!”

“तोंडानं बोलावता खरं; पण घर कोठे, नाव काय, पत्ता काय, हे तर अगदी गुलदस्त्यात ठेवता! छान आहे!”

थोड्या शरमलेल्या चेहऱ्याने शंकररावांनी त्याला घरची खूण व नाव सांगितले.

तरीही तो दोन-तीन दिवसांनी एका संध्याकाळी सातच्या सुमारास जेव्हा त्यांच्या घरी हजर झाला, तेव्हा त्यांना जरा आश्चर्यच वाटले. पण त्यांनी अगदी मनापासून त्याचे स्वागत केले.

“या या नागेशराव... या.”

तो आत आला. घर जुन्या बांधणीचे असले तरी शंकररावांनी आत थोडाबहुत खर्च करून बराच अद्ययावतपणा आणला होता. नागेशला ते सारे पाहून आश्चर्य वाटल्यासारखे दिसले.

बाहेरच्या हॉलमध्ये बसल्यावर त्याची नजर सारखी खोलीतल्या सामानावर, रेडिओवर, पंख्यावर, भिंतीवरच्या मोजक्याच; पण उत्तम चित्रांवर, शोभेच्या वस्तूंच्या कपाटावर फिरत होती. पण तो काही बोलला नाही. शंकरराव म्हणाले, “चला, एकदा घर तर पाहून घ्या.”

त्यांनी प्रथम त्याला स्वयंपाकधरात नेले. गिरिजाबाई नको नको म्हणत असतानाही शंकररावांनी उभ्याचा स्वयंपाकाचा ओटा, जवळपास सामानासाठी कपाट अशा सोयी करून घेतल्या होत्या. स्वयंपाकघराच्या दोन्ही खिडक्या उत्तरेला असल्यामुळे प्रकाश मात्र कमी होता... त्याबाबतीत एक मोठा दिवा लावण्याखेरीज शंकररावांना काही करता येण्यासारखेच नव्हते.

त्यांनी नागेशला बाथरूम, स्वतःची खोली, गेस्टरूम, अंगणात नवीनच सुरू केलेली बाग... सारे काही दाखविले. घराला खालून थोडीशी ओल होती आणि सर्वत्र जरा कमी प्रकाश होता. त्यावर टीका करण्याखेरीज नागेश इतर काही बोलला नाही.

दोघेजण परत बाहेरच्या खोलीत आले. गिरिजाबाईंना शंकरराव म्हणाले, “चहाचे पाहतेस ना आता?”

हातातील विणकाम खाली ठेवून त्या उठल्या आणि स्वयंपाकघराकडे गेल्या. जाता जाता त्यांनी पदर खोचण्यासाठी मागच्या बाजूस घेतला होता; पण स्वयंपाकघराच्या दारातच त्या एकदम थांबल्या. डाव्या हातातला पदरही तसाच राहिला. दोघांच्याही लक्षात येण्याइतकी ती क्रिया अचानक झाली.

गिरिजाबाई सावकाश मागे वळल्या. एकाएकी त्यांच्या चेहऱ्यावरचा रंग पार उतरला होता. शंकरराव चट्दिशी म्हणाले,

"का गं? काय झाले?"

"आत... आत बापू आहेत."

"बापू? आता?"

त्या काही बोलल्या नाही. त्यांनी केवळ कपाळावरचा घाम पुसला व नुसती मान हलविली. शंकररावही एकदम गडबडल्यासारखे दिसत होते. ते उठून गिरिजाबाईकडे गेले. त्यांच्यामागोमाग नागेशही गेला. काय झाले आहे याची त्याला कल्पना नव्हती. पण या दोघांना इतके गोंधळून टाकणारे काय होते?

शंकररावांनी हळूच स्वयंपाकघरात डोकावून पाहिले. ते एकदम म्हणाले,

"नाहीत गं आता. तुला भास झाला असेल."

गिरिजाबाईंनी हलकेच स्वतःही आत पाहिले. त्या दोघांमागोमाग नागेशही आत गेला. ओट्याकडे बोट दाखवून गिरिजाबाई म्हणत होत्या.

"तेथे... तेथे होते- नळाजवळ."

"पण काय करीत होते?"

"मी किती वेळ उभी असेन? खिडकीबाहेर पाहत असल्यासारखे दिसत होते." अजून गिरिजाबाईंना घाम येत होता.

त्यांना धीर देत शंकरराव म्हणाले, "असू दे... असू दे. तुला माहीत झाले आहे ना आता?, आपल्याला कधीही उपद्रव होत नाही. हे कळले आहे ना?"

"पण... पण मला कसेसेच होते. जीव घाबरा होतो."

"ठीक आहे... ठीक आहे. आम्हीच आतच बसतो. या हो नागेशराव.' नागेशला आता येथे खासच एखादे रहस्य आहे, अशी खात्री वाटायला लागली होती. टेबलाजवळ बसता बसता तो म्हणाला,

"काय शंकरराव, काय भानगड आहे? हा कोण बुवा बापू?"

"श् श्! असे नका बोलू."

“का हो? मला सांगाल तर खरं?”

सांगताना शंकरराव खूप अडखळत होते, अस्वस्थ झाले होते.

“त्याचं असं आहे नागेशराव, आम्ही हे घर घेतल्याच्या आधीपासून येथे बापू येतात, म्हणजे आम्हाला त्यांचा काही त्रासबीस होत नाही हं.”

“पण येतात म्हणजे काय? तुमचे कोणी नात्यातले आहेत का?”

“नाही नाही, आमचे कोणीच नाहीत ते.”

“मग त्यांना तुम्ही एवढे घाबरून का असता?”

“त्याचं... त्याचं असं आहे... बापू... बापू आता हयात नाहीत.”

विजेच्या धक्क्यासारखी एक लहर एकदम नागेशच्या सर्वांगावरून शहारत गेली. ही गोष्ट त्याच्या अपेक्षेपलीकडची होती. विश्वासापलीकडची होती. कल्पनेच्या बाहेरची होती.

“काय म्हणता! म्हणजे भूत वगैरे येते की काय?”

“श्‌ श्‌ श्‌!’ शंकरराव एकदम म्हणाले. शंकरराव व गिरिजाबाई दोघे भ्यालेल्या सशासारखे त्याच्याकडे टकमक पाहत होते. न राहवून तो मोठमोठ्याने हसला. त्याला खरोखर हसू आवरेना.”

“कमाल आहे तुमची! म्हणजे भुतांचं घर घेतलंत तुम्ही!”

शंकरराव त्याला पुन्हा पुन्हा गप्प राहण्याची खूण करीत होते.

“बरं, एकदा सांगा तर खरं त्यामागे काय आहे ते.”

“मला... मला फारशी माहिती नाही. ते... ते इथे बरीच वर्षे दिसत आहेत. म्हणजे लोक सांगतात हं.”

“त्यांना अहोजाहो असे का म्हणता?”

“मनात येतं खरं तसं. दिसायलाही वयस्क दिसतात.”

“कसे आहेत दिसायला? गोरे? काळे? उंच? लट्ठ?”

“आम्ही... आम्ही त्यांना फक्त पाठमोरेच पाहिले आहे.”

“पाठमोरेच?”

“हो... तोंडाकडून ते दिसत नाहीत. दिसत नाहीत म्हणजे ते कोणाकडे सहसा तोंड करून उभे राहत नाहीत.”

“पण का?”

“नागेशराव, या गोष्टीत विनाकारण कशाला शिरायचं?”

“पण सांगा तर खरं.”

“मी असं ऐकलं आहे...”

“ठीक आहे. काय ऐकलं आहे ते सांगा.”

“की जिवंतपणी माणसाला त्यांचा चेहरा दिसत नाही.”

“म्हणजे आपल्यापैकी कोणाला ते समोरून दिसणार नाहीत?”

“असं मी ऐकलं आहे.”

नागेशच्या शरीरावरून मघासारखीच परत एक भीतीची शहार आपल्या बर्फाच्या पावलांनी गेली; पण स्वतःची क्षणभराची भीती लपवण्यासाठी असेल किंवा शंकररावांना खिजविण्यासाठी असेल, नागेश पुन्हा मोठ्यामोठ्याने हसला. हसत हसंत म्हणाला, “हे सारे विलक्षणच आहे बुवा! बरं, हे तुमचे बापू दिसतात तरी कसे? मागून का होईना, पण कसे आहेत दिसायला?”

“एखाद्या कर्मठ ब्राह्मणासारखे वाटतात. अंगात एक मळकटसर बाह्यांची बाराबंदी असते. गुडघ्यापर्यंत धोतर असते, डोक्यावर काही केस नसतात, फक्त मागच्या बाजूला अर्धवट घेरा व शेंडी दिसते.”

“किती वेळा दिसले आहेत?”

“खूप वेळा.”

“पण दर वेळी असेच?”

“हो, दारात बाहेर पाहत किंवा खिडकीतून बाहेर पाहत, किंवा एखाद्या कपाटाच्या दाराजवळ... असे उभे असतात.”

“मग तुम्ही काय करता?”

“शक्य तर त्या खोलीतून निघून जातो.”

“आणि हे... हे... बापू?”

‘पाच-सात मिनिटांनी पाहावे तर खोली रिकामी असते.”

“फक्त दिसतात? इतर काही नाही? आवाज वगैरे?”

“अहं. दुसरं काही नाही.”

“तुम्ही त्यावर आजवर काही केलं नाही?”

“करावयाची काय जरूर आहे? आम्हाला काहीही त्रास होत नाही.”

“पण कोणी आले-गेलेले पाहुणे असतील तर? मुलेबाळे असतील तर?”

"नाही. दुसरं कोणी घरात असताना कधीही दिसलेले नाहीत. एवढी वास्तुशांत झाली, पन्नास-साठ पानं झाले. आठ आठ दिवस पाहुणेमंडळी घरी होती; पण कधी दिसले नाहीत. म्हणूनच मला आता एकदम आश्चर्य वाटलं, तुम्ही असताना कसे दिसले याचं."

"पण इतर वेळी कोठे असतात, काय करत असतात, याचे काही...?"

"नागेशराव, तुम्ही आता एवढे विचारलेत म्हणून मी यावर इतका बोललो तरी... नाहीतर आम्ही या विषयावर कधी चर्चा करीत नाही. बाकीच्या गोष्टीशी आपल्याला काय करायचं आहे?"

"तुम्ही अगदीच हे आहात शंकरराव! कोणाच्याही सांगण्यावर विश्वास ठेवता! या बापूंच्या नावाखाली कोणीही तुमच्या घरात सरळ यावे, तुम्ही आपली खोली सोडून बाहेर जाता...!"

पण शंकरराव यावेळी नागेशकडे पाहून ठामपणे मान हलवीत होते.

"नाही?"

"नाही नागेशराव नाही, हे... हे बापू घरात आहेत तोपर्यंत असं काही होणार नाही. हे एक आणि दुसरी गोष्ट... ते आम्हाला कोठेही दिसले की, तेच बापू ही खात्री पटते."

"कशी?"

"ते काही सांगता येत नाही; पण तेथे एकदम एक वेगळेपणा जाणवतो. खात्री पटते एवढी गोष्ट खरी."

"आपण प्रत्यक्ष पाहिल्याशिवाय या गोष्टीवर काही विश्वास ठेवणार नाही." नागेश उठत म्हणाला.

"नागेशराव, काही काही गोष्टी अशा असतात की, माणसानं त्या पडताळून पाहण्याच्या भरीस पडू नये, विषाची परीक्षा कशाला घ्यायची?"

उलट्या तर्कवादाने नागेश परत म्हणाला, "शंकरराव, तुमच्यासारखेच सारे भित्रे आहेत असे का समजता तुम्ही? माझी गणना त्यात करू नका."

थोड्याशा त्रासिक आवाजात शंकरराव म्हणाले, "नागेशराव, तुम्हाला कल्पना नाही... नाही तर या गोष्टी तुम्ही अशा थट्टेवारी नेल्या नसत्या."

जरा विचार करून नागेश म्हणाला, "नसत्या नेल्या कदाचित; पण तुमच्यासारखा त्या खोलीतून बाहेरही गेलो नसतो. तुम्ही आणि तुमचे हे बापू!"

शेवटच्या या उपरोधिक वाक्यावरच नागेशने त्यांचा निरोप घेतला.

पण असे दिसले की, त्याच्या मनातून तो विषय काही गेला नसावा. कारण त्यानंतर जेव्हा जेव्हा त्याची व शंकररावांची गाठ पडली तेव्हा तेव्हा त्याने बापूंचा विषय काढून शंकररावांना खिजविण्याची एकही संधी वाया दवडली नाही. मनातल्या मनात त्याच्यावर चरफडण्याखेरीज शंकरराव दुसरे काहीच करू शकत नव्हते. आपला त्यावरचा विश्वास तर त्यांना नाकबूल करणे शक्य नव्हते. दोघे एकटेच असताना नाही, तर चारचौघांत सुद्धा त्यांची टर उडवायला नागेशने कमी केले नाही. जणू काही शंकररावांशी बोलायला त्याला दुसरा विषयच नव्हता. तरीही शंकरराव हे सारे अगदी निमूटपणे सहन करीत होते. बापूंची कृश, पाठमोरी आकृती घरात दिसली की, जिवाची काय घालमेल होते, सारी सृष्टी आपल्या आसाभोवती कशी उलटी झाल्यासारखी वाटते, याचा त्यांना अनुभव होता. पण शब्दांत सांगायला गेले की, या साऱ्या गोष्टी हास्यास्पद वाटत. शेवटी जिभेवर शब्द अडून त्यांचा आवाज बंद होई व चेहरा शरमेने लाल होई. शेवटी एकदा हा ताण असह्य होऊन ते नागेशला म्हणाले, "नागेशराव ही वेळी-अवेळी तुम्ही जी माझी थट्टा करता ती मला आवडत नाही."

नागेश त्यांच्यावरच रागावला. त्यामागे त्यांच्या यशस्वी आयुष्याबद्दलचा हेवा असेल किंवा त्या दिवशी सहज जिवाला दिलेला भीतीचा झटका असेल; पण तो म्हणाला, 'शंकरराव, मी तुम्हाला त्याच दिवशी सांगितले ना की, या असल्या पोकळ दंतकथांवर माझा विश्वास नाही!"

"मग काय हवे तुम्हाला?"

"मला स्वतःला दाखवा एकदा."

"नागेशराव, मी खरंच सांगतो. त्या वाटेला जाऊ नका"

"झालं तुमचं नेहमीचं पुराण सुरू!"

शेवटी रागावून शंकरराव म्हणाले, 'ठीक आहे. या आज रात्री माझ्याकडे."

'हेच मला हवं होतं.'

"पण तुम्हाला दिसतीलच याची मी खात्री देत नाही हं."

"फिकीर करू नका. मी त्यांना हाक मारीन. इतकी मोठ्याने की, जर त्यांना कान असतील तर जेथे असतील तेथे त्यांना ती ऐकू जाईल."

खरोखर मनातून नागेश घाबरलेला होता. त्याचे शब्द ऐकून शंकरावांचा चेहरा एकदम गोरामोरा झाला. त्याची भीती त्याने आणखी वाढली; पण आता त्याला मागे पाय घेणे शक्य नव्हते व या आपल्या अवस्थेचा दोषही त्याच्या मनाने शंकररावांनाच लावला.

"ठीक आहे, मी आज रात्री येतो नऊच्या सुमारास."

"जेवायला येणार का?"

"नाही, सारं आटोपूनच येतो."

"बरं आहे, या... पण मी सूचना दिली आहे हे मात्र विसरू नका."

नागेश रात्री झोपायला येणार आहे हे शंकररावांनी गिरिजाबाईंना सांगताच नेहमी शांत असणाऱ्या गिरिजाबाई त्यांच्यावर उसळल्या.

"तुम्हाला हा नसता उपद्व्याप कशाला हवा होता?"

"अगं, त्यानंच हे सुचविलं आहे."

"तुम्हाला नको सांगता येत नव्हतं का? घर तुमचं आहे ना?"

"अगं, गेले चार महिने तो येताजाता माझी टिंगल करीत आहे. एक गाठ काही अशी जात नाही की, त्यानं हा बापूंचा विषय काढला नाही."

"पण त्याला येथे धोका आहे हे तुम्हाला दिसलं नाही का?"

"धोका? कसा?"

"आजवर बाहेरचं कोणी घरात असताना एकदाही बापू दिसले नाहीत. फक्त तो त्या दिवशी घरात होता तेव्हाच एकदा दिसले. मला काही हे लक्षण ठीक दिसत नाही."

"बघू-बघू, काहीतरी करून त्याला अतिप्रसंग करू देणार नाही."

शंकरराव गिरिजाबाईच्या समाधानासाठी, तितकेच स्वतःच्याही मनाच्या समाधानासाठी बोलत होते. त्याला घरी बोलावल्याबद्दल आता त्यांनाही अस्वस्थता वाटायला लागली होती.

पण रात्री बरोबर नऊ वाजता नागेश त्यांच्या दारात उभा राहिला. त्याचा चेहरा श्रमाने (किंवा भावनेने असेल) लालसर झाला होता. डोळ्यातही एक चकाकी होती.

"या, या नागेशराव."

त्याला शंकररावांनी हॉलमध्ये बसविले. त्यांना माहीत होते की, आपण बोलायला लागताच त्या विषयाचे ते खोबरे करून टाकणार आहेत, पण त्यांचे मन त्यांना गप्प बसू देत नव्हते.

"अं- नागेशराव!"

"काय?"

"तुम्हाला एक सूचना करायची होती."

"बोला."

"तुम्ही त्यांना बापूंना हाक वगैरे मारणार होतात, तेवढे नाही केलेत तर चालणार नाही का? माझी खरी मनापासूनची ही इच्छा आहे."

पण शंकररावांची सूचना मान्य करणे म्हणजे एक पाऊल मागे घेणे होते. जितक्या प्रमाणात नागेशची हे सारे टाळायची इच्छा प्रबळ होत होती तितक्या प्रमाणात त्याच्यावर आलेल्या प्रसंगाबद्दल तो शंकररावांना दोषी धरीत होता.

"वा! वा! भलेच आहात की शंकरराव! म्हणजे काही दिसलं नाही की, उद्या म्हणायला मोकळे तुम्ही तसे कोठे म्हटले होते! वा!"

शंकरराव मूकपणे मान हलवीत होते. आणि नागेशचीही खात्री होती की, शंकरराव खरे सांगत आहेत, मनापासून सांगत आहेत; पण उतारावरची गाडी जशी वेग वाढवीत जाते तसा त्याच्या मनाचा तोल सुटत चालला होता.

"मला असे ट्रॅप करू नका. आता थांबायला नको."

त्याने मान वर केली व तो मोठ्याने ओरडला,

"बापूऽ! अहो बापू! मी आलोय हो तुम्हाला भेटायला! बापूऽ!"

त्या शांत वेळी, मोकळ्या घरात ती मोठी हाक बराच वेळ घुमत राहिली व मग हळूहळू अस्पष्ट होत गेली. पहिल्या शब्दांबरोबर शंकररावांनी डोळे मिटून कानांवर हात ठेवले होते. पुन्हा शांतता झाल्यावर त्यांनी डोळे उघडले.

खोली होती तशीच होती. काही बदल नव्हता. त्यांनी नागेशकडे पाहिले. आपल्या या धाडसाने तोही गडबडल्यासारखा दिसत होता. त्याने कपाळावरचा घाम पुसला व मग तो म्हणाला,

"चला! होऊन गेले! आता माझ्याकडून काही कमी झाले नाही."

शंकरराव उठले. हालचाल करणे, बोलणे, त्यांना जड जात होते.

"नागेशराव, या. तुमची खोली दाखवतो तुम्हाला."

शंकरराव त्याला गेस्टरूममध्ये घेऊन गेले. दिव्याचे बटण दाखविले. कॉटवर सगळे कपडे व्यवस्थित आहेत का नाहीत ते पाहिले. टेबलावरचे गार पाण्याचे तांब्याभांडे दाखविले. निघताना न राहवून शंकरराव म्हणाले,

"नागेशराव, माझ्या खोलीचं दार उघडंच आहे बरं का. रात्री-अपरात्री जरूर वाटली तर संकोच करू नका. अवश्य हाक मारा किंवा तिकडे या."

पण त्यांच्या प्रत्येक चांगल्या सूचनेचा नागेशच्या मनावर नेमका विपरीत परिणाम होत होता. पुन्हा एकदा तो रागावून म्हणाला,

"तुम्ही अगदी शांत झोपा शंकरराव. मी दाराला आतून कडी आणि बोल्ट लावून घेणार आहे. हो, एखादा चोर खोलीत आल्याची सबब नको.'

यापुढे शंकरराव काय बोलणार? स्वतःशीच मान हलवीत त्यांनी नागेशचा निरोप घेतला. त्याच्या शब्दाप्रमाणे खरोखरच त्यांची पाठ फिरताच दाराला आतून कडी व बोल्ट लावल्याचा आवाज त्यांच्या कानावर आला.

कडी आणि बोल्ट लावून नागेश खोलीत वळला. वाचण्यासाठी आणलेले पुस्तक त्याने काढले व जरा वेळ वाचायचा प्रयत्न केला; पण त्याचे वाचनावर काडीमात्रही लक्ष नव्हते. जरा कोठे खुट्ट आवाज झाला की, तो दचकून इकडे तिकडे पाहत होता. त्याला सारखे वाटत होते, आपण कशाला या नसत्या भानगडीत पडलो? समजा, शंकरराव खोटे सांगत असतील, तरीही त्यांना खोटे पाडण्याचा हा अट्टहास कशासाठी? खरोखर त्यांच्या वागण्यात, बोलण्यात अजिबात गर्व नाही, फुशारकी नाही, अहंमन्यता नाही. मग आपल्या मनात त्यांच्याबद्दल एवढा राग का आहे? आणि त्या रागाला बळी पडूनच आपण या तुरुंगात विनाकारण आपल्याला गोवून घेतले.

हातातले निर्बोध झालेले पुस्तक त्याने टेबलावर ठेवले. एक घोटभर पाणी पिऊन घेतले व दिवा मालवून तो कॉटवर निजला. पण त्या अंधाऱ्या खोलीत त्याला जास्तच अस्वस्थ वाटायला लागले. तसाच उठून त्याने दिवा लावला व मग तो परत कॉटवर येऊन झोपला.

शंकररावांच्या सांगण्यात काही तथ्य होते का? आणि खरोखरच आपल्याला असे काही दिसले तर? आता तो एकटा होता आणि त्याला वाटणारी भीती कोणापासून लपविण्याचे कारण नव्हते. त्या कल्पनेनेच त्याचे सारे शरीर रोमांचित होऊन गेले. छातीत जोराची धडपड सुरू झाली, चेहरा भयाने एकदम ढिला पडला.

पण हळूहळू कानात होणारा नाडीचा आवाज कमी झाला, त्याची भीतीही जरा कमी झाली. त्याने स्वतःला धीर दिला...

समजा, हे बापू दिसलेच- जे जिवंत माणसाला फक्त पाठमोरेच दिसतात असे शंकररावांनी सांगितले होते- तेव्हा जरी ते दिसले, तरी आपल्याला तसे भिण्याचे काही कारण नाही.

कितीतरी वेळ तो जागा होता. डोळ्यांवर झोपेची किंचित झापड आली की, तो त्यातून एकदम दचकून जागा होत होता.

खोलीकडे पाठ करून झोपायची त्याला हिंमत होत नव्हती. तास, मिनिटे, सेकंद मोजीत तो पडून होता. घड्याळाची टिक् टिक्, घड्याळाचे पाव तासाचे ठोके, अर्ध्या तासाचे ठोके, तासाचे ठोके. टिक् टिक् - टिक् टिक्...

मधेच केव्हातरी त्याला झोप लागली असली पाहिजे. कारण ज्या 'टण्' अशा आवाजाने तो क्षणार्धात जागा झाला तो आवाज घड्याळाचा नव्हता.

तो आवाज पाण्याच्या तांब्यावर भांडे आपटल्याचा होता.

खोलीतल्या टेबलाजवळ त्याच्याकडे पाठ करून कोणी तरी उभे होते. अंगात मळकट बाराबंदी, गुडघ्यापर्यंतच पोहोचणारे मळकटसे धोतर, डोक्यावर पूर्ण टक्कल, फक्त मागच्या बाजूस थोडेसे पांढरे केस.

त्याच्या सर्व अंगात हीव भरल्यासारखी हुडहुडी भरून येत होती.

पायापासून मस्तकापर्यंत लाटांसारखे एकामागून एक शहारे उठत होते. डोळ्यांना चक्कर आल्यासारखे वाटत होते.

कशासाठी तरी त्या पाठमोऱ्या गृहस्थांनी हात उचलला.

इतका वेळ धडधडणारे हृदय आता एकदम एका हिसक्यासरशी उलटेपालटे झाल्यासारखे त्याला वाटले. एक पळभर त्याच्या जिवाची विलक्षण तगमग झाली व मग सारा ताण, सारी भीती, सारे विकार नाश पावले.

त्याला एकदम मोकळे मोकळे, सुटल्यासारखे वाटायला लागले.

आपण इतका वेळ कशाला घाबरत होतो?

हे तर बापू!

हातात पाण्याचे भांडे घेऊन बापू आता वळले व त्याच्याकडे संपूर्ण चेहरा करून उभे राहिले. त्याला भीतीचा स्पर्शही झाला नाही. पण एका गोष्टीचे आश्चर्य वाटत होते...

''बापू!''

''हो, मीच बापू.''

त्यांचा चेहरा नितळ होता. पांढऱ्याशुभ्र मिशा ओठांवरून खाली आल्या होत्या. त्या चेहऱ्यावर आता एक हास्य होते.

''तू मला हाक मारलीस ना? तुला भेटायला आलो आहे.''

''पण तुम्ही खोटे बोलत होतात, लोकांना फसवत होतात.''

''कसे?''

''लोकांना असे भासवत होतात की, त्यांना जिवंतपणी तुमचा चेहरा दिसत नाही.''

''मग?''

''हे खोटे नाही का? मला तुम्ही नाही का दिसत?''

अजूनही बापू हसत होते. त्यांच्या डोळ्यात मात्र ते हास्य दिसत नव्हते. ते डोळे निर्विकार, थंड, अनाकलनीय भावनांनी भरलेले होते.

''नाही नागेश, मी खोटे बोललो नाही.''

''म्हणजे? याचा अर्थ काय?''

''नागेश, मी अजून आहे तसाच आहे, जिवंत माणसांना मी अजून पाठमोराच दिसतो.''

''म्हणजे?''

''तू आता जिवंत नाहीस. मागे पाहा.''

नागेशने मागे पाहिले, कॉटवर त्याची निश्चल काया हातपाय छातीशी घेऊन पडली होती. प्रश्नार्थक चेहऱ्याने तो बापूंकडे वळला.

''मघाशी जेव्हा तुझ्या छातीत एक चमक आली तेव्हाच तुझा प्राण गेला. भीतीने तुझी हृदयक्रिया बंद पडली.''

कोपरापर्यंत बाराबंदीची बाही असलेला हात बापूंनी पुढे केला.

''चल-'' ते म्हणाले.

१८. झाड

रेडिओवरचे संगीत ऐकण्यात चारू तल्लीन झाली होती आणि विवेकची नजर तिच्यावर खिळली होती. लग्न होऊन सहा महिने होऊन गेले होते तरी त्याच्या नजरेची तृप्ती म्हणून होत नव्हती. दरवेळी त्याच्या मनात विचार येत असे, मी किती भाग्यवान आहे!

रेडिओवरचा कार्यक्रम संपला; तिने रेडिओ बंद केला व त्याच्याकडे पाहिले. त्याची नजर आपल्यावरच खिळलेली आहे हे पाहाताच तिच्या गालावर किंचित लाली आली आणि ती जराशी लाजूनच हसली. गालावर एक नाजूकशी खळी पडली. सारे काही विसरून विवेक तिच्याजवळ आला व त्याने तिला आपल्याजवळ घेतले.

मधेच घड्याळाने साडेनऊचा ठोका दिला व त्यांची तंद्री भंगली.

काहीतरी बोलण्यासाठी चारूने वर मान केली आणि एकाएकी तिच्या चेहऱ्यात बदल झाला. चेहऱ्यावरचा सगळा रंग उतरला, डोळे एकदम मोठे झाले, श्वास मोठ्यामोठ्याने येऊ लागला.

ती जवळजवळ गुदमरलेल्या आवाजात म्हणाली,

'विवेक, बाहेर जा... बाहेर!'

त्याने तिला आणखी जवळ घेण्याचा प्रयत्न केला. तो म्हणाला,

"चारू! चारू? काय आहे? मला सांग ना!"

असहायपणे ती मान हलवीत होती. कपाळाच्या कडांवर घामाचे थेंब चमकायला लागले होते. ती त्याला दूर लोटीत पुन्हा पुन्हा म्हणत होती...

"विवेक, बाहेर जा- आता बाहेर जा- प्लीज!"

तिच्या डोळ्यातली विनवणी, तिची असहायता त्याला सहन होईना; पण त्याने यावेळी तिचे ऐकायचे ठरविले. तिच्या भोवतीचे हात काढून घेऊन तो दाराकडे वळला. एकाएकी त्यालाही कोंडल्यासारखे, गुदमरल्यासारखे वाटायला लागले होते. अडखळत अडखळत कसातरी तो दारापर्यंत आला, बाहेर पडला व मग त्याने आत पाहिले.

खोली एकदम अंधारून गेली होती; चारू जवळजवळ दिसेनाशी झाली होती... त्याची चारू!

परत खोलीत जायचा त्याने प्रयत्न केला, पण त्याला आत जाताच येईना. सर्व शक्ती एकवटूनही त्याला आत पाऊलसुद्धा टाकता येईना. त्याने तिला मोठमोठ्याने हाका मारल्या; पण तो आवाज जवळच कशात तरी गुरफटून गेल्यासारखा क्षीण क्षीण होत होता. तिच्यापर्यंत पोहोचतही नव्हता. ती आता जवळजवळ दिसेनाशी झाली होती.

पहाटेपर्यंत तो दाराशीच बसून होता. चारूबद्दलच्या काळजीने त्याचे काळीज करपून गेले होते. मनात हजारोंनी तर्ककुतर्कांची गर्दी उसळली होती. आपल्या खोलीत तो डोळे फाडफाडून पाहायचा प्रयत्न करीत होता; पण व्यर्थ!

पहाटे अडीचच्या सुमाराला त्याला केवळ थकव्यानेच एक लहानशी डुलकी आली व त्यातून चारूच्या आवाजाने तो खडबडून जागा झाला.

खोलीच्या मध्यभागी ती बसली होती. गुडघ्यात मान घालून बसली होती आणि रडत होती. हुंदके देऊन देऊन रडत होती. तिचे सारे शरीर अगदी हादरून निघत होते.

दोन पावलातच विवेक तिच्याजवळ पोहोचला. तिला आता केवळ सांत्वनाची, सहानुभूतीची जरूरी होती... प्रश्न, स्पष्टीकरणे मागाहून.

त्याने चारूला जवळ घेतले, तिची नानापरींनी समजूत काढली; त्याच्या जवळिकीने, त्याच्या शब्दांच्या आवाजाने, तिच्या केसावरून फिरणाऱ्या त्याच्या हलक्या हाताच्या स्पर्शाने तिची चलबिचल हळूहळू कमी झाली; शरीरातले वादळ हळूहळू शमले व शेवटी ती तशीच झोपली.

तिचा चेहरा किती म्लान दिसत होता, सुकून गेला होता, कोमेजला होता. त्या विलक्षण प्रसंगाच्या खुणा अजूनही दिसत होत्या. कपाळ व केस घामाने ओले झाले होते. दोन्ही कानशिलांवर हिरव्यागार शिरा थडथडत होत्या, स्पर्शाला तिचा गाल एकदम गार लागत होता.

तो तिच्याकडे पाहत काळजी करीत होता. हे काय आहे? आणि मग त्याला लग्नापूर्वीचे त्यांच्यातले एक संभाषण आठवले... शब्द न् शब्द. तिला विवाहाची मागणी घालताच ती एकदम गोरीमोरी झाली होती व तो आश्चर्याने म्हणाला होता,

"पण हे काय चारू? तुझा होकार मी गृहीत धरून चाललो होतो!"

तिच्या टपोऱ्या डोळ्यांत खेदाची, शंकेची वर्तुळे उमटली होती.

"विवेक! असे नका बोलू! माझी इच्छा का नाही?"

"पण मग अशी अडखळतेस का?"

"विवेक, तुम्हाला कस सांगू? मी तुम्हाला आता हवीहवीशी वाटते; पण ही माझ्या आयुष्याची एकच बाजू आहे."

"म्हणजे?"

"माझ्यात आणखीही दुसरी एक चारू आहे. ती अचानकपणे प्रकट होते. मी बेसावध असताना, माझ्या ध्यानीमनीही नसताना ती येते. माझ्या साऱ्या सुखाची राख करून टाकते. जग मला कोंडत आहे असे वाटू लागते. कोणाचा म्हणजे कोणाचाही सहवास नकोसा वाटतो. मी इतर सर्व सुखी लोकांचा त्यावेळी विलक्षण द्वेष करते. माझे मन व शरीर ताळ्यावर राहत नाही. हा प्रकार किती तरी दिवस चालला आहे."

तिची अंतरीची ओढ व त्या वाटेवरची या अडचणीची भीती यांचा संघर्ष त्याला उघडत दिसत होता. एकदम तिच्या खांद्यावर हात ठेवून तो प्रेमातिशयाने म्हणाला होता,

"हात्तिच्या! एवढेच ना? मग ती चारूही मला तुझ्यासारखीच माझ्या प्राणाहूनही प्रिय आहे! मी तिलाही आपलीशी करीन! तिलाही माणसात आणीन! चारू, माझ्या शब्दावर तुझा विश्वास आहे ना?"

तिच्या डोळ्यातली शंका पूर्णपणे निरसली नाही; पण तरीही तिने आपला हात त्याच्या हाती दिला होता व ती हलकेच म्हणाली होती,

"विवेक, मी काय सांगू? तुमच्यापासून मी काहीही लपवून ठेवू शकत नाही. जास्त काय सांगू?"

आताच्या तिच्या ओढलेल्या चेहऱ्याकडे पाहता-पाहता त्याची खात्री पटली की, ही दुसरी चारू झंझावातासारखी त्याच्या आयुष्यात आली आहे व त्याच्या प्रेमाची आता खरी परीक्षा आहे.

सात-सव्वासातपर्यंत चारू झोपेत होती. तिची झोप शांत नव्हती; ती सारखी कण्हत होती, कूस बदलत होती, अगदी अस्वस्थ होती. तिला जाग आली, तेव्हा तिच्या डोळ्यात विवेकची ओळख एकदम उमटली नाही. ती त्याच्यापासून आधी रागाने व मग भीतीने मागे सरकल्यासारखी वाटली. पण गोड गोड शब्दांनी विवेकने तिची भीती दूर केली व तिला कशीतरी बेडरूममध्ये नेली व कॉटवर निजविली. खोलीत तो असताना त्याच्या प्रत्येक हालचालीवर तिची नजर होती; त्याच्या मागोमाग तिचे डोळे फिरत होते. त्याला एकाएकी अस्वस्थ वाटायला लागले; पण प्रयत्नाने त्याने ही भावना दडपून टाकली व संयमाने नेहमीचे व्यवहार सुरू ठेवले.

त्यानंतरचे चार दिवस त्याला खरोखर चार वर्षांसारखे वाटले. त्याने चारूला कशाचेही स्पष्टीकरण विचारले नाही. ती सरळपणे बोलण्याच्याही अवस्थेत नव्हती. तिचे डोळे झाकोळलेले असायचे. कधी मधे एखादा सेकंदच तिची नजर ठिकाणावर यायची व त्याला आतल्या आत, या अदृश्य पिंजऱ्यात तडफडणारा तिच्या जिवाचा पक्षी दिसायचा; पण त्या मूक हाकेला त्याच्याकडून साद यायच्या आधीच त्याची खरी चारू परत गडप व्हायची व त्या ठिकाणी ही नवी, अनोळखी, जिवाची करुणेने ससेहोलपट करणारी चारू यायची.

एखाद्या लहान मुलासारखी त्याने तिची चार दिवस शुश्रूषा केली. काळजी घेतली. भावनातिरेकाने ती स्वतःशी रडू लागली, तर तिच्या पाठीवर हात फिरवून, तिला जवळ घेऊन तिचे सांत्वन केले. तिच्या डोळ्यातली ओळख मालवली तर तासच्या तास शारीरिक गरजांशिवाय तो तिच्याजवळही गेला नाही. तिच्या हट्टीपणाचा, आततायीपणाचा, चिडखोरपणाचा त्याने रागरागही केला नाही.

आणि चार दिवसांनी एका सकाळी चारू एकदम ठीक झाली. तिच्यावर पडलेली सावली जशी क्षणात आली होती, तशी क्षणात दूर झाली. या कठीण काळाच्या खुणा तिच्या चेहऱ्यावर होत्या, पण तिची नजर सावरली होती. तो जवळ येताच त्याच्या गळ्यात हात घालून म्हणाली,

"विवेक! तुम्ही किती चांगले आहात! किती समजूतदार आहात!"

किंचित धडधडत्या अंतःकरणाने तो म्हणाला,

"चारू, आता तू ठिकाणावर आलीस का?"

"हो! आणि मला चारी दिवस आठवतात, विवेक! माझे वागणे आठवते आणि तुमची चोवीस तासांची काळजीही आठवते! आता मला माझ्या वागण्याची शरम वाटते. विवेक, मला क्षमा कराल ना?"

"शूः! हे काय, चारू? तुला बरे नव्हते, दॅट्स ऑल!"

अजूनही विचारायची वेळ आली नव्हती- तिला पुरी बरी होऊ दे- मग पाहू- त्याची खरी कसोटी पुढेच होती. तिच्या आयुष्यावर येणारी ही सावली नाहीशी व्हायला पाहिजे.

विवेक थांबला. चारूच्या डोळ्यात परत तेज येईपर्यंत, तिच्या शुष्क गालावर परत टवटवी येईपर्यंत, परत हास्याची कळी उमलेपर्यंत थांबला. त्या उत्पाताच्या खुणा जवळजवळ नामशेष होईपर्यंत थांबला.

व मग एका शांत संध्याकाळी त्याने तिला तो प्रश्न विचारला.

"चारू, तुला काय झाले होते ते सांगता येण्यासारखे आहे का?"

तिच्या मुद्रेवरचे हास्य मावळले, ओठांच्या कडा दुमडल्या.

"विवेक, हीच ती आपल्या संसाराच्या वाटेवरची अडचण मला वाटत होती. अशीच मधूनमधून वेळ येते की, मी माणसांपासून अलग होते; माझ्यात व समाजात काहीतरी पडदा उभा राहतो. मला एकटीला त्यात कोंडल्यासारखे वाटायला लागते; पण एकाकी असले तरी मला दुसऱ्याचा आवाज, सहवास, स्पर्श, जवळीक हे सहनसुद्धा होत नाही. माझ्या यातनांत त्याने भरच पडल्यासारखी वाटते.'

"पण नक्की काय होते? तुला तरी स्वतःला काय वाटते?"

"तो एक अंधार आहे, ती एक सावली आहे, छाया आहे. ती माझ्यावर पडत नाही, माझ्यापासून उत्पन्न होते. ते असे काहीतरी आहे की, जे माझ्यातून उगम पावते, माझ्या आसपास पसरते. त्याच्यामुळे माझ्या आसपास इतर कशालाही जागा राहत नाही. ते जन्म घेते, वाढत वाढत जाते, सर्व काही व्यापून टाकते. विवेक, ते एक झाड आहे!'

एकदम विवेकला ती रात्र आठवली; बाहेर ढकलले गेल्याची विलक्षण भावना आठवली; उंबऱ्याबाहेरून झाकळत गेलेली दिसलेली खोली, खोलीत पसरणारा अंधार, त्याने जिवाभावाने मारलेल्या; पण दाराच्या आतच कशात तरी गडप होऊन जाणाऱ्या हाका; त्याच्या सर्व शक्तिनिशी आत जावयाचा केलेला पण अयशस्वी ठरलेला प्रयत्न; सारे काही आठवले...

ती म्हणत होती की, ते एक झाड होते...

त्याच्या अंगावर एकदम सरसरून काटा आला!

"पण चारू, हे किती दिवस चालले आहे?"

"विवेक, मी कॉलेजच्या दुसऱ्या वर्षात असताना एक विलक्षण प्रसंग घडला व तेव्हापासूनच हे सुरू झाले. तुम्ही ऐकले असेलच?"

तिने त्या मुलीचे नाव सांगताच त्याला त्यावेळी ऐकलेल्या काही काही गोष्टी अंधूकपणे आठवल्या; पण चारूची आठवण अगदी तीव्र, व्यक्तिगत, कधीही न पुसली जाणारी अशी होती.

कारण इंद्राणी अय्यंगार तिची रूम पार्टनर होती.

तिला सर्वजणी 'राणी' असेच हाक मारीत होत्या व त्या नावाला साजेसा तिचा रुबाबही होता. चारूवर तर तिची एकदम मोहिनीच पडल्यासारखी झाली होती. तिला खूप जणींनी आपला आदर्श मानले होते. तिच्या कपड्यांची, केशभूषेची, चालण्याबोलण्याची त्या सहीसही नक्कल करीत असत. मुलींच्या वसतिगृहात तिचा जणू काही एक 'कल्ट' निर्माण झाला होता.

राणीभोवती विद्यार्थ्यांचा सदोदित तांडा असायचा. ती सर्वांशी किती कृत्रिमपणाने वागत होती, स्वतःला व इतरांना किती भुलवत होती, याची मोजदाद कोणीच केली नाही. सर्व तऱ्हेच्या पार्टीज्ना, पिकनिकना, इतर कार्यक्रमांना तिला आमंत्रणे येत होती व ती स्वतःच्या सहवासाचा सर्वांना मनमुराद लाभ देत होती. सर्वांना एवढे पुरेसे होते.

पण चारूची गोष्ट वेगळी होती. तिला एकटीलाच राणीने आपल्या विश्वासात घेतले होते व बाहेरून यशस्वी, आनंदी, भरगच्च दिसणारे राणीचे जीवन आतून खरोखर किती उदासवाणे, निरर्थक आहे याची चारूला हळूहळू खात्री पटली. आयुष्यात काय हवे ते राणीला समजत नव्हते व त्याचा नीट शोध करण्याऐवजी ती केवळ हव्यासाने चैनीमागे लागली होती. तरीही कदाचित तिची कॉलेजमधली वर्षे कशीतरी संपली असती व राणी आयुष्याच्या वाटेला लागली असती.

पण तसे व्हावयाचे नव्हते. मुलींच्या वसतिगृहाच्या लेडी वॉर्डन म्हणून मिसेस तुळपुळे यांची नेमणूक झाली व सर्व रंग बदलला. पहिल्या आठवड्यातच त्यांनी सर्वांना आपल्या वागणुकीने उघड करून दाखवले की, त्या कडक शिस्तीच्या

भोक्त्या आहेत व त्याप्रमाणे त्या कोणालाही अगदी लहानशीसुद्धा सवलत देण्याच्या विरुद्ध होत्या. मोकळेपणाचे, खेळीमेळीचे वातावरण नाहीसे झाले व वसतिगृह म्हणजे एखादा बंदिखाना आहे असे मुलींना वाटायला लागले.

मिसेस तुळपुळे व इंद्राणी अय्यंगार म्हणजे रेषेची दोन टोके होती. त्यांच्यात समान असे काही नव्हतेच व त्या दोघींचा झगडा जवळजवळ अटळ होता आणि त्यात जर स्वतः कुरूप असलेल्या, स्वतःचा संसार ज्यांनी आपल्या डोळ्यासमोर धुळीस मिळालेला पाहिला आहे अशा मिसेस तुळपुळे जर संधीची वाटच पहात असतील किंवा स्वतः संधी उत्पन्नही करून घ्यायला मागेपुढे पाहणाऱ्या नसतील तर?

दहा दिवसांच्या आतच पहिल्या रविवारी पहिला खटका उडाला. राणी त्यांच्या ऑफिसमधून रागाने लाल होऊन बाहेर पडली. तेथे काय बोलणे झाले हे तिने कोणाजवळच सांगितले नाही; पण तिला ते जिव्हारी लागले असावे. कारण तिच्या वागण्यात एकदम बदल झाला. इतके दिवस तिला 'मोकळी वागणारी' म्हटले असते तर ती आता 'स्वैर' वागू लागली असेच म्हणावयास हवे.

मिसेस तुळपुळे आणि इंद्राणी यांच्यात आता एखादा वैयक्तिक संघर्ष निर्माण झाल्यासारखे सर्वांना वाटले. त्यांच्यातला ताण वाढत चालला होता. तोंडी सूचना, लेखी सूचना, प्रिन्सिपॉलच्या ऑफिसमध्ये बोलावणे असे प्रकार चालले होते व राणी दिवसेंदिवस जास्त जास्त बेदरकारपणे वागत होती. सर्वजणी हे असहायपणे पाहत होत्या. पण आत जमत चाललेल्या वैमनस्याचा केवढा स्फोट होणार आहे याची त्यांना कल्पनाही नव्हती.

आणि ते एका रविवारी संध्याकाळी झाले. राणी संध्याकाळी पाचच्या सुमारास लेखी परवानगी घेऊन (तिला हल्ली तशी घ्यावी लागे) बाहेर पडली व अर्ध्या तासातच परत आली. यावेळी ती स्वतः होऊनच वॉर्डनच्या खोलीत गेली. बाहेरून जाणाऱ्या येणाऱ्या मुलींना दोघींचे आवाज खूप चढलेले ऐकू आले.

.राणी बाहेर आली व खोलीत जाऊन बसली. तिला चारूने प्रथमच रडताना पाहिले. तिला 'काय झाले' विचारायचे चारूच्या अगदी ओठावर आले होते; पण राणी बोलण्याच्या अवस्थेत नव्हती. चारू काहीच विचारू शकली नाही.

रविवारी रात्री दहाला रोल घेत असत. त्यावेळी राणी खोलीत नव्हती. साडेदहापर्यंत ती खोलीत आली नाही, तेव्हा चारू मिसेस तुळपुळेंना भेटली.

त्यांना हे कळताच त्यांचा चेहरा एकदम अस्वस्थ झाल्यासारखा दिसला. घाईघाईने त्या तिच्याबरोबर आल्या व मग त्यांनी सर्वच मुलींना बोलावले; शोधाशोध सुरू झाली; राणीला बाहेर जाताना कोणी पाहिले का याचा तपास सुरू झाला; पण तिला जेवायच्या वेळेनंतर कोणी पाहिलेच नव्हते.

वरपासून खालपर्यंत सर्व खोल्या पाहून झाल्यावर मुली दोन-दोन; तीन-तीनच्या गटाने आसपासच्या बागेत पाहायला गेल्या. मधून मधून चंद्रप्रकाश पडत होता व डोळे फसत होते.

आणि चारूलाच ती आधी दिसली. प्रथम तिला वाटले होते की, हेही चांदण्याचेच पानातून आलेले कवडसे आहेत; पण चंद्र ढगाआड गेल्यावरही ते ठिपके तसेच हालत राहिले. एकाएकी तिच्या छातीत धडधड होऊ लागली व ती सावकाश सावकाश पुढे गेली.

व मग किंचाळली... पुन्हा पुन्हा किंचाळली-

तिच्याभोवती सर्वजणी धावत धावत जमल्या, तेव्हा ती फक्त झाडावरून लटकणाऱ्या, अजूनही स्वतःभोवती फिरणाऱ्या, प्रिंटेड साडीतील राणीच्या पार्थिव शरीराकडे बोट दाखवू शकली.

व मग चारू बेशुद्ध होऊन खाली कोसळली.

परत सर्व सांगताना चारूचा चेहरा कावराबावरा झाला होता; ती विवेकला अगदी खेटून बसली होती; तिच्या केसांवरून हात फिरवीत तो म्हणाला,

"हो, माझ्या कानावर काही काही आले होते खरे; पण मग पुढे काय झाले? चौकशी झाली नाही का?"

चारू मान हलवीत होती.

"मी खूप दिवस आजारीच होते. माझा जबाबही मी बिछान्यात असतानाच घेतला गेला. त्या प्रसंगाने खूप वादळ माजले. कॉलेजचीही पार बेअब्रू झाली. मिसेस तुळपुळे बडतर्फ झाल्या. सर्वच्या सर्व मुलींनी त्यांच्याविरुद्ध साक्ष दिली. पालकांच्याही शेकड्यांनी तक्रारी आल्या. मी त्यावेळी त्या सर्व कोलाहलापासून अलिप्तच होते. पण मला वाटले तशी मी सहीसलामत सुटले नाही."

"विवेक, हा वारसा तेव्हापासूनचा आहे. ते झाड कशाचे होते हे मी त्यावेळी पाहिलेच नाही. परत तेथे जाण्याची माझी हिंमतच झाली नाही. पुढे चौकशीत

मला समजले की, ते एक वडाचे झाड होते; पण माझ्या मनात त्याला रंगरूप नाही. केवळ काळा आकार आहे. केव्हा येईल, कसे येईल, माझे मलासुद्धा समजत नाही."

"राणीचा फोटो मजजवळ आहे. त्याचा माझ्या मनावर काहीही परिणाम होत नाही. एक उमदे आयुष्य फुलायच्यापूर्वीच नाश पावले याचा खेद होतो एवढेच, याशिवाय इतर काहीही मनात येत नाही."

विवेकने तिला आणखी माहिती विचारली. किती वेळा झाले आहे, साधारण किती दिवसांनी हा प्रकार होतो, तिने त्यावर आजवर कोणाचा सल्ला घेतला नाही का वगैरे वगैरे.

"विवेक, तुम्हाला सांगितले ना की, मला त्याची काळ, वेळ काहीही समजत नाही? एका क्षणी मी अगदी आनंदी असते, समाधानात असते आणि दुसऱ्या क्षणी माझ्यावर ही छाया पसरायला लागते. धुराच्या लोटासारखे हे झाड माझ्याभोवती पसरते. खोलीत असले तर सारी खोली भरून जाते. मोकळ्यावर असले तर सारे आकाश काजळून जाते. बागेत असले तर इतर सर्व झाडाहून हे अधिक वेगळे, अधिक दाट असे वाटते. माझ्याखेरीज दुसऱ्या कोणाला तेथे जागाच नसते."

"जिवाची सालपटे उकलल्यासारखी वाटतात... अगदी आतला गाभा उघड्यावर आल्यासारखा वाटतो- आणि त्यावेळी कोणाचीही जवळीक, कोणाचाही स्पर्श, कोणाशीही संभाषण अगदी असह्य होतं. असं वाटतं की, जिवाला या एकाकी, अंधाऱ्या जागेतच गुदमरू द्यावं. तेथेच कायमची विश्रांती घ्यावी. विवेक, मी शब्दांनी त्या स्थितीचं वर्णन कसं करू?'

पण तरीही त्याने पुन्हा विचारलेच, 'आजवर त्यावर काही इलाज केला गेला नाही का? तिने कोणाजवळ हे सांगितले नाही का?'

आणि मग तिच्या व्यथेची दुसरी बाजू उजेडात आली. घरी आई नव्हती, वडील जर्जर झाले होते. खरे म्हणजे यासाठीच ती कॉलेजच्या वसतिगृहात राहत होती. तिच्यावर घरचा सारा कारभार अवलंबून होता. तिला मदत कोण करणार? ती कोणाकडे साहाय्यासाठी जाणार?

आजवर तिने एकाकी सहन केलेल्या या यातनांनी विवेकचे हृदय दाटून आले; तिला जवळ घेत तो म्हणाला,

"'बिचारी चारू! पण लाडक्या चारू, तू आता एकटी नाहीस ना? आता आपण दोघे मिळून त्या संकटाला तोंड द्यायला खंबीरपणे उभे राहू. आता धीर सोडायचा नाही... अं?"

तिने त्याच्याकडे आता पाहिले; अजूनही त्या टपोऱ्या डोळ्यात भविष्याची शंका होती; पण त्याच्या समजूतदारपणाबद्दल कृतज्ञता होती; साशंकता या मदतीच्या आश्वासनाने विरळ झाली होती.

पण विवेकला थोड्याच दिवसात समजून चुकले की, केवळ मदतीची इच्छा असून उपयोग नव्हता. मदतीची संधी मिळायला हवी होती व ती वेळ एकच होती. ज्या क्षणी तिचे मन, तिची बुद्धी, तिचे सारे शरीर या भयानक आच्छादनाखाली जायचे त्याच क्षणी तो तेथे हजर असावयास हवा होता; मागाहून तोही तिच्याबरोबर तिच्या वेदना सहन करण्यापलीकडे काहीही करू शकत नव्हता. एकदा तिच्याभोवती हे दाट, अभेद्य पटल उभे राहिले की, त्यालाही आत प्रवेश नव्हता. आत केवळ तिच्याच मनाचे पाखरू फडफडत राहत होते.

पहिल्या प्रकारानंतर पंधरा-वीस दिवस त्याचे कामात लक्ष नव्हते. मग तो ताण हळूहळू सैल झाला. त्याचे आयुष्य पूर्ववत सुरू झाले. दोघेही ती आठवण जवळ जवळ विसरून गेले होते.

दोन-सव्वादोन महिन्यांनी तो संध्याकाळी परत आला आणि त्याला दिसले की, चारू कॉटवर निजलेली आहे; तिचे डोळे तारवटलेले आहेत; डोळ्यातली आठवण पुन्हा एकदा अस्पष्ट झाली आहे; ती पुन्हा एकदा एकटीच त्या सापळ्यात अडकली आहे. तिला काय झाले आहे, याची थोडीशी कल्पना असूनही विवेक काहीही करू शकला नाही. त्याचे प्रेमाचे, सहानुभूतीचे, सहवेदनेचे, समजावणीचे सारे शब्द निष्फळ ठरले. ती तिच्या वेदनेच्या वर्तुळात होती, अस्पर्श होती, हातावर असूनही त्याच्यापलीकडे होती व चारही दिवस तशीच राहिली.

व त्याचवेळी त्याने लांब मुदतीची रजा घेण्याचा निर्णय घेतला.

तो त्या वेळेची वाट पाहत राहिला. त्याच्या हाती काही नव्हते. केवळ अगतिकपणे वाट पाहायची एवढेच. पण ती संधी हुकता कामा नये, एवढी त्याने मनोमन खूणगाठ बांधली होती. दिवस गेले, आठवडे गेले, महिना उलटला; पण चोवीस

तास तो तिच्या निकट सान्निध्यात राहिला. कधी कधी त्याला हा ताण, ही प्रतीक्षा असह्य होई, पण अशा वेळी हतबल होणारी तिची मूर्ती आठवून त्याने स्वतःला धीर दिला, स्वतःला सावरले. हा त्या दोघांच्या साऱ्या आयुष्याचा प्रश्न होता. येथे अधीर होऊन कसे चालेल?

आणि ती वेळ आली. अचानक आली. संध्याकाळची वेळ होती. तो काही तरी वाचित होता व ती भरतकाम करण्यात गुंग झाली होती.

कसला आवाज झाला हे पाहण्यासाठी त्याने मान वर केली. तिच्या हातातली रिंग खाली पडली होती व तिचा चेहरा बदलत होता.

हातातले पुस्तक फेकून देत तो एका टांगेत तिच्याजवळ पोहोचला व त्याने चारूला आपल्या बाहुपाशात घेतले.

तिचे शरीर त्याच्या स्पर्शाला बर्फासारखे गार लागत होते. मागचे सर्व काही विसरून ती घोगऱ्या आवाजात पुन्हा पुन्हा म्हणत होती...

''विवेक, बाहेर जा! येथे थांबू नका!''

पण यावेळी तो तिचे ऐकणार नव्हता. तिच्याबरोबर या अभेद्य तटात राहणार होता. तिच्याबरोबर स्वतःलाही तेथे कोंडून घेणार होता. त्यांच्या आसपास होत असलेले बदल त्याला जाणवले. खोलीतला प्रकाश मंदावला. अंधार भरू लागला. खोलीतली उबदार हवा गेली. तेथे गार, मोकळ्यावरची हवा आली व त्याबरोबर बागेचा वासही आला. तिच्या मेंदूवर पोलादी लेखणीने कोरले गेलेले चित्र सत्यसृष्टीत येऊ पाहत होते.

त्याला येऊ पाहत असलेला अनुभव संशयापलीकडचा होता. ती व आता तिच्याबरोबर तोही त्या अंधाऱ्या रात्रीप्रमाणेच, बागेतल्या त्या वडाच्या झाडाखाली उभे होते. झाडाखालीही नाही- झाडात- त्या दोघांच्यातून ते झाड उगवले होते व चारूचे तारवटलेले डोळे समोर कशावर तरी खिळले होते. त्याने तिकडे एकच नजर टाकली व वेगाने मान फिरवली.

प्रिंटेड साडीतील काहीतरी त्याला दिसले होते.

तो आता तिच्याजवळ होता; त्याचा स्पर्श, त्याचा आवाज, आता तो तिच्यापर्यंत पोहोचवू शकत होता; तिच्यावरचे त्याचे प्रेम आता उचंबळून आले व त्या प्रेमाच्या शक्तीवरच तो तिच्या या विलक्षण जगात तिच्यापर्यंत पोहोचू शकला.

तो तिला आर्जवाने, जिवाभावाने पुन्हा पुन्हा सांगत होता...

"चारू! लाडके! मला तू ओळख! समोर पाहते आहेस ते खरे नाही! पूर्वी एकदा होऊन गेलेल्या घटनेची ती केवळ आठवण आहे! या भूतकाळाच्या कवचात तुझे मन बंदी झाले आहे, त्याला मोकळे कर! बाहेर ये, वर्तमानकाळात ये, तुझ्या विवेककडे ये!"

त्या घटनेचा विदारक अर्थ त्याच्या ध्यानात आला तसा तो आणखीच प्रेमाने कळवळा येऊन म्हणाला,

"चारू, राणीचाही त्यात अपराध नव्हता का? तिचाही आततायीपणा नव्हता का? तिची जागा घेऊन तू तिचे दुःख कसे हलके करू शकशील? तुझी त्यात काय चूक होती? तिचे हे बेभरवशाचे आयुष्य कोणत्या ना कोणत्या खडकावर फुटणार होतेच! तू केवळ साक्षीदार होतीस. तू त्याचे कारण नव्हतीस! तिच्याशी तू अदलाबदल करू पाहतेस, तिचा राग जगावर काढू पाहतेस, त्या जहरी झाडावरची तिची जागा घेऊ पाहतेस- पण चारू, त्याची जरूरी नाही!"

एक क्षणभर त्यांच्याभोवती सावली आणखीच दाट झाली. वाऱ्याने सळसळणाऱ्या पानांचा आवाजही त्याच्या कानी आला. त्याच्या अंगावर काटा उभा राहिला. त्याने आपला प्रयत्न दुप्पट जोराने चालू ठेवला. मोहिनी टाकणाऱ्या, नाशाकडे नेणाऱ्या या भारणीपासून तिला मागे ओढलेच पाहिजे. त्याच्या मनात दुसऱ्या विचारालाही जागा नव्हती.

त्याने आपला प्रयत्न चालू ठेवला. राग, अनुराग, धाक, विनवणी, प्रेम, त्याला अवगत असलेल्या सर्व शस्त्रांचा त्याने उपयोग केला. दिवस मावळला, रात्र झाली; पण त्याला विसावा नव्हता. एक क्षणभरही प्रयत्न ढिला करण्याची त्याची हिंमत नव्हती.

तीन दिवस आणि तीन रात्री तो तिच्यासाठी, तिच्याबरोबर या विषारी शक्तीशी झगडला. एखादे न पेलता येण्यासारखे ओझे तसूतसूने सरकावे, तशी ती दाट छाया कणाकणानी नाहीशी झाली. त्या संघर्षातून दोघेही श्रांत शरीराने बाहेर आले. दिवसाइतकी वर्षे घालविल्यासारखी त्याची अवस्था झाली होती. पण चारूला त्या भयानक पाशातून कायमची मोकळी केल्याचे समाधान वर्षांनी थोडेच मोजता येण्यासारखे होते?

✦✦✦

१९. तांबडी आजी

शेजारच्या जागेत नवीन बिऱ्हाड येणार हे समजताच शांताबाईंची कोण धावपळ! म्हणजे खरोखरीच बिऱ्हाडातल्या माणसांपेक्षा जास्त! सकाळी हातगाड्यांवरून सामान आले तेव्हापासून त्यांच्या गॅलरीत दर दहा मिनिटांनी चकरा चालू होत्या. शेवटी कंटाळून तात्या म्हणालेसुद्धा, ''हे बघ, तुझी शेगडी आणि पोळपाट लाटणे घेऊन गॅलरीतच का नाही बसत पोळ्या करायला? म्हणजे सगळे काही चांगले नजरेखाली राहील.''

फणकाऱ्याने शांताबाई म्हणाल्या, ''हो! कळलं! इतकी नको काही थट्टा करायला! जरा माणसाने चौकशी केली म्हणून काय इतकं हे झालं की काय!''

मनातल्या मनात हसून तात्यांनी तो संवाद तेवढ्यावरच सोडला. ऑफिसमधून आल्यावर आपल्याला सारी बित्तंबातमी तपशीलवार समजणार याची त्यांना खात्री होती. ते म्हणाले, ''असं कर, तुझे काम होईपर्यंत मी गॅलरीत उभा राहतो आणि कोणी आलं तर ताबडतोब तुला हाक मारतो, तोपर्यंत आटप घरातलं म्हणजे मला जेवायलाही उशीर होणार नाही आणि तुलाही निवांतपणे बसता येईल मागाहून.''

शांताबाई फणकाऱ्याने घरात गेल्या खऱ्या; पण त्यांचा राग म्हणजे अळवावरचं पाणी- क्षणभर टिकायचा नाही - तात्यांना वाढता वाढता त्या म्हणाल्या,

''माणसं जुन्या वळणाची दिसतात बरं का. देवाचा देव्हारा दिसतोय सामानात.''

तात्यांनी जेवण पुढे चालू ठेवले.

''सामानही चांगलं उंची आहे-खाटा, अलमाऱ्या, सोफासेटी-चांगली दिसतात घरची.''

तात्यांनी क्षणभर शांताबाईंकडे कुतुहलाने पाहिले, मग लागलीच त्यांच्या मनात विचार आला- बरोबर आहे तिचेही! आपल्याला मूलबाळ झाले नाही लग्न झाल्यापासून-एकटेच्या एकटे आपण दोघेच! मी कामाला गेल्यावर तिने तरी लक्ष कशात घालावयाचे? शेजार चांगला मिळाला तर तिचाही वेळ आनंदात जाईल; आणि आपल्याला तरी काय उत्सुकता कमी नाही. कंपनीला चांगले कोणी मिळाले तर आपल्यालाही काही वाईट वाटणार नाही. ते म्हणाले,

"तुला काही मी सांगायलाच हवं असं नाही; पण माणसं आली की त्यांना चहापाण्याचं विचार, काही हवं का चौकशी कर."

पण ते विचार शांताबाईंच्या मनात यापूर्वीच आले होते.

तात्या ऑफिसमधून परत आले त्यावेळी त्यांची खात्री होती की, शांताबाईंकडून सगळे काही आपल्याला समजेल. त्यांना समजले खरे; पण ते ऐकून त्यांनाही क्षणभर अचंबा वाटला. शांताबाई तर इतक्या रागावलेल्या होत्या.

"काय तरी बाई माणसं!" चहा करता करता शांताबाईंचे तोंड चालू होते. "त्यापेक्षा जनावरं पत्करली- त्यांना तरी जरा जाणीव असते. आल्या आल्या मी विचारायला गेले. अहो तेच तर सांगते ना तुम्हाला की कोण कोण माणसं आहेत घरात-आणखी कोणी येणार आहेत का-म्हणजे? ते नाही का सांगितलं? दुपारीच आली बया- हो, फक्त एकटी बाईच आली आणि एक मुलगा आहे बरोबर- मुलगा बाकी गोड आहे हो अगदी- परांजप्यांच्या किशाची आठवण होते अगदी- तर मग म्हटलं आणखी कोण येणार आहेत? - तर कशी वसकन ओरडून आली अंगावर- आणखी कोण यायचं आहे? दिसत नाही का पांढरं कपाळ? आहेत तीच जास्त होतात आणि आणखी कशाला भरीला? बाई! बाई! काय तोंडाचा पट्टा!"

तात्या शांतपणे म्हणाले,

"म्हणजे घरात दोनच माणसे आहेत तर! आई आणि मुलगा?"

"अहो तेच तर सांगतेय मी इतका वेळ! म्हटलं, काही जेवण वगैरे झालं का? बाळाला दूध देऊ का पाठवून? केवढ्यानूदा बाई ढकललं घरात पोराला! म्हणे चांगलं हादडलंय की सकाळी! पोटात आग उठली की काय? ते काय बाई पोरच! त्याला विचारलं दूध हवं का तर त्याला काय समजतंय? ते आपलं बापडं म्हणालं की हो, द्या म्हणून! पण काय बाई रीत!"

‘‘म्हणजे अजून तुझा घरात प्रवेश झाला नाही तर!’’

‘‘मी काय राहते तशी! गेलेच त्यांच्या पाठोपाठ-नळ कुठे, वीज कुठे मोरी कुठे ते दाखवायला- पण अशी मारक्या म्हशीसारखी माझ्याकडे पाहत होती-तिला मी केव्हा बाहेर पडेनसं झालं होतं. माझ्या पाठोपाठ दार धाड्दिशी आपटून बंद केलं की!’’

‘‘बरं पण वय काय आहे? दिसायला कशी आहे? मुलगा कसा आहे?’’

‘‘चांगली गोरीगोमटी आहे की! वयानेही काही लहान नाही इतके न समजायला! चांगली तिशीत आली असेल सहज! मुलगा बाकी गोड आहे हं अगदी- आणि बोलायलासुद्धा लाघवी अगदी.’’

चहा वगैरे झाल्यावर तात्या बाहेर गॅलरीत येऊन उभे राहिले. साहजिकच त्यांचे लक्ष शेजारच्या बिऱ्हाडाकडे गेले. दार अर्धवट लोटले होते व आतून मुलाच्या खेळण्याचा आवाज ऐकू येत होता. मुलाचा विषय निघाला, की नेहमीप्रमाणे त्यांच्या मनातली विचारांची साखळी सुरू झाली. डॉक्टरी तपासणीत जेव्हा त्यांना समजले, की आपल्या संसारात मूलबाळ येणार नाही तेव्हाच त्यांनी विचारीपणाने आपल्या मनाचे समाधान करून टाकले होते. निदान आपली परिस्थिती मूल होऊन गेलेल्या जोडप्यापेक्षा तरी बरी आहे यावरच त्यांनी समाधान मानले होते; पण शांताबाईंच्या मनात काय विचार चालत असतील याची त्यांना काय कल्पना? त्यांच्या भावना न दुखविता त्यांनी बरेच वेळा या गोष्टी हळुवारपणे समजावून सांगण्याचा प्रयत्न केला होता; पण दर वेळी त्यांचे संभाषण अश्रूंच्या ओघात तरी वाहून जावयाचे, नाहीतर रागाच्या खडकावर आपटून खंडित व्हावयाचे. तिरकस रीतीने एकदोनदा त्यांनी एखादा माहितीतला मुलगा दत्तक म्हणून घेण्याचीसुद्धा भाषा काढली होती; पण शांताबाईंची प्रतिक्रिया पाहून त्यांनी तो विषय घाईने बदलला होता.

आतला मुलगा खेळत खेळत धाड्दिशी दार उघडून गॅलरीत आला. एकदम समोर तात्यांना पाहून तो अनिश्चितपणे थबकला; पण क्षणभरच. दोघे एकमेकांकडे पाहून हसले.

‘‘काय रे- नाव काय तुझे?’’

‘‘मोहन.’’

‘‘कसे आहे नवे घर?’’

‘‘छान आहे.’’

तात्यांनी त्याच्याकडे कौतुकाने पाहिले. कपडे साधेच होते, फारसे चांगलेही शिवलेले नव्हते; पण तो अंगापिंडाने इतका छान होता, की कपड्यात जणू ओतल्यासारखा वाटत होता. त्याचे वय सहा-साडेसहा वर्षांचे असेल. त्यामानाने उंची कमी होती; मात्र डोळे मोठे नजरेत भरण्यासारखे होते. काळेभोर, पाणीदार.

"शाळेत जातोस की नाही?"

"अंहं! आमची आई घालतच नाही मला शाळेत..."

"पण घरी तरी लिहितोस का पाटीवर? चित्रं काढतोस का?"

मोठ्यामोठ्याने मान हलवीत तो म्हणाला,

"हो!, लिहितो की! चित्रं पण काढतो!"

बहुतेक त्याचा आवाज ऐकून त्याची आई बाहेर आली.. तात्यांनी तिच्याकडे जरा नवलानेच पाहिले. दिसावयास छानच म्हणावयास पाहिजे. नाकी-डोळी नीटस होती, बांधेसूद होती, कपडे वगैरे व्यवस्थित होते. तसा दोष काढायला जागा नव्हती; पण तिच्या चेहऱ्यावर मात्र एक प्रकारचा राग, कटुपणा, तिरस्कार दिसत होता. मोहनशी तात्या बोलताना पाहून ती जरा वेळ थांबली व मग म्हणाली,

"चल रे मोहन घरात, जेवायचंय ना..."

न राहवून तात्या म्हणाले, "छान आहे हो मुलगा? स्मार्ट आहे मोठा!"

तोंडाने केवळ 'हूं!' एवढेच म्हणून तिने त्याला घरात नेले; पण त्या साध्या कृत्यातही राग भरला होता काठोकाठ. स्वतःचे खांदे हलकेच उडवून तात्यांनी एक सुस्कारा सोडला. दात आहेत तर चणे नाहीत आणि...!

घरात येऊन ते शांताबाईंना म्हणाले,

"चलतेस ना बाहेर?"

संध्याकाळच्या वेळी मैल दीड मैलाची चक्कर मारावयाचा दोघांचा कैक दिवसांचा नेम होता. बाहेर वेळ तेवढाच मजेत जाई. कोणी कोणी ओळखीचेही भेटत आणि पायही मोकळे झाल्यासारखे वाटत. त्याच्या आजच्या बोलण्यात नवीन आलेल्या शेजाऱ्यांचा विषय निघणे नैसर्गिकच होते. मध्येच एकदा तात्या म्हणाले,

"मुलावर तिचा विशेष राग दिसतो. नवल वाटते ते त्याचे!"

पण हा नवीनपणाही हळूहळू जुना झाला. मुलाला ती सारा दिवस घरात थोडेच कोंडून ठेवणार? त्याच्या तात्यांच्या घरात चकरा सुरू झाल्या. शांताबाईंनीही गोडीगुलाबीने तिची हकीगत काढून घेतली.

"गेल्या वर्षीच वारले वाटतं यजमान त्यांचे." त्या तात्यांशी बोलता बोलता म्हणाल्या. "आणि त्यांच्या मागोमाग सासूबाईही गेल्या म्हणते; पण बाईच्या तोंडून चांगला शब्द निघेल तर शपथ. काय हिचं घोडं मारलं होतं त्यांनी कोणास ठाऊक; पण सारखी जळत असते त्यांच्यावर अन् सारा राग त्या पोरावर काढते."

यापूर्वी कोठे राहत होत्या, नवीन जागा का घेतली, असली चौकशी शांताबाईच्यानेही करवली नाही, इतकी ती तुसडेपणाने बोलत होती. तिचे खरे नाव जरी ताराबाई होते तरी या दोघांच्या मनात ती 'मोहनची आई' अशीच येई. कारण मोहनने मात्र त्यांच्याकडे लागलीच जाणेयेणे सुरू केले. आई किती जरी ओरडली तरी त्याने तिकडे लक्षच दिले नाही व काही दिवसांनी तिने पण त्याला रागे भरायचे सोडून दिले आणि खरोखर मोहनमुळे शांताबाईंचे त्यांच्याशी दोन शब्द तरी बोलणे सुरू राहिले. मोहनसारख्या गोड स्वभावाच्या मुलावर शांताबाईंचे लवकरच मन बसले. दिवसातून एक-दोनदा जरी तो त्यांना 'काकू-काकू' म्हणून बिलगला नाही तरी त्यांना बरे वाटेनासे झाले. माणसांचा स्वभाव! आणि मुलांनाही आपल्याशी खरे प्रेमाने कोण वागते ते समजायला उशीर लागत नाही.

त्या दिवशी दुपारी जेवल्यानंतर तो शांताबाईंकडे आला. त्या नुकत्याच आडव्या झाल्या होत्या. कशाशी तरी खेळत खेळत तोही चटईवर त्यांच्याजवळ झोपला. त्या म्हणाल्या,

"निजतोस का रे माझ्याजवळ? तुला चौघडी देते."

"आमच्या तांबड्या आजीच्या चौघडीसारखी आहे का? दे."

प्रथम त्यांच्या ध्यानातच आले नाही; आणि मग त्यांना आठवले, की त्याची आजी गं. भा. झाली होती व तिला मोहन 'तांबडी आजी' म्हणत होता. त्या हसून म्हणाल्या,

"आहे ना लाल पातळ माझ्याकडे..." त्यांनी उठून कपाटातले एक इंदुरी चौकटीचे पातळ काढले; पण तो कसला बनणार?

"अंह! आमच्या तांबड्या आजीची चौघडी अशी नाही आहे काही. थांब हं, मी माझ्या घरची आणून दाखवितो."

त्या काही बोलायच्या आत तो उठून धावत धावत आपल्या घरात गेला आणि तितक्याच जोराने धावत परत आला. त्याच्या हातात खरोखरच एक लाल पातळाची घडी होती. मग स्वारीने चटईवर निजून ती ऐटीत पांघरायला घेतली व तो बघता बघता झोपला. त्याचा चेहरा झोपेत अगदी निरागस दिसत होता. त्यांना राहून राहून मोहनच्या आईचे आश्चर्य वाटत होते. एवढे सोन्यासारखे पोर आणि कशी तुसडेपणाने वागते बाई!

संध्याकाळी चारच्या सुमारास मोहन उठला आणि तसाच खेळायला निघून गेला. त्यांनी ती लाल आलवणाची चौघडी उचलली व परत देण्यासाठी त्या गॅलरीत आल्या. पण त्यांचे दार बंद होते. शांताबाई तशा वागण्यात काही फारशा सडेतोड नव्हत्या. त्यामुळे तेव्हाच दारावर धक्का मारून मोहनच्या आईला बोलावण्याचा काही त्यांना धीर झाला नाही. त्यांनी ती चौघडी त्यांच्या पातळाच्या कपाटात ठेवून दिली व खरे म्हणजे त्या ते पार विसरल्या.

संध्याकाळी त्या व तात्या फिरावयास गेले आणि वाटेत कोणी कोणी भेटून त्यांना परत यायला बराच उशीर झाला. त्यांना तरी वेळ वाचवून त्याचे काय करावयाचे होते? ती दोघे परत आले तेव्हा शेजारी सामसूम झाली होती. त्यांचीही जेवणे वगैरे उरकून जरा वेळाने निजानीज झाली.

मध्येच रात्री त्यांना जाग आली ती मोहनच्या रडण्याच्या आवाजाने आणि त्याची आईही त्याच्यावर रागाने ओरडत होती. त्यांची इच्छा नसतानाही त्यांच्या कानावर सारे काही स्पष्टपणे येत होते आणि त्यांना ऐकावे लागत होते.

"...मघापासून खुसखुसतोय मेला - काय थेरडीच्या चिरगुटासाठी जसा जीव जातोय - देत नाही जा आणून - कांगावा केलास तर अंधाऱ्या खोलीत टाकून देईन एकट्याला - समजलास ना? - आता काही कुक्कुलं बाळ नाहीस असले हट्ट धरायला - एवढा जीव होता त्यांच्यावर तर निर्दाळला नाहीस बरा एकदाचा त्यांच्याबरोबर - गेली मसणात तुझी तांबडी आजी."

शांताबाईंना हे अभद्र शब्द ऐकवेनात. त्यांनी कानात बोटे घालून घेतली. डोळे घट्ट मिटून घेतले; पण मोहनच्या रडण्याचा आवाज काही कमी होईना. त्यांनी मनातल्या मनात देवाची करुणा भाकली, की मोहनला गप्प बसायची बुद्धी दे, नाहीतर ही बया काय करील नि काय नाही; पण तो काही गप्प बसला

नाही. त्याला एका पाठोपाठ एक असे धपाटे घातल्याचा आवाज ऐकू आला. दरवेळी आपल्याच अंगावर आघात होत आहेत अशा भावनेने त्यांचे अंग चोरले जात होते. पुन्हा मोहनची आई कडाडली.

“थांब हो, अशाने नाही तुझी खोड मोडायची. चांगली अद्दल घडली पाहिजे आता तुला, म्हणजे मग नाही पुन्हा हट्ट करायचास. चांगली कोंडूनच ठेवते अंधारात. तुला तांबड्या आजीची चौघडी हवी काय? मार हाका तिच्या नावाने. तिला म्हणावं दे आणून आपल्या लाडक्या नातवाला.”

त्याला त्याच्या आईने बहुतेक फरफटत नेले असावे. कारण आवाजाच्या अनुरोधाने शांताबाईंनी तर्क केला, की झोपायच्या खोलीतून त्याला आता आईने बाहेरच्या खोलीत आणला आहे. तेथल्या सोफ्यावर मोहनला आदळल्याचा आवाज आला. त्यामागोमाग दार लावून घेतल्याचा आवाज आला. मोहनची आई रागानेच म्हणत होती.

“मार हाका तुझ्या तांबड्या आजीला आता. डोकं उठवलंय नुसतं.”

सगळीकडे अंधार दिसल्याबरोबर बावरून गप्प झालेला मोहन शांताबाईंच्या नजरेसमोर उभा राहिला. त्याच्या इवल्याशा शरीराला धक्के मारून त्याच्या पोटातून मुसमुसत हुंदके बाहेर पडत होते. त्याला श्वास घेणेसुद्धा कठीण होत होते. त्याच्या बालमनाच्या तीव्र दुःखाची व भीतीची कल्पना येऊन त्यांना अगदी भडभडून आले. त्यांच्या मनाला क्षणोक्षणी वाटत होते की आपण जावे व त्याची समजूत काढावी.

त्यांच्या विचाराच्या तंद्रीतून त्या एकदम सावध झाल्या. मोहनचा आवाज एकदम बंद झाला होता. त्यांनी स्वतःचा श्वास रोखून अगदी लक्ष देऊन ऐकले; पण त्यांना काहीही ऐकू येईना. त्यांना अगदी बेचैन वाटायला लागले. मनात नाही नाही ते विचार यायला लागले. शेवटी न राहवून त्या उठल्या, दाराची कडी अलगद काढून गॅलरीत आल्या व त्यांनी शेजारच्या खिडकीतून आत पाहिले.

खोलीत अगदी अंधुक प्रकाश होता. दिव्याच्या प्रकाशाच्या खोलीतून एकदम तेथे आणलेल्या मुलाला खास भीती वाटली असती; पण अंधाराला सरावलेल्या त्यांच्या डोळ्यांना आत अस्पष्ट का होईना, पण थोडेबहुत दिसत होते. त्यांनी सोफ्याकडे पाहिले व त्यांना सोफ्यावर झोपलेली मोहनची लहान आकृती अस्पष्टपणे दिसली. त्याने हातपाय पोटाशी मुटकुळे करून घेतले होते. मोहन तर अगदी

शांत झोपला होता; पण त्याच्या उशाजवळ कोणीतरी बसले आहे असे त्यांना वाटले. एक क्षणभर त्यांना वाटले होते की, सोफ्याच्या पाठीला लावलेली ती एखादी उशी असेल किंवा सोफ्यावर टाकलेला एखादा टॉवेल असेल; पण नाही - त्यांना प्रथम वाटले तेच खरे होते. कारण त्या व्यक्तीचा हात मोहनच्या डोक्यावर पाठीकडे अलगद फिरत होता.

"का हो मोहनची आई?" त्यांनी सहज विचारले. पण त्यांना काही उत्तर आले नाही. मोहनच्या अंगावरून फिरणाऱ्या त्या हाताची गतीही बदलली नाही. त्यांनी पुन्हा एकदा विचारले, "झोपला का हो मोहन?" - वेडा प्रश्न ! कारण तो शांत झोपलेला दिसत होता; पण त्याही प्रश्नाला काही उत्तर आले नाही. मग त्यांनी जरासे नवलानेच जास्त निरखून पाहिले. कारण मोहनची आई कितीही त्रागा करणारी असली तरी विचारल्या प्रश्नाला उत्तर दिल्याखेरीज राहणारी नव्हती.

मग त्यांनाही वाटायला लागले, की ही मान खाली घालून बसलेली व्यक्ती मोहनच्या आईसारखी वाटत नाही. अंगाने जरा किरकोळ वाटते तिच्यापेक्षा. अंगावर काहीतरी गडद रंगाचा कपडा असावासे वाटत होते. कारण पदर डोक्यावरून घेतला असल्यासारखा दिसत होता. फक्त तो विलक्षण पांढरा शुभ्र हात तेवढा मोहनच्या अंगावरून फिरत होता. लाल रंगाचा विचार मनात येताच त्यांचे मन का बरे बिथरले? त्यांच्या डोळ्यावर झापड आल्यासारखे त्यांना वाटले. न समजण्यासारखी, समजावून न सांगता येण्यासारखी एक फार, फार विचित्र संवेदना त्यांच्या सर्वांगातून गेली. डोळे तिरळे करून परत सरळ केले, की साऱ्या वस्तू जशा एकमेकांभोवती फिरल्यासारख्या वाटतात त्यासारखे त्यांना क्षणभर वाटले. डोळ्यांची एकदोनदा उघडझाप करून त्यांनी परत आत पाहिले - मोहन एकटाच या शुभ्रवर्णी सोफ्यावर शांतपणे झोपला होता.

एक मोठा श्वास घेऊन शांताबाई त्या दृश्यापासून झटकन मागे सरल्या. एका हाताने भिंतीचा आधार घेत घेत त्या आपल्या दारापाशी आल्या... कसेबसे आत येऊन त्यांनी दाराला कडी घातली व एकदाचा बिछाना गाठला.

जे काही घडले होते, जे काही त्यांना दिसले होते ते इतके विचित्र, अनुभवापलीकडचे, आकलनापलीकडचे होते, की त्यांचा विचारच थंडावला होता. कारण त्यांच्या मनात नको नको म्हणत असतानाही एकच विचार येत होता, की

मोहन सारखे 'तांबडी आजी' म्हणतो तीच ही ! 'मोहनची आजी' एवढा विचार मनात आला, की ते मन एखाद्या गंजलेल्या चाकासारखे अडायचे आणि त्यांचे शरीर कापायला लागायचे.

आपण पाहात असताना त्यांनी - जे कोण होते त्यांनी - जर मान वर केली असती तर? - या कल्पनेनेच अजून त्यांच्या अंगावर काटा उभा राहत होता. जर त्यांनी मी विचारलेल्या प्रश्नांचे उत्तर दिले असते तर? - हा विचार मनात येताच त्यांचा इतका थरकाप होत होता की, हुडहुडी भरून आल्यासारखा. असे काही झाले असते तर आपली काय गत झाली असती? त्यांनी कॉटचे गज दोन्ही हातांनी घट्ट धरून ठेवले होते - अगदी हाताला रग लागेपर्यंत.

तात्यांना सांगायचे म्हटले तरी कसे सांगायचे आणि काय सांगायचे? बाहेरच्या जगातल्या गोष्टीत आपल्याला समज कमी आहे ही गोष्ट त्यांनाही माहीत होती. पण बोलता बोलता चुकूनमाकून कधी हास्यास्पद असे त्या बोलून गेल्या तर तात्यांनी कधी त्यांची थट्टा केली नव्हती! शांतपणे त्यांची चूक त्यांना समजावून सांगितली होती. म्हणूनच की काय, तात्यांच्या समोर आपली फजिती होण्याची त्यांना जास्तच भीती वाटत होती.

अग्नीला चुकून स्पर्श व्हावा व शरीर लांब फेकले गेले तरी त्या घटनेचा पुन्हा विचारही अशक्य व्हावा तसे त्यांच्या मनाचे झाले होते; पण त्यांच्या गडबडून गेलेल्या, गोंधळलेल्या मनात चाललेल्या विचारांच्या कोलाहलात एका गोष्टीची त्यांना अर्धवटपणे सारखी जाणीव होत होती. जे काही आपण पाहिले ते आपल्याच काय, कोणाच्याच नजरेसाठी नव्हते. त्या स्थळी आपल्याला प्रवेश नव्हता, आपण तेथे असावयास नको होते, या घटनेस साक्षीदार व्हायला नको होते आणि आता झाले ते झाले. झाली गोष्ट आपल्या मनाच्या अगदी आतल्या कप्प्यात गुप्त ठेवली पाहिजे - त्याचा जितका कमी विचार होईल तितके चांगले.

त्यांना सकाळी जाग आली तेव्हा नेहमीसारखी हुशारी, प्रसन्नता वाटत नव्हती. त्यांचे शरीर व मन दोन्ही थकले होते. स्नानाच्या आधी पातळासाठी त्यांनी कपाट उघडले आणि पुढे हात केलेला झटका बसल्यासारखा मागे घेतला. समोरच्या खणात ती कालची लाल आलवणाची चौघडी होती. छेडलेल्या तारेसारखा त्यांचा मेंदू झणझणत होता. ही घडी जर आपण काल येथे ठेवली नसती, कालच्या काल परत केली असती तर मग हे सारे टळले असते. या नव्या

प्रकाराचा आपल्या आयुष्यात प्रवेश झाला नसता. कारण मनातसुद्धा कोणत्याही वस्तूला नाव द्यायचे नाही असे जरी त्यांनी ठरविले होते, तरी काल काय घडले होते याची त्यांना आता पूर्ण कल्पना आली होती.

असह्य पण अदृश्य असा एखादा बोजा आपल्याला यापुढे बाळगावा लागणार आहे. रोजचेच आयुष्य काय कमी कष्टाचे होते? त्यात आता ही भर पडली होती. सर्व गोष्टींचा आता दोन पातळीवरून विचार करावा लागणार होता. एक दिसणारे व दुसरे त्यामागचे, पडद्याआडचे, अदृश्य पण तितकेच खरे आणि कदाचित भीतीप्रद!

एक निर्णय तर त्यांनी त्याच क्षणी घेतला. काहीही असले तरी मी आता त्या आलवणाला हात लावणार नाही. तशाच गॅलरीत जाऊन त्यांनी मोहनला हाक मारली. तो हाकेसरशी धावत धावत बाहेर आला. त्याच्यावर कालच्या प्रसंगाचा काही परिणाम दिसतो का, हे त्यांनी बारकाईने पाहिले; पण तो नेहमीसारखाच वावरत होता. काही न बोलता त्या घरात आल्या व कपटाकडे बोट दाखवून म्हणाल्या,

"काल आमच्याकडे एक माणूस काय विसरून गेलं होतं?"

त्याच्या लहानशा उंचीला त्या कप्प्यातले काही दिसले नाही. कॉटच्या गजांना धरून तो त्यांच्याजवळ चढला व तेथून त्याने पाहिले.

"ओळखलं का काय ते?"

"हो हो काकू, ती बघ ना तांबड्या आजीची चौघडी."

त्याला कडेवर घेऊन त्या कपाटाजवळ गेल्या व म्हणाल्या,

"काढ बरं ती!"

त्याने हाताने ती चौघडी काढली. त्याला खाली ठेवताच तो पळत पळत ती घरात ठेवून परत त्यांच्याकडे आला. एव्हाना तात्या स्नान आटोपून तोंडाने काही स्तोत्र वगैरे म्हणत बाहेर आले होते.

"अहो, तुम्ही ऐकलं का काल रात्री एक वेडा मुलगा केवढ्यानं रडत होता ते?"

तात्या मोहनकडे वळून म्हणाले,

"काय रे? आईला त्रास देत होतास का रे?"

त्याच्या ओठांच्या कडा किंचित दुमडल्या व तो मोठ्या माणसासारखा गंभीर झाला.

"मग? मी आईला नुसतं म्हटलं की मला माझी चौघडी दे"-

“मग वेड्या, इतकं रडून ओरडून का सांगायचं?”

“मला किनई, आई खूप रागावली काल काकू.”

“मग?”

“मला किनई, काल बाहेरच्या खोलीत कोंडून ठेवलं होतं आईनं.”

त्याच्या केसावरून हात फिरवीत तात्या म्हणाले,

“बरं झालं, चांगली शिक्षा झाली एका माणसाला.”

पण शांताबाईच्या छातीत आता धडधडायला लागले होते. विचारू का?

“मग काय! गेलास ना रडत परत आईकडे?”

“अंहं! मी तेथेच झोपलो अन् कनी काकू, सांगू का? मला काल स्वप्न पडलं होतं आणि स्वप्नात माझी तांबडी आजी आली होती मला झोपवायला.”

शांताबाई एकदम गजांचा आधार घेऊन कॉटवर बसल्या. त्यांच्या पांढऱ्या चेहऱ्याकडे पाहत तात्या म्हणाले,

“का गं? बरं नाही का वाटत तुला?”

“मला? नाही बाई! जरा चक्कर आल्यासारखं झालं घटकाभर.”

त्यांच्या साऱ्या अंगाला कंप सुटला होता. त्यांनी पदराने गळ्याजवळचा घाम पुसला. त्यांच्याकडे नशिबाने तात्यांचे लक्ष नव्हते. नाहीतर त्यांनी आणखी चौकशी खास केली असती; पण तात्या मोहनशी बोलण्यात गर्क झाले होते. त्यांची नजर चुकवून त्या बाहेर गॅलरीत आल्या. मोकळ्या हवेने त्यांना जरा बरे वाटले. त्यांच्या मनात एक विचार राहून राहून येत होता. मोहनच्या आईला सांगायला पाहिजे, की त्याला असं फार रागावत जाऊ नका. त्यांना सांगितल्याशिवाय मला चैन पडणार नाही.

तिच्या रागाची पर्वा न करता त्या मोहनच्या घरात शिरल्या. मोहनची आई स्वयंपाकघरात कामात होती. शांताबाई मोठ्याने खाकरल्या व स्वयंपाकघरात गेल्या. मोहनची आई पोळ्या करण्याच्या तयारीत होती. तिने पदर घट्ट खोचला होता. तिचे दोन्ही हात पिठाने पांढरे झाले होते. जरा गडबडून शांताबाई म्हणाल्या,

“बरंच लवकर लागता की हो स्वयंपाकाला!”

एका हाताच्या मागच्या बाजूने कपाळावरचे केस मागे सारीत ताराबाई म्हणाली,

“हा राक्षस आहे ना बोकांडी. नऊ नाही वाजले तर वाढ-वाढ म्हणून पाठीस लागतो. अलीकडे भोकाड पसरायला शिकलाय आणखी.”

शांताबाईंच्या लाडांवर हा कदाचित टोमणा असेल; पण तिकडे लक्ष न देता त्या तिथल्या एका स्टुलावर बसल्या व म्हणाल्या,

"काल रात्री खूप रडत होता हो मोहन, काय बिनसले होते?"

सर्वसाधारणपणे त्यांनी इतका धीटपणा केला नसता; पण आज इलाज नव्हता.

"अहो शांताबाई, त्या म्हातारीच्या जुनेरासाठी हट्ट धरून बसला होता. मूल झालं म्हणून काय झालं? काही काळ वेळ आहे की नाही?"

खऱ्या खेदाने शांताबाई म्हणाल्या,

"माझ्याच हातून चूक झाली. दुपारची त्याने पांघरायला म्हणून आमच्याकडे आणली होती ती तशीच राहून गेली; पण तुम्ही आम्हाला मारायची हाक. आम्ही काय परके आहोत? मलाच वाटलं एकदा आणून द्यावी."

शांताबाईंच्या स्वरात खरा जिव्हाळा होता तो तिलाही जाणवल्यासारखा दिसला.

"ताराबाई, पोरांना काय कळतं हो? एखादे वेळी धरतात हट्ट..."

पण मोहनचे नाव निघताच तिचा राग परत उसळला.

"तो काही लहान नाही आता. मी नाही असले वेडेवाकडे लाड करायची."

शांताबाईंनी त्यावर एकदोनदा प्रयत्न करून पाहिला; पण आपल्या सांगण्याने तिचे मन जास्तच हट्टाला पेटत आहे हे पाहून त्यांनी तो नाद सोडला व एक सुस्कारा सोडून त्या परत घरी आल्या.

त्या विचित्र अनुभवाचा त्यांच्या मनावर फार परिणाम झाला. एखाद्या काचेच्या भांड्याला तडा गेला, की त्याचा नादबद्धपणा नाहीसा होतो तसे त्यांचे झाले. आपल्या समाधानी संसाराला, आपल्याला निश्चिंत ठेवणाऱ्या आपल्या भोवतीच्या जगाच्या कवचाला भेग गेल्यासारखे त्यांना वाटले. या कवचाबाहेरच्या काही विलक्षण शक्तींना, ज्यांच्या अस्तित्वाची आपल्याला आजवर कल्पनाही नव्हती, ज्यांच्यावर विचारसुद्धा करण्याची आपल्याला जरूरी वाटली नाही, अशा शक्तींना आपल्या लहानशा जगात प्रवेश मिळाल्यासारखे त्यांना वाटले. सुरक्षितपणाची खात्री एकदम कमी झाली.

एखाद्या रात्री आडवेळी त्यांना काही कारणाने जाग आली, तर आसपासच्या अंधाराची भीती वाटायला लागली. त्यांना जर रात्री कोणी एकट्याने गॅलरीत

जा म्हणून सांगितले असते, तर गेल्या असत्या किंवा नाही याची शंकाच आहे. तात्यांची नोकरी फिरतीची नाही याचे त्या वेळी त्यांना किती समाधान वाटले.

पुष्कळ वेळा त्यांना वाटे, आपण जो हा बोजा वागवितो तो मला एकटीला फार जड होतो; पण तात्यांना काही सांगण्याची वेळ पूर्वीच निघून गेली होती. (म्हणजे पूर्वी जर कधी काळी अशी वेळ असती, तर त्याचीही त्यांना शंका होती.) आता माझ्या हाती फक्त आशा करणे आहे, एवढीच आशा, की एकदा झाले तेवढे पुरे, पुन्हा नको.

दिवस गेले. अनुभवांचे, आठवणींचे थर साचत होते; पण या धारदार, तीक्ष्ण प्रसंगावर नाही. केव्हाही त्यांच्या मनात त्यावर विचारांचा हलकासा हात फिरला तरी त्याची बोच त्यांना त्याच क्षणी जाणवे. मनुष्य कधीतरी विसरण्यासारखे ते होते का?

दुपारपासून मोहन दिसला नाही म्हणून तात्या घरी आल्यावर त्या शेजारी गेल्या. तो कॉटवर निजला होता आणि त्याची आई त्याच्या पायगती बसली होती.

"काहो ताराबाई, बरं नाही का मोहनला!"

प्रश्न ताराबाईंना केला पण त्यांची नजर त्या सुकलेल्या, लहानशा चेहऱ्यावर होती. कशी फुलासारखी असतात मुलं! एवढ्याशाने कशी सुकून जातात!

"घेऊन आलाय हे फ्ल्यूचे लोण कोठून तरी!"

ताराबाई रागाने बोलली; पण शांताबाईचे तिकडे लक्षच नव्हते. त्यांनी अलगद त्याच्या कपाळावर हात ठेवला. आता ताप फार नव्हता; पण गालावरच्या व कानाच्या पाळयांच्या लालीवरून चढणार असे दिसत होते. गळ्याला दमटपणाही अजिबात नव्हता. दुखणे आपले दोन-तीन दिवस घेतल्याशिवाय राहणारे नव्हते.

"दुपारपासनं फिरकला नाही तिकडे म्हणून आले पाहायला. डॉक्टरकडे गेला होतात का?"

"कशाला डॉक्टर हवा एवढ्याशा दुखण्याला? एक सल्फाची गोळी दिली आहे."

ताराबाई अगदी ताठ बसली होती. तिच्या आवाजात यत्किंचितही मार्दव नव्हते. देवाची इच्छा! आपण तरी काय करणार?

“आम्हाला बोलवा बरं का जरूर लागली तर.”

एवढेच म्हणून त्या बाहेर आल्या. तात्या गॅलरीतच उभे होते. बाहेर जाता जाता त्यांनी मोहनच्या तापाचे सांगितले.

“काही औषध बिवषध आणले आहे की नाही?”

“नाही म्हणते. एकदोन दिवसांत उतरेल म्हणते.”

“चू! काय बाई आहे! आपण तरी सांगण्याशिवाय काय करणार?”

फिरून आल्यावर परत एकदा शांताबाई मोहनकडे जाऊन आल्या. आता तो जागा होता. त्यांना पाहताच त्याच्या चेहऱ्यावर हसू आले; पण त्याचा ताप काही कमी झाला नव्हता. हाताच्या स्पर्शावरून एक-दीडच्या आसपास असेल असे त्यांना वाटले. त्या जरा वेळ त्याच्या उशाजवळ बसल्या. मोहन म्हणाला,

“तुम्ही फिरायला गेला होता?”

“हो, बाप्पाकडे गेले होते. त्याला सांगितलं मोहनचा ताप घेऊन जा.”

“आईला पण ताप आला काकू.”

आता प्रथमच त्यांचे लक्ष ताराबाईकडे गेले. ती भिंतीला पाठ लावून बसली होती. ती आता डोळे उघडून म्हणाली,

“मला जराशी कसकस वाटतीय. याच्याच जवळ बसून आली असेल.”

“मी खायचं काही आणू का?”

“नको नको, आम्ही दोघांनी आताच चहा घेतला आहे. एखादा दिवस वाटेल अवघड. उद्या उतार पडेल!”

शांताबाई मोहनकडे वळून म्हणाल्या.

“आता झोपायचं हं. उद्या खेळायला येणार आहेस ना?”

मोठ्या डोळ्यांनी त्यांच्याकडे पाहत त्याने मानेनेच हो म्हटले. त्या घरी आल्या. आज त्यांचे स्वयंपाकात काही लक्ष नव्हते. निजायच्या आधी परत एकदा त्या मोहनकडे जाऊन आल्या. त्याचा ताप तसाच होता; पण तो आता झोपला होता.

रात्री दारावरच्या खडखडाटाने त्यांना व तात्यांना एकदम जाग आली. तात्यांनी उठून दिवा लावला व दार उघडले. त्यांनी चटदिशी शांताबाईंना हाक मारली.

“अगं, या बघ मोहनच्या आई आल्या आहेत.”

“अहो शांताबाई, चला, मोहन कसा तरी करतो आहे.” ती म्हणाली. तिने अंगाभोवती शाल पांघरली होती. तिच्या तोंडून शब्द निघताच तिलाही खूप हुडहुडी भरून आली आहे हे त्यांच्या ध्यानात आले.

“चल, मी पण येतो!” तात्या म्हणाले. त्यांनी कपाटातला थर्मामीटर व कोलनवॉटरची बाटली घेतली व सगळे ताराबाईंच्या घरात आले. मोहन कॉटवर निजला होता; पण त्याचे डोळे सताड उघडे होते. अंगावरचे पांघरूण त्याने पायाने खाली ढकलून दिले होते. शांताबाईंनी त्याच्या कपाळाला हात लावला आणि चटका बसल्यासारखा मागे घेतला. मोहन तापाने फणफणला होता. त्याच्या डोळयांवरून तो पूर्ण शुद्धीवरही नसावा असे वाटत होते. तात्या पुढे होऊन म्हणाले.

“ठीक आहे. मी त्याचा ताप पाहतो व डॉक्टरांना घेऊन येतो. तोपर्यंत तू त्याच्या आईकड पाहा. त्यांनाही ताप आलेला दिसतोय.”

शांताबाई तिच्याजवळ गेल्या. तिच्याही अंगात खूप ताप होता. त्या म्हणाल्या, “ताराबाई, तुम्ही पलीकडच्या कॉटवर झोपून राहा आता. एवढ्यात हे डॉक्टरांना घेऊन येतील नि मग सारं ठीक होईल. मी आता बसते मोहनजवळ.”

मोहन तेवढ्यात काहीतरी हळू आवाजात बोलला; पण त्यांना ते नीट ऐकू आले नाही म्हणून त्या त्याच्याजवळ वाकून म्हणाल्या,

““काय हवं बाळ मोहन?”

पण त्याचे डोळे कोठेतरीच खिळलेले होते. तो काहीच बोलला नाही; पण त्याची आई म्हणाली,

“मघापासून चौघडी मागतोय सारखी.”

“मग द्या ना. कोठे आहे ती?”

“मी नेमकी आज धुवायला काढली सकाळी. ओलीचिंब असेल आता.”

“ठीक आहे. मी पाहते त्याच्याकडे. तुम्ही शांत पडा आता जरा वेळ.”

तात्यांनी मोहनच्या काखेतला थर्मामीटर काढला. काही न बोलता त्यांनी हातांनी खूण केली. एकशेपाच ताप!

“मी चट्दिशी डॉक्टरला घेऊन येतो. तोवर त्याच्या कपाळावर पट्टी ठेव.”

तात्या लगबगीने निघून गेले व त्यांच्या मागोमाग शांताबाईंनी दार लावले. स्वयंपाकघरातून त्यांनी एका वाटीत माठातले गार पाणी आणले. त्यात

कोलनवॉटरचे काही थेंब टाकले व बारीक रुमालाच्या दोन पट्ट्या तयार करून घेतल्या. ते सारे एका स्टुलावर ठेवले व मग मोठा दिवा मालवला आणि कोपऱ्यातला लहानसा दिवा लावला आणि त्या मोहनजवळ येऊन बसल्या. पट्टी ठेवायला त्या खाली वाकल्या त्याच वेळी मोहन अगदी खालच्या आवाजात म्हणाला,

"आजी! ए आजी गं!"

त्याच्या कपाळावर पट्टी ठेवताना त्यांचा हात एकदम कापायला लागला. पट्टी कशीतरी ठेवून त्या एकदम कॉटवर बसल्या व त्यांनी डोळे मिटून घेतले. खोलीतला हा अंधार, मध्यरात्रीची ही वेळ, त्या दिवशी भीतीने बेभान झालेला व आज रात्री तापाने बेहोश झालेला मोहन व त्याच्या हाका... या साऱ्या घटनांत एक प्रकारचा अटळपणा आहे, असे त्यांना वाटायला लागले. त्यांनी एक-दोनदा मोहनला समजावण्याचा, त्याला बोलण्यात गुंतविण्याचा प्रयत्न केला. पण आता तरी त्याचा या सृष्टीशी संबंध तुटलेला होता. आणखी कोठे जडलेला असेल तो असो; पण आता, या घटकेला, त्या त्याचे मन त्या गोष्टीवरून बाजूला करू शकत नव्हत्या.

त्याच्या कपाळावरची पट्टी मिनिटामिनिटाला सुकून गरम होत होती. त्या ती थरथरत्या हाताने बदलत होत्या. मला येथे बसले पाहिजे, हे करीत राहिले पाहिजे, मोहनला असा सोडून कोठे जाऊ? कशी जाऊ? जास्तीत जास्त देवाची प्रार्थना करू शकते की मोहनचा ताप उतरू दे, त्याचे मन ताळ्यावर येऊ दे. त्याचे मन त्या... त्या...

नको! ते नाव नको! तो विचार नको! डोळ्याला जे काही दिसणार आहे तेच खूप होणार आहे! त्यावर आणखी विचार नको! राम, राम, श्रीराम, श्रीराम, राम, राम...

तापाच्या अस्वस्थपणात मोहनची मान सारखी हलत होती. त्याच्या लहानशा हातांची सारखी उघडझाप चालली होती. त्याचा लहानसा, खाली गेलेला आवाज पुन्हा पुन्हा ती हाक देत होता.

"आजी! ए आजी गं! ए आजी!"

तात्या एव्हाना डॉक्टरांच्या घरी पोहोचले असतील. आता नक्कीच डॉक्टर घरी असतील. त्यांना घेऊन यायला वेळ लागणार नाही. तोपर्यंत तरी...

शांताबाईंनी पदराने पुन्हा त्यांच्या मानेला, गळ्याला आलेला घाम पुसला. ताराबाई भिंतीकडे तोंड करून निपचित पडली होती. त्यांच्या श्वासाशिवाय त्या

अंधारलेल्या खोलीत दुसरा कसलाही आवाज नव्हता. त्यांच्या हाताच्या हालचालीशिवाय त्या अर्धप्रकाशित खोलीत दुसरी कसलीही हालचाल नव्हती.

का होती? मोहनच्या कॉटवर, त्याच्या उशाशी, पलीकडच्या बाजूस ते काय आहे? अगदी त्याच्या कपाळावर पट्टी ठेवण्यापुरते जरी मी डोळे उघडले तरी त्या वेळात ही अस्पष्ट हालचाल कशाची दिसते? मध्येच चुकून त्यांची नजर काकणभर वर गेली व त्यांना कॉटच्या पलीकडच्या कडेवर गडद काहीतरी दिसले. त्यांनी डोळे घट्ट मिटून घेतले.

मी मोहनशेजारून हलू शकत नाही-त्याच्यासाठी जे काय सहन करायचे ते मला केले पाहिजे-त्याच्या खांद्यावरून खाली, वरून खाली, वरून खाली एकसारख्या फिरणाऱ्या त्या पांढऱ्या शुभ्र हाताकडे दुर्लक्ष केले पाहिजे व सारखी सुकणारी त्याच्या लहानशा कपाळावरची पट्टी बदलली पाहिजे-पलीकडे लालसर दिसणारे काहीही असो, मी मान वर करून पाहणार नाही, मनात भीतीला जागा देणार नाही.

मोहन, माझ्या लाडक्या मोहन, तुला अशी सोडून मला कसं बरं जाता येईल? बाळा शुद्धीवर ये. आम्ही सारे, सारे तुझ्यासाठी नाही का झटणार? मोहन, त्या घातकी भारणीला, मोहिनीला फसू नकोस. ये ना बाळ, शुद्धीवर ये. माणसात ये.

ज्या क्षणापासून त्यांचे मन बिचकत होते तो सत्याला तोंड देण्याचा क्षण शेवटी आला. सर्व गोष्टीचे त्यांना अभिज्ञान झाले. जे माझ्या मनात आले आहे ते पूर्ण सत्य आहे ही त्यांना बालंबाल खात्री पटली व त्या खात्रीच्या जोरावर प्रथमच त्यांनी मान वर करून, डोळे न मिटता, संपूर्णपणे समोर पाहिले.

मोहनच्या उशाशी, त्याच्या त्या अत्यवस्थ स्थितीत, त्यांच्याबरोबरच पहारा करीत बसणारी आणखी एक आकृती होती. त्यांनी आपली मान परत खाली घातली. खाली मान घालून बसलेल्या, लाल आलवणातील त्या कृश आकृतीचे एक अवलोकन पुरेसे होते. शरीराच्या कृशपणावर किंवा हाताच्या सफेद, पांढरेपणावर जास्त नजर ठेवायची जरूरी नव्हती. त्याने धैर्यशील झालेल्या मनालासुद्धा मर्यादा होत्याच.

पण आपल्या दोघांच्या पहाऱ्यामागच्या हेतूतील फरकांची सत्यता... कटू, दारुण सत्यता त्यांना मनोमन पटली. त्या रात्री त्यांच्या मनाला बसलेला धक्का, त्यांच्या जिवाची झालेली घबराट, आजचा मोहनवरील प्रसंग व त्यांना ज्यातून

जावे लागले ते दिव्य, हा सारा मानसिक संताप आता एकवटून उसळून आला व त्यांचे विचार त्या आकृतीच्या दिशेने संतापाने फेकले गेले.

"तुम्ही येथे का येता? त्या बिचाऱ्या मोहनला एकटा का सोडत नाही? तुमचे आयुष्य पूर्ण झाले आहे, संपले आहे आता का ही ओढ? नाही नाही त्यामागे तुमचे प्रेम नाही, त्या प्रेमाची तुमच्या हातात राख झाली आहे - कडू जहर झाले आहे- मोहनच्या मनात ते भिनविण्याचा का खटाटोप करता? त्याला या पाशाने का गुंतवून ठेवता? त्याच्यात व त्याच्या आईमध्ये जिवंत असताना तुम्ही वैरभाव निर्माण केला आहे तो पुरेसा नाही का? त्या आगीत आणखी कशाला तेल ओतता? नाही, तुम्ही निःस्वार्थी नाही, प्रेमळ नाही. दुष्ट आहात, मत्सरी आहात, मोहनच्या वडिलांना व मोहनला तुम्ही त्याच्या आईविरुद्ध चिथविले... आणि अजूनही तुम्हाला स्वस्थ बसवत नाही, अजून तुम्ही मोहनला भ्रष्ट करण्यासाठी धडपडता... नाही नाही, मृत्यूला तुम्ही क्षमा केलेली नाही. त्याचा राग तुम्ही मोहनवर काढताय. तुमच्या मनात कधीकाळी जर त्याच्याबद्दल खरेखुरे प्रेम असेल तर ते आता आठवा आणि त्याला या क्रूर बंधनातून मोकळा करा. हे प्रेम नाही, ही माया नाही, हा द्वेष आहे, हा सूड आहे. त्याच्यावरचा तुमचा हक्क संपला. ते आता सारे सोडून द्या आणि येथून चालत्या व्हा!"

पट्टी बदलताना तो त्याच्या अंगावर फिरणारा हात थांबलेला दिसला. "मी वर पाहणार नाही... मला काहीही पाहायचे नाही. नको नको."

"माझ्या एकटीवर हा ताण पडणे बरोबर नाही, मला एकटीला तो सहन होणार नाही. तात्यांना यायला पाहिजे, मला यातून मोकळे करायला पाहिजे."

"मोहन, बाळ मोहन, बरं वाटत का रे तुला आता?" त्यांनी अलगद त्याच्या गालावरून हात फिरविला. त्यांना त्याच्या अंगातला ताप जरा कमी झाल्यासारखे वाटले. त्यांनी त्याच्या गळ्याभोवती हात फिरविला. गळा किंचित् दमट लागत होता. त्याला घाम येणार होता. भरतीची लाट संपून पाणी मागे फिरायला लागले होते. बाकी सर्व विसरून मनातल्या मनात देवाचे आभार मानीत त्यांनी मान वर केली.

कॉटची पलीकडची बाजू रिकामी होती. तेथे आता काहीही नव्हते.

पण त्यांना विचार करायला वेळच मिळाला नाही. दारावर एक थाप आली. मुंग्या आलेल्या पायावर कसेबसे उठून त्यांनी दार उघडले. तात्या व डॉक्टर आले

होते. आपल्या शिरावरची सारी जबाबदारी त्यांनी या कसलेल्या लोकांवर सोपविली व अगदी ढिल्या झालेल्या, अवसान न राहिलेल्या अंगाने एका आरामखुर्चीचा आश्रय घेतला.

मोहनचा ताप साडेतीनपर्यंत उतरला होता व आणखीही उतरण्याच्या मार्गावर होता. तात्यांनी त्याच्या अंगावर फिरविण्यासाठी आणलेला बर्फाचा खडा तसाच ठेवून दिला. डॉक्टरांनी मोहनची तपासणी केली. इंजेक्शनची डबी उघडीत ते म्हणाले, "च्! दुपारी आला असता तर एका स्ट्रेप्टोने काम झाले असते. आतासुद्धा काही काळजी करू नका. उद्या सगळा ताप उतरून मोकळा होईल. हं नीट धरा... हं पाय... दुखत नाही बरं का मोहन इंजेक्शन... हं... असं! दुखलं का! नाही ना? मग झोप आता. हं चला आई कोठे आहे याची?"

ताराबाईची तपासणी, तिला एक इंजेक्शन, दुसऱ्या दिवसासाठी गोळ्या, सारे काही गडबडीने पार पडले. डॉक्टर आले तसे घाईने गेलेसुद्धा.

रात्रीच्या फार घटिका राहिल्या नव्हत्या; त्या शांताबाईंनी कशा तरी काढल्या.

मोहन व ताराबाई सुधारण्याच्या मार्गावर लागल्या आणि बऱ्याही झाल्या.

पुढे येणाऱ्या दिवसात मोहन आणि ताराबाई यांच्या नात्यात एकदम नजरेत भरण्यासारखा बदल झाला नाही - आणि ते अशक्यच होते. माणसाच्या मनावरच्या रेषा काळच पुसून काढू शकतो.

शांताबाईंच्या बुद्धीला, समजशक्तीला, त्या रात्री आलेली धारही काही कायम टिकली नाही - तेही अशक्य होते आणि योग्यही होते.

पण त्या रात्री मोहनसाठी आपण एका घातकी, पापी, खुनशी शक्तीशी दिलेला सामना त्यांच्या ध्यानात कायम राहिला. माणसाच्या मनावर आयुष्यात कधी कधी असा प्रसंग येतो, की त्या वेळी त्याला सर्वसामान्य पातळीच्या फार वर पोहोचावे लागते; पण तशी वेळ आली की ते त्याही परीक्षेला उतरते; त्याचा नाश होत नाही; त्याच्यात ही अभावीत, दैवी पात्रता असते.

याच्यातच माणसाचा मोठेपणा आहे, वैभव आहे.

✦✦✦

२०. सुवर्णा

ती माझ्याकडे जेव्हा प्रथम आली तेव्हा तिचे नाव 'सुवर्णा' नव्हते व ती प्रसिद्धही नव्हती. तिचे वयही त्यावेळी फार नसेल-जेमतेम अठरा वर्षे. शरीराने यौवनात पदार्पण केले होते; पण मन अजून मागेच, बाल्यावस्थेत रेंगाळत असावे असे वाटत होते. त्या निरागस, साध्याभोळ्या आयुष्याच्या अस्पष्ट खुणा तिच्या चेहऱ्यावर अजूनही दिसत होत्या. तारुण्याची भरती येत जाईल तशा किनाऱ्याच्या वाळूवरच्या या रेषा पुसल्या जातील, त्यांची आठवणसुद्धा मागे राहणार नाही.

माझे काही मित्र मला 'पोएटिकल नेचर'चा म्हणतात. ते तसे असेलही; पण बाह्यरूपात दिसणाऱ्या सृष्टीमागे लपवलेले सूक्ष्म जीवन थोड्या प्रमाणात तरी जाणवल्यशिवाय कोणालाच कार्यकारणभावाची उपपत्ती लावता येणार नाही आणि त्याशिवाय माणसाला आयुष्यात यशस्वी किंवा निदान समाधानी होता येणार नाही.

पत्राने तिने भेटीची वेळ ठरवली होती व ती त्यावेळी आली होती; पण माझ्या तिच्याबद्दलच्या अपेक्षा पार चुकल्या. तिच्या पत्रावरुन माझी तिच्यासंबंधी फार वेगळी कल्पना झाली होती. तिला पाहून मला एक लहानसा धक्काच बसला. जरासा गडबडून मी म्हणालो, "या ना, या या, खुर्ची घ्या."

मी दाखवलेल्या खुर्चीवर ती बसली. अगदी साधेपणाने बसली. त्यानंतर लक्षावधी लोकांनी तिची हालचाल पाहिली आहे, तिने टाकलेले एकेक पाऊल लोकांच्या कायम स्मरणात राहिलेले आहे; तिचे खोलीतले प्रवेश, ओठ किंचित अलग ठेवून भरल्या डोळ्यांनी पाहण्याची ती लकब, बसताना किंवा उठताना होणारी हंसासारखी डौलदार चाल यांनी कितीकांच्या काळजाचा ठाव घेतलेला आहे.

छे! हे उपयोगी नाही! त्या दोघींची परत गल्लत झाली आहे.

त्या दिवशी, त्या पाहिल्या भेटीत, ती सरळ खुर्चीकडे गेली व खुर्चीत बसली. बस!

"माझे पत्र तुम्हाला मिळालेच असेल, नाही का?" मी.

"हो, मिळाले ना!" ती म्हणाली. साध्या, सरळ आवाजात. ज्यांनी तिचा रुपेरी पडद्यावरचा आवाज प्रत्यक्ष ऐकलेला आहे त्यांनाच त्या आवाजातल्या जादूची, मोहिनीची, विलक्षण शक्तीची कल्पना आहे. लोकांच्या आठवणीतला तिचा आवाज रत्नघंटांच्या नादासारखा शुद्ध, तिच्या नावासारखा सोनेरी आहे. आवाजात काळजाचा ठाव घेण्याची शक्ती आहे, चढउताराने मन हेलावून टाकण्याचे सामर्थ आहे; पण ही लोकांची नंतरची आठवण आहे. त्या पाहिल्या भेटीत तिचा आवाज साधा होता, त्यात काडीचीही कृत्रिमता नव्हती.

"हो, मिळाले ना!" ती म्हणाली, सहजपणाने हसली. "तरीही मी तुमची भेट घ्यायचे ठरवले. तुमच्याशी प्रत्यक्षच चर्चा केली तर कदाचित तुम्ही होकार द्याल अशी मला आशा वाटली- माझे वागणे तुम्हाला शिष्टपणाचे नाही ना वाटत?"

किती सौजन्य! किती विनयशीलपणा! हा जर टिकला असता तर!

"नो नो! इटस् ऑल राईट! आता प्रत्यक्षच आला आहात तर मग मलाही माझे म्हणणे तुम्हाला पटवून देण्याची आशा वाटू लागली आहे!"

एक क्षणभर तिच्या टपोऱ्या डोळ्यात. तिचे डोळे मात्र प्रथमपासूनच टपोरे, काळेभोर, पाणीदार होते निराशा डोकावून गेली. ती बोलली तेव्हा तिच्या आवाजात थोडासा राग होता.

"पण... पण काकासाहेब, तुमचा त्याला एवढा विरोध का आहे?"

"लीलाबाई, त्याचं असं आहे..." मी समजावणीच्या सुरात बोलू लागलो; पण तिने मला मधेच अडवले.

"मला अहो-जाहो म्हणू नका! 'अगं लीला' अशी हाक मारा!"

"ठीक आहे; लीला तर! तर मग लीला. तुझ्या मनाने हा सिनेमासृष्टीत जायचा जो काही छंद घेतला आहे..."

मला येथे थांबायला पाहिजे. ती कोण होती, माझ्याकडे कशासाठी आली होती, माझ्याकडेच का, याबद्दल मी वर काहीएक लिहिलेले नाही. गोष्ट उत्तम प्रकारे सांगण्याची कला मजजवळ नाही हेच सिद्ध झाले आहे. आणि मला

आलेला अनुभव जर इतका-इतका अकल्पित नसता, विलक्षण नसता, तर मग मी ही गोष्ट सांगत बसण्याची यातायात केलीच नसती.

माझी ओळख करून देण्याची आवश्यकताच नाही. काकासाहेब राणे हे नाव सिनेसृष्टीत तर सर्वश्रुत आहेच; पण मला वाटते बहुतांशी सर्वांच्याच परिचयाचे आहे. काही ठराविक ध्येय पुढे ठेवून, सचोटीने आपला व्यवसाय करणारा निर्माता-दिग्दर्शक म्हणून मी ओळखला जातो. मला मिळालेली प्रसिद्धी योग्य आहे का अयोग्य आहे हा आताचा मुद्दा नाही. माझा द्वेष करणारेही कितीतरी आहेत. त्यांच्या मते मीच हे "काकासाहेब मिथ" माझ्या भोवती तयार केले आहे. माझे अशांशीही भांडण नाही. त्यांच्या समजुतीपासून त्यांना समाधान मिळत असेल तर ते समाधान मिळवोत बापडे! सरते शेवटी न्यायाधीशाचे काम जनता करीत असते व या क्षणापर्यंत जनतेने मला अंतर दिलेले नाही- पण तरीही मघाशी सांगितले तसे हा महत्त्वाचा मुद्दा नाही. रुपेरी पडद्याच्या आकर्षणात सापडलेल्या अनेक होतकरू लोकांची मला सदासर्वदा पत्रे येत असतात; प्रत्येकाच्या मगदुराप्रमाणे माझी त्यांना उत्तरेही जात असतात; हीही नित्य व्यवहारातीलच एक गोष्ट आहे.

या पत्रांबरोबरच 'लीला पाटणकर' या नावाने एक पत्र होते. नेहमीपेक्षा त्या सकाळी पत्रे जास्त असतील; किंवा काही क्षुल्लक कारणावरून कोणाशी तरी खटका उडून एकंदर सिनेसृष्टीबद्दल मला उबग आला असेल. ते काहीही असो- या पत्रांच्या लेखकांबद्दल त्या सकाळी माझ्या मनात अजिबात सहानुभूती नव्हती.

ते पांढरेशुभ्र लिफाफे पाहून मला क्षणभर वाटले की, या कोवळ्या, पोरसवदा अननुभवी पोरांपोरींनी आपले शुद्ध, निर्मळ आत्मेच माझ्याकडे पाठविले आहेत... आणि कशासाठी?

होळी करायला! पैसा, प्रसिद्धी, चैन यांच्या नादी लागून हे पतंग एका जीवघेण्या ज्योतीकडे भिरभिरत आले होते. आता त्यांना लांबवरून फक्त आकर्षक, सोनेरी प्रकाश दिसत होता; पण त्या ज्योतीच्या गर्भातला दाह त्यांना माहीत नव्हता. जेव्हा त्यांना प्रत्यक्ष चटके बसायला लागतील तेव्हा त्यांचे महत्त्वाकांक्षाचे पंख होरपळून गेलेले असतील, त्यांच्यातल्या मानवी मूल्यांची राख झालेली असेल.

फसलेले, भोळे जीव! स्वतःशी जरा उदास, खिन्न सुस्कारा सोडून मी विचार केला व पत्रांची चवड पुढे ओढली. त्या बिचाऱ्या सर्वांना आज निराशाजनक उत्तरे जाणार होती; पण माझा नाइलाज होता. माझ्या मूडस्वर माझे स्वतःचेही नियंत्रण नव्हते.

आणि योगायोगाने लीला पाटणकरचेच पत्र प्रथम फोडले. पत्राबरोबर तिने आपला एक फोटोही पाठवला होता. तो एकदम बाहेर पडला व टेबलाच्या काळ्या काचेवरून तिंची नजर माझ्यावर खिळली. एक भाबडी, निरागस, विश्वासाची नजर...

ओ! धिस् इज् टू मच्! मी स्वतःशी म्हणलो व तिचे पत्र वाचू लागलो. ती या नादाने अक्षरशः वेडी झाली होती. कोणताही आडपडदा न ठेवता तिने मनातल्या सर्व आशा-आकांक्षा पत्रात उघड केल्या होत्या. तिने काहीही मागे ठेवले नव्हते.

..."मी वाटेल ती मेहनत, वाटेल ते कष्ट करायला तयार आहे. अगदी लहानात लहान, क्षुल्लक कामापासून सुरुवात करायला मी तयार आहे. मी यशस्वी झाल्याशिवाय राहणार नाही. मला आपण मदत करा."

तिची नजर अजून माझ्यावर खिळली होती. माझे मन एकदम किती तरी वर्षे मागे गेले. अवंतिका आणि बेबी जर आज असत्या, तर माझी मुलगी जवळ जवळ या लीलाएवढीच वयाने असती.

मी त्या आठवणी दडपण्याचा प्रयत्न केला. ती वाट वेडेपणाची होती; पण नाही... एखाद्या अजस्त्र पाणलोटासारख्या त्या सर्व आठवणी आल्या... चारी बाजूंनी आल्या... मी त्याखाली पुरता सापडलो.

मन जेव्हा विकल अवस्थेत असते, संरक्षक तट जेव्हा खाली असतात तेव्हाच, अचानकपणे हा हल्ला होतो.

असे असते तर! असे असते तर!! काळ! निर्घृण काळ!!

मी लीलाला पत्र लिहिले. नाव तिचे होते; पण डोळ्यासमोर चित्र मात्र बेबीचे होते. जणू काही मी तिलाच उद्देशून लिहीत होतो-

...."लीलाताई, मनाला लागलेला हा छंद सोडून द्या. या धंद्यात नाव, पैसा कमावलेल्या माझ्यासारख्याने हे लिहावे याचे तुम्हाला आश्चर्य वाटेल; पण मी लिहीत आहे ते खरे आहे, पूर्ण सत्य आहे; तुम्ही माझ्यावर विश्वास ठेवा व हा नाद सोडून द्या.

“दुरून डोंगर साजरे ही म्हण या केसइतकी इतरत्र कोठेही खरी नाही. यशाचा, पैशाचाा, कीर्तीचा तुम्हाला मोह होतो; पण त्यासाठी काय मोबदला द्यावा लागतो याची कल्पना आहे? लीलाबाई, या व्यवहारात चलनी नाणे म्हणून काय वापरतात कल्पना आहे? माणुसकी! अब्रू! लाज! अभिमान! यांचे मोल द्यावे लागते, उसाच्या चिपाडांसारखे तुम्ही पिळले जाल. शेवटचा कण निघेपर्यंत! आणि मग शरीरात रक्ताऐवजी हा खोट्या इभ्रतीचा काळा रस धावू लागेल.”

मी तिला हे लिहिले व आणखीही खूप लिहिले. जणू काही आजपर्यंत मनात खोलवर दडलेला माझा राग, तिटकारा, तुच्छता, सारे काही याक्षणी उफाळून वर आले होते. इतके कठोर पत्र मी यापूर्वी कधीही लिहिले नव्हते. आणि या पत्राबरोबर तिचा फोटोही पाठवून दिला.

विशेषतः तो फोटो तर मला मुळीच डोळ्यासमोरही नको होता. त्या फोटोकडे नजर गेली की, स्मृतीला हिसका बसे व या हेलकाव्यांनी मन मागे मागे जाई. मला नको होते त्या आठवणींकडे.

पत्र टाकल्यावर हा प्रकार मिटेल असे मला वाटले होते; पण नाही! तिचे समाधान झाले नव्हते. किंवा तिचे मन अजून त्याच मार्गाने धाव घेत होते. ‘मी तुम्हाला प्रत्यक्षच भेटणार आहे.’

तिने लिहिले होते व दिवस आणि वेळ दिली होती. अशी ही लीला आता माझ्यासमोर बसली होती.

“ठीक आहे, लीला तर!” मी म्हणालो, “तर मग लीला, तुझ्या मनाने सिनेसृष्टीत जायचा हा जो छंद घेतला आहे, तुला हा जो ध्यास लागला आहे, त्याच्या मागे काय कारण आहे? आयुष्याच्या दुसऱ्या, इतर अंगात तुला अपयश आले आहे का?”

नाही; तिच्या उत्तरावरून असे दिसले की तिच्या वयानुरूप तिचे शिक्षण झालेले आहे. तिची इच्छा असली तर तिला पुढे शिकायची संधीही आहे; घरची परिस्थिती चांगली आहे, घरची माणसे प्रेमळ आहेत.

“तुझी ही आवड त्यांना माहीत आहे का?” मी एकदम विचारले.

“होय-आणि मी तुमच्याकडे येणार असले तर त्यांना त्याला काही विरोध नाही-” ती मिश्कीलपणे हसत म्हणाली.

माझ्याकडे? मी क्षणभर आश्चर्याने विचार केला व मग तिच्या हुशारीचे कौतुक वाटले. आई-वडिलांच्या मनात तिने माझ्याविषयी विश्वास उत्पन्न केला होता आणि सर्व जबाबदारी सोयिस्करपणे माझ्या शिरावर सरकवली होती. मलाही हसू आल्यावाचून राहिले नाही.

"ठीक आहे. हा प्रश्न आपण जरा वेळ बाजूला ठेवू. तुला या रुपेरी पडद्याचे एवढे जबरदस्त आकर्षण का वाटत आहे?"

"काकासाहेब, माझ्या अंगी काही गुण आहेत, काही उपजत कला आहेत. त्याचा उत्कर्ष करायचा मी का प्रयत्न करू नये? आणि समजा, मी प्रसिद्धीमागे लागले, त्यात एवढी चूक अशी ती काय आहे? आजकाल सगळा प्रसिद्धीचाच जमाना नाही का?"

हे शूर शब्द बोलायला सोपे होते; अनुभवाचा चटका बसला की हे अवसान पार विरघळणार होते; पण त्यावेळी उशीर झालेला असेल! फार उशीर झालेला असेल! पश्चात्ताप होईल, पण त्याचा उपयोग होणार नाही! कडेलोट झालेला पाषाण पश्चात्तापाने कितीही दग्ध झाला तरी तो परत वर जाईल का? तो खाली तो खालीच राहणार.

अनेक प्रकारांनी मी तिला समजावून सांगण्याचा प्रयत्न केला. पण मला अपयश आले. मी तिचे मन वळवू शकलो नाही. तिला स्वतःचा खोटा गर्व होता, वाजवीपेक्षा जास्त फाजील आत्मविश्वास होता. हे सर्व जरी खरे मानले तरी तिला परावृत्त करणे हे माझे कर्तव्य होते. विशेषतः तिच्या घरच्या मंडळींना माझ्यावर टाकलेला विश्वास ध्यानात घेऊन तरी तिला या मार्गावरून वळविणे माझे कर्तव्य ठरत होते. आणि मी त्यात अपयशी ठरलो. परके लोक मला दोष देणार नाहीत; पण तिची कृती व त्या कृतीचे अपरिहार्य परिणाम हे सर्व काही जाणणारा मी-मी स्वतःला निर्दोषी कसा समजू? आता आत्मपरीक्षणाच्या वेळी मी स्वतःची गय करू शकत नाही; माझ्या कृत्याचे किंवा निष्क्रियतेचे समर्थन मी करू शकत नाही.

कारण मी शेवटी निष्क्रिय राहिलो, उदासीन राहिलो... आणि मी खरोखर काय करू शकलो असतो? माझे मन मला पुन्हा पुन्हा विचारते- कारण माझा प्रत्येक मुद्दा, तिने हा विचार सोडावा म्हणून मी पुढे मांडलेले प्रत्येक कारण तिच्या आडमुठेपणाच्या दगडी भिंतीवर आपटून परत येत होते.

माझे नकारावर नकार ऐकून शेवटी लीला रागाने म्हणाली, ''पण काकासाहेब! तुम्ही केवळ माझ्या गुणाकडे पाहा की! मला एक संधी तरी द्या! मला जर यश आले नाही तर मी त्याक्षणी या सर्वांतून बाहेर पडेन! मला वाव द्या!''

आणि तरीही मी नकारच दिला. तिची जिद्द तिला यशाकडे घेऊन जाईल अशी मला भीती वाटली म्हणून? एकदा या रुपेरी जगाची चटक लागली की लीला अयशस्वी झाली तरीही, दिलेल्या वचनांची तमा न बाळगता, त्यातच रमून जाईल या भीतीने? मला काहीच कळत नाही. मी प्रथम आडवळणाने व शेवटी अगदी हातघाईवरच प्रसंग आला तेव्हा स्पष्ट नकार दिला.

मला वाटते इतका वेळ तिने आपल्या मनातला संताप कसा तरी आवरून धरला होता. तो आता उफाळून बाहेर आला. तिच्या गालांवर अस्पष्ट असे लालसर ठिपके आले. तिच्या आवाजात थोडासा कंप आला. पण तिचे डोळे! आधीच पाणीदार, टपोरे, काळेभोर! आता तर त्यांच्यात संतापाची बिजली लखलखत होती! तिच्या पवित्र्यात, नजरेत, आवाजात, हालचालीत, कशातही कणाचीसुद्धा कृत्रिमता नव्हती... किती नैसर्गिक, सहजसाध्य आणि आकर्षक! माझे कान एकीकडे तिचे रागाचे आणि निर्भर्त्सनेचे शब्द ऐकत होते. आणि दुसरीकडे माझा दिग्दर्शकाचा मेंदू तिच्या बारीकसारीक हालचालीचे पृथक्करण करीत होता; आणि जे काही दिसत होते त्याच्या प्रभावाखाली विलक्षण एक्साइट झाला होता.

तिचे शब्द आता माझ्या मेंदूपर्यंत पोहोचले.

''काकासाहेब! तुमच्या नकाराचे कारण मला आता समजले! तुम्ही ढोंगी आहात! खरे कलावंत तुम्हाला नकोच आहेत! तुम्हाला बाहुली हवी आहे! निर्जीव, भुशाची, चिंध्यांची बाहुली! तुमच्या दोरीच्या तालावर नाचणारी, तुमचा उदो करणारी, तुम्हाला देव मानणारी बाहुली हवी आहे! त्यांना स्वतःचा विचार नको, स्वतःची बुद्धी नको, स्वतःचा आवाज नको! तुम्हाला पपेट हवे आहेत, पपेट! खरे आहे ना?''

मेंदू एका वेळी किती दिशांना लक्ष देऊ शकतो? मी तिचा प्रत्येक शब्द ऐकत होतो व मनातल्या मनात म्हणत होतो, 'लीला, तसे नाही गं! तुला खरंच काही कळत नाही म्हणून तू अशी बोलतेस!' आणि दुसरीकडे माझा व्यवसायात मुरलेला मेंदू तिच्या एकूण एक हालचालींचे निरीक्षण करीत होता व थक्क होत

होता. काय स्टॅन्स! काय पॉईज! काय छान डिलीव्हरी! काय पॅशन! वास्तविक ती प्रकाशाकडे पाठ करून बसली होती, तिला पार्श्वभूमी नव्हती, तिच्यावर स्पॉटलाइटस् टाकले नव्हते; पण केवळ प्रभावी व्यक्तिमत्त्वाचे तिने माझ्या काळजाच्या तारा पिळून धरल्या होत्या, ताणल्या होत्या... होल्ड! मी मनातल्या मनात म्हणालो आणि वरमलो.

ओ लीला! ओ बेबी! मनात एक अनाहूत विचार आला. यू आर टू गुड टु बी ट्रूऽ! यू आर टू गुड टु बी स्पॉइल्ड! आय वोंट डू इट!

तिला माझ्या चेहऱ्यावर कोणते भाव दिसले तिचे तिलाच माहीत. मी तर त्या दुहेरी विचारात पुरता गुरफटलो होतो. तिच्या अंगात टॅलंट आहे, खूप मोठे पोटेंशियल आहे आणि म्हणूनच तिला एका बाजूस ओढली पाहिजे असे काहीतरी विचार माझ्या मनात चालले होते.

तिने पुढे केलेला हात सावकाश मागे घेतला. तिचा आवाज खाली आला, पण संताप ओसरला नव्हता. त्यात भरच पडली होती.

"काकासाहेब, तुम्ही आता निरुत्तर झाला आहात. कारण मी म्हणते ते सर्व खरे आहे! तुमच्याजवळ त्याला उत्तरच नाही... हो ना?"

आणि मी शेवटचा प्रयत्न केला. शेवटचे हत्यार वापरले. उपहास. कदाचित त्याचा अतिरेक झाला असेल-मला माहीत नाही-जे काही केले ते मी प्रामाणिकपणाने केले एवढे खरे.

नजरेत व चेहऱ्यावर एक प्रकारची तुच्छता आणून मी माझी नजर तिच्या डोक्यापासून पायापर्यंत सर्व शरीरावरून फिरवली-अगदी सावकाश, मुद्दाम सावकाश फिरविली व शेवटी एक तिरस्काराचा हुंकार दिला.

"हं! लीला, हातपाय आपटून व डोळे मोठे करून ओरडण्याने का कोणी अभिनेत्री बनत असतं? तुझी कधीकाळी जर कोणी स्तुती केली असेल तर तो एक तर लुच्चा असला पाहिजे किंवा महामूर्ख तरी! आता हे सारे पोरखेळ विसर आणि सरळ आईवडिलांकडे जा पाहू!"

माझे शब्द तिला एखाद्या चाबकाच्या फटक्यासारखे झोंबले. तिच्या चेहऱ्याकडे मी एकच नजर टाकली व मला कळले की आपली चूक झाली- फार मोठी चूक झाली. पण एकदा बोलले गेलेले शब्द परत थोडेच बोलावता येतात?

तिच्या चेहऱ्यावरचा रंग एकदम उतरला. ती गोरीमोरी झाली. एक क्षणभर मला वाटले ती आता रडणार आहे; पण नाही! पाहता पाहता तिच्यात बदल झाला. तापून लाल झालेल्या लोखंडावर पाणी पडले की ते जसे कठीण पोलाद होते तसा तिच्यात एक कठीणपणा आला. हा कायापालट एका सेकंदात झाला. अठरा-एकोणीस वर्षांची बालिका माझ्या डोळयांदेखत नाहीशी झाली व तिच्या जागी एक स्त्री आली.

धिक्कारीत झालेली, अवमानित झालेली! वापरून गुळगुळीत झालेले भाषेतले नाणे-ए वूमन डिस्पाइज्ड! पण खरे!

मला तिच्यातला हा बदल आवडला नाही. आता ती बोलली तेव्हा तिचा आवाज आणखी कमी आवडला आणि तिचे शब्द! ते तर सर्वांत कमी आवडले.

"काकासाहेब, तुम्हाला खरोखरीच असं वाटतं का?" एक एक शब्द आवळलेल्या दातातून माझ्या अंगावर फेकीत ती म्हणाली, आणि मग तिचा आवाज आणखी खाली गेला. शब्दांना आणखी धार आली.

"तुम्हाला खरंच असं वाटतं? ठीक आहे! मी तुमच्याकडे आले हीच चूक केली! पण काकासाहेब, तुमच्याशिवाय या क्षेत्रात दुसरं कोणी नाही असं नका समजू बरं! तुमच्या सल्ल्याबद्दल आभार!"

मी काहीच बोलू शकत नव्हतो. तिच्या मनाला झालेली जखम फार खोल होती... आणि शब्दांनी वेदना मात्र वाढल्या असत्या... मी केवळ मान हलवीत स्वस्थ बसलो. तिला जास्त दुखवण्याची माझी तयारी नव्हती.

एकदोन सेकंद थांबून ती जरा आश्चर्याने म्हणाली,

"ठीक आहे-मी आता तुमची मदत मागत नाही- पण मला यश चिंतण्याइतका मोठेपणाही तुमच्याजवळ नाही का?" आणि ते तर मी मुळीच करू शकत नव्हतो! तिचा राग परत उफाळून आला. ती ताड्दिशी उभी राहिली व जवळजळ ओरडलीच...

"तुमच्यासाराखा ढोंगी व नीच माणूस मी आजवर पाहिला नाही!!" ताडताड पावले टाकीत ती खोलीबाहेर पडली. बंगल्याचा मुख्य दरवाजा तिने स्वतःमागे दाणदिशी लावून घेतला.

आणि तोच आवाज कितीतरी वेळ माझ्या कानात घुमत होता.

अशी ही आमची पहिली भेट झाली. सुवर्णाने तिच्या एका मुलाखतीत वर्णन केलेला प्रसंग धांदात खोटा आहे. ती म्हणाली होती.

...'श्री काकासाहेब राणे यांनी माझ्या अंगी असलेले गुण पार सुरुवातीसच ओळखले होते. त्यांची मला सुरुवातीपासून मदत झाली असती तर माझा उत्कर्ष झपाट्याने झाला असता, पण त्यांनी करारात अगदी अशक्य अटी घातल्या-ही पैशांची व भावी आयुष्याची बांधिलकी मला नको होती व अर्थात मी त्यांना नकार दिला. पुढे त्यांनी आपल्याला या गोष्टीचा पश्चात्ताप झाला असे एकदा बोलूनही दाखविले..?

हुशार सुवर्णा! सत्य, अर्धसत्य आणि असत्य यांचा बेमालूम मिलाफ करण्यात, शब्दांना वेडीवाकडी वळणे देऊन नाही नाही ते अर्थ सूचित करण्यात ती फार तरबेज होती! एकदा तर...

पण मी परत गोंधळ केला आहे; अजून लीलाची सुवर्णा झाली नव्हती. मुलाखती तर दूरच राहोत, एजंटला भेटायलासुद्धा तिला तासन्‌तास थांबावे लागत असले पाहिजे; कारण मला या गोष्टी पुरेपूर माहीत आहेत. आताच्या वेळी ती एक खूप रागावलेली, पण साधीसुधी, पार अप्रसिद्ध पण महत्त्वाकांक्षी, निग्रही मुलगी होती.

ती माझ्याकडे येऊन गेल्याच्या दुसऱ्याच दिवशी मी तिच्या घरी पत्र टाकले. आमच्या भेटीचा त्रोटक वृत्तांत दिला व तिचे मन वळविण्यात मला यश आले नाही याबद्दल खेद व्यक्त केला; एवढेच नाही तर त्यांना असाही आग्रहाचा सल्ला दिला की, त्यांनी तिला घरीच रमवायचा प्रयत्न करावा व काहीही करून तिच्या मनावरची ही भुरळ नाहीशी करावी.

पत्र टाकल्यावर काही दिवस हा विषय माझ्या मनात सारखा होता, पण इतर कामाच्या व्यापात मी हे सारे पार विसरून गेलो. मनावरचा परिणाम तर नाहीसा होणे शक्य नव्हते; पण आठवण आत खोल कोठेतरी दडली होती. पाटणकरांचे- लीलाच्या वडिलांचे- पत्र येताच ती आठवण उसळून वर आली.

"आपल्या स्पष्ट पत्राबद्दल व आपुलकीच्या सल्ल्याबद्दल मी आपला फार आभारी आहे. पण मला अशी भीती वाटते की, गोष्टी आता माझ्या हातच्या राहिलेल्या नाहीत. लीलाचे मन वळविण्यात आम्हालाही अपयश आले आहे. तिच्या मनाने या गोष्टीचा भलताच ध्यास घेतलेला दिसतो. जास्त कठोरपणाने

वागलो तर प्रकरण विकोपास जाईल, त्याचा एखाद वेळी विपरीत परिणाम होईल व मग सर्वांनाच पश्चात्ताप करीत बसायची पाळी येईल अशी धास्ती वाटते, त्यापेक्षा तिच्याच कलाने घेणे बरे, असा मी निर्णय घेतला आहे व तिचे नाव फिल्म ॲकॅडमीत नोंदवले आहे. कदाचित प्रत्यक्ष व निकटच्या सहवासाने तिला खरा प्रकार कळेल व ती आपला नाद सोडून देईल अशी मला आशा आहे."

सर्व दृष्टींनीच खिन्न करणारे ते एक पत्र होते. तिच्या मनावर या कल्पनेचा किती जबर पगडा बसला होता, याचा त्यांना अंदाज आला नव्हता; आणि भावी परिणामांचीही त्यांना कल्पना नव्हती. केवळ तिला दुखवायला नको या सबबीखाली त्यांनी संघर्ष टाळला होता; पण ते आपल्या कर्तव्याला चुकत होते-आणि मग मी स्वतःशीच म्हणालो-जाऊ द्या ना! असे प्रकार सर्वत्र प्रत्यही घडत आहेत! मला कशाला त्याची काळजी?

काळ आपल्या स्वतःच्या गतीने जात होता. काही जणांना वेळ अगदी शत्रूसारखा वाटत होता. कीर्तीच्या शिखरावरून एकाएकी खाली कोसळलेले हे लोक! आणि काहींना दिवस अगदी वाऱ्यासारखे जात आहेत असे वाटत होते. बिनभरवशाची कीर्ती व संपत्ती लाभलेले हे दुसरे लोक!

ते वर्ष माझ्या विशेष ध्यानात राहिले आहे. त्यावर्षी माझ्या एका पिक्चरला सुवर्णपदक मिळाले आणि लीलाची पुन्हा एकदा भेट झाली. हे दोन प्रसंग मी शेजारी शेजारी मांडतो व मला असे वाटते की, त्यातले दुसरे कारण जास्त महत्त्वाचे आहे. कारण सुवर्णपदके त्यानंतरही मिळाली, यापुढेही मिळतील; पण लीला, ती लीला परत मला दिसली नाही, कोणालाच दिसली नाही. कारण लवकरच तिची सुवर्णा होणार होती. सर्वांचे डोळे दिपवणारी, सर्वांचा श्वास रुकवणारी, हृदये काबीज करणारी सुवर्णा-अमर सुवर्णा.

पण मी तिची गाठ घेतली, तेव्हा ती पूर्वीचीच लीला होती. जी गोष्ट झाली त्यात दोष कोणाचाच नव्हता. माझा नव्हता, माझ्या असिस्टंटचा नव्हता आणि लीलाचा तर नव्हताच. माझ्याकडे जर काही चूक असती तर ती मी निदान यावेळी तर खासच लपवली नसती. पण काही काही वेळा घटनांना आपल्या ताब्यापलीकडचा, एक स्वतंत्रच असा अपरिहार्यपणा असतो असे वाटते.

माझ्या एका पिक्चरमधील एक मायनर पार्ट करणारी नटी काहीतरी कारणाने करार मोडून निघून गेली होती. काहीतरी लग्न किंवा असेच काही तरी असेल- लहानमोठ्या सर्वच नटींना हा अटॅक अधूनमधून येत असतो- आणि अशा वेळी असिस्टंट एजंटला कळवतो. त्याच्याकडून जे कोणी पाठवले जातील त्यांचा इंटरव्ह्यू घेतो किंवा इतर रेप्युटेशन पाहतो आणि योग्य वाटेल त्याप्रमाणे निवड करून टाकतो.

प्रत्यक्ष बिले पाहायची वेळ येते तेव्हा ही सर्व कागदपत्रे माझ्या ओझरत्या नजरेखालून जातात. स्वतःवर जरूरीपेक्षा जास्त किंवा अनावश्यक काम घेण्याची मला सवय नाही. आणि हे कागदपत्र मी चाळत असताना एक नाव एकाएकी माझ्या नजरेसमोर विजेसारखे लखलखून उठले...

लीला पाटणकर!

ती माझ्या स्टुडिओच्या दाराशी येऊन गेली होती आणि मला त्याचा पत्ताही नव्हता! मला वाटते, त्याक्षणी माझी खात्री झाली की, ही चुकामूक चांगल्या गोष्टीची निदर्शक नाही. तिची प्रत्यक्ष भेट झाली असती तर मी काय केले असते सांगता येत नाही. तिची निवड केली असती? तिला प्रोत्साहन दिले असते? तिचे मन आणखी एकदा वळवण्याचा प्रयत्न केला असता? मला माहीत नाही... पण काहीतरी वेगळे झाले असते; घटनांचा पुढचा क्रम बदलला असता... निदान मला तशी आशा आहे. पण मला ती संधी मिळालीच नाही. आणखी एक वाट बंद झाली होती. प्रयोगाशिवायच. हाच तो मघाशी सांगितलेला अपरिहार्यपणा!

मी असिस्टंटला बोलावून घेतले. त्या इंटरव्ह्यूबद्दल चौकशी केली; पण मी त्यात विशेष उत्सुकता दाखवली असती तर त्याला खात्रीने आश्चर्य वाटले असते, कारण ते माझ्या स्वभावाला सोडून झाले असते. त्याने आपले काम प्रामाणिक केले होते. लीलाची व माझी अगोदर भेट झाली आहे याची त्याला कशी कल्पना असणार? प्रत्यक्ष तिचे नाव न घेता बाजूबाजूनी मला जेवढी चौकशी करता आली तेवढी केली.

"साहेब, आपले काम अगदी नडलेच होते म्हणून मी या लॉटमधील एक तरी पसंत केली. नाहीतर सर्वांनाच नाही म्हणून सांगितले असते. सर्वच्या सर्व एकजात रद्दी होत्या. थर्डक्लास!"

"सर्वच्या सर्व?"

"होय- एकूण एक!" तो अगदी ठामपणे म्हणाला. मी त्याला जायला सांगितले. मला एकदम खिन्न वाटायला लागले होते. माझ्या इच्छेविरुद्ध का होईना; पण तिने काही जरी साध्य करून दाखवले असते तर मला तिचा अभिमान वाटला असता; पण नाही! या थर्डरेट पोरींच्यातही ती उठून दिसली नव्हती, म्हणजे ती अगदीच सामान्य असली पाहिजे! इतका आटापिटा करूनही तिच्या हाती काहीच लागले नव्हते!

पण ती धडपड करीत होती हे तर उघडच होते.

केवढी जिद्द! मी मनाशी कौतुकाने म्हणालो; पण या पोरीचा माझ्या मनावर एवढा का पगडा बसावा, तिच्या भविष्याबद्दल मला एवढी का उत्सुकता असावी आणि तिच्या अपयशाबद्दल मला हे असे दुःखमिश्रित समाधान का व्हावे याचे उत्तर काही मजजवळ नव्हते.

एक गोष्ट उघड होती. ती आपणहून माझ्याकडे आली होती. आता मलाही तिची गाठ घेणे आवश्यक झाले होते. मला अशी थोडीशी आशाही वाटत होती की, आताच्या पराभूत अवस्थेत ती एखादेवेळी माझा सल्ला ऐकेल व हे सर्व काही सोडून देऊन आपल्या घरी जाईल. अर्थात खात्री नव्हती, कारण संतापाने खवळून उठलेली लीला माझ्या आठवणीतून जाणे शक्य नव्हते; तरीही मी आशा करीत होतो... कदाचित आता...कोणी सांगावे?

तिचा पत्ता फाईलमध्ये सहज सापडला.

पत्ता काढीत काढीत मी निघालो. मोठे रस्ते, चांगल्या वस्त्या, सर्व काही मागे राहिले, खराब वस्ती लागली. आसपासच्या दुर्गंधीने माझे डोके गरगरायला लागले. गाडी पुढे न्यावी का नाही याचा मी विचार करू लागलो.

मजजवळ पैसे आहेत म्हणून मी स्वतःला इतरांपेक्षा श्रेष्ठ समजत नाही. या गलिच्छ वस्तीत राहणाऱ्या लोकांबद्दल माझ्या मनात तिरस्कार नाही. अशा ठिकाणी कोणी स्वखुशीने का राहतो? त्यांनाही प्रशस्त बंगल्यात... आरामात राहायची इच्छा नसेल का? ते येथे राहतात ते नाइलाजाने... परिस्थितीने त्यांना तेथे डांबलेले असते म्हणून.

पण लीला? तिने अशा जागी का राहावे? याचाच मला विषाद वाटत होता. तिच्यावर इतकी हलाखीची वेळ आली होती की काय? मग ती माझ्याकडे का नाही आली? आली होती! मनाचा एक कोपरा म्हणाला, आली होती! तिने मला काही लिहिले का नाही? ती मानी पोरगी लिहिणार? तोच हटवादी कोपरा म्हणाला... मागे एकदा इतकी शोभा झाल्यावर? मला काहीच सुचेना. मनाचा गोंधळ झाला होता एवढे मात्र खरे.

तिने दिलेला पत्ता शेवटी सापडला. ती एक चारमजली पिवळट काळपट-हिरवट रंगाची चाळ होती. माणसे अक्षरशः कोंबली होती, रस्त्यावर पाचपन्नास पोरे खेळत होती. गॅलऱ्यांतून माणसे होती. जिन्यावर माणसे होती.

खेळणाऱ्या पोरांचा जो म्होरक्या दिसत होता त्याला मी जवळ बोलावले व हातात एक अधेली ठेवली. "गाडीकडे लक्ष द्यायचं बरं का! जाताना आणखी एक अधेली!" एवढेच मी म्हणालो, त्याने केसाला हात लावला, अधेली कानात अडकवली व गाडीभोवती जमलेल्या पोरांवर तो खेकसला-"ए, पाहा रे xxx ! साहेबांच्या गाडीला हात लावला तर पाहा!"

निर्धास्त मनाने मी बिल्डिंगमध्ये शिरलो.

शेवटी मी तिच्या खोलीपाशी पोहोचलो. माझ्याकडे फेकल्या गेलेल्या अर्थपूर्ण कटाक्षांचे, माझ्या पाठीमागे पण ऐकू जाईल एवढ्या मोठ्याने काढल्या गेलेल्या उद्‌गाराचे किंवा त्या चमत्कारिक हास्यांचे मी वर्णन करीत बसत नाही. पण तिच्या खोलीपर्यंत पोहोचेपर्यंत माझा चेहरा शरमेने व तिच्यावरच्या रागाने लाल झाला असला पाहिजे. तिचा हा आडमुठेपणा, हट्टीपणा, मानीपणा.

दार बंद होते. मी आधी टक् टक् केले व मग कडी वाजवली. आत पावलांचा आवाज आला व दार उघडले गेले.

आत अंधार इतका होता की मला आतले काहीही दिसत नव्हते. पण तिने एकदम आत ओढलेला श्वास व त्यामागोमागचे शब्द ऐकू आले.

"कोण? काकासाहेब?"

"हो, लीला, मी आलो आहे." आत पाय टाकीत मी म्हणालो.

तिचे पहिले आश्चर्य ओसरताच त्याची जागा रागाने घेतली.

"तुम्ही कशासाठी आलात?" तिचा आवाज कठीण झाला होता.

"मला बसू देशील तर खरी!" मी किंचित रागाने म्हणालो व मग माझ्या या सलगीक्ष्स वागण्याचे मला स्वतःलाच आश्चर्य वाटले.

मी आत पाय टाकला. सगळी खोली बारकाईने पाहिली व मग खोलीतल्या एकाच एका खुर्चीवर बसलो. लीला मागे मागे सरकत गेली होती व आता एका अंधाऱ्या कोपऱ्यात उभी होती. मधूनमधून एखादी प्रकाशाची तिरीप तिच्यापर्यंत पोचत होती; पण तिच्या अस्पष्ट बाह्य आकृतीशिवाय मला काही दिसत नव्हते. फक्त तिचे ते तेजस्वी, पाणीदार डोळे मात्र या प्रकाशशलाकेत एकदम चमकून उठत होते.

मला एकदम वाटले गुहेत, कोपऱ्यात सापडलेला, जायबंदी झालेला; पण तरीही प्राणपणाने झुंज देण्यास तयार असलेला एखाद्या हिंस्र प्राणी असाच दिसत असेल! या विचाराने मी अस्वस्थ झालो. मला जराशी भीतीही वाटली.

आमच्या दोघांच्यात शत्रुत्व असण्याचे काय कारण? मला वाटते तिच्या मनातला हा राग आधी दूर केला पाहिजे.

"लीला, तू स्टुडिओत आली होतीस असं मला समजलं."

"आणि तुम्ही बरोबर संधी साधलीत!" तिचा आवाज थरथरत होता. मला वाटते रागाच्या मागेच अश्रूही असावेत.

"लीला, माझं ऐकून तरी घेतेस का?"

"काही सांगू नका! काकासाहेब, मी परिस्थितीने अगतिक झाले नसते तर तुमच्या दारी कदापि उभी राहिली नसते! तुम्ही स्वतः मला मदत करीत नाही ते नाहीच- मला माझ्या पायावरही उभी राहू देत नाही! मी आधीच ओळखायला हवं होतं. तुमचा स्वभाव पुरेपूर माहीत असूनही मी लाचारासारखी तेथे आले तीच चूक केली! मीच मूर्ख!"

तिचा हा तर्कटपणा, अविचारीपणा पाहून माझे माथे भडकले. मी एकदम ओरडलो. खूप मोठ्या आवाजात म्हणालो, लीलाऽऽ चूप! एकदम चूपऽऽ!"

तीसुद्धा दचकली. आवाज खोलीत घुमला व शांतता झाली.

"लीला," मी हलकेच म्हणालो, "तुझ्यासारखी मूर्ख व आततायी मुलगी मी आजवर पाहिली नाही! गैरसमज करून घेऊन विनाकारण डोक्यात राख घालून घेतेस! मला बोलायची संधीसुद्धा देत नाहीस! आता गप्प बस आणि ऐक.

“तू भेटीसाठी आली होतीस हे मला आजपर्यंत माहीत नव्हते. तुला जर यायचेच होते तर आधी पत्राने का कळवले नाहीस? समजा, पत्र नाही, मग प्रत्यक्ष त्या दिवशी का भेटली नाहीस? चिठ्ठी का पाठवली नाहीस? फोन का केला नाहीस? मला कळायला काही मार्ग तरी होता का?”

माझ्या शब्दांचा तिच्यावर खासच परिणाम होत होता. ती काही बोलली नाही; मात्र तिचा जोराचा श्वासोच्छ्वास मला ऐकू येत होता.

“आता मूर्ख मुली, मला हे सांग, मला जर तुझ्या मार्गात अडचणी घालायच्या होत्या तर मग मी येथे धडपडत कशाला आलो असतो? आज सकाळी तुझे नाव दिसताच पत्ता शोधून काढून या गल्लीबोळातून येथपर्यंत कशासाठी आलो असतो? सांग ना!”

लीला हुंदके द्यायला लागली होती. मला वाटले हीच संधी आता चांगली आहे तिला विचाराला वेळ देता उपयोगी नाही.

“लीला!” मी आवाज खाली आणून म्हणालो, “तुला एक गोष्ट सांगायची होती. माझ्या असिस्टंटने तुमची सर्वांची चाचणी घेतली. त्याचे मत ऐक. त्याच्या मते तुमच्या सर्व लॉटमध्ये एकही ‘पोटेंशियल टॅलंट’ नव्हती! एकही नाही! मी त्याला खोदून विचारले आहे व हे त्याचे ठाम मत आहे. तो तर पक्षपात करणार नाही ना? त्याचा तर तुझ्याबद्दल काही प्रेज्यूडिस नाही ना? त्याच्या मताला तरी काही किंमत देशील? तो आज कितीतरी वर्षे या लाईनमध्ये आहे. त्याच्या मताला काही मान देशील?”

लीला ओक्साबोक्सी रडत होती. मला तिची फार कीव आली. पण कीव करून गप्प बसण्याची ही वेळ नव्हती. आधीच निराशेच्या आघाताखाली विकल झालेल्या तिच्या मनावर आणखी प्रहार करायला माझे मन धजेना, पण तिच्याच हितासाठी मला हा निष्ठुरपणा करावाच लागला.

“लीला, मी मागे सांगितलेले आता पटते का तुला? त्यावेळी तुला वाटले, मी उपहासाने बोलत आहे; पण तेच खरे ठरले ना? आता एका त्रयस्थाकडून तुला तुझी खरी किंमत कळली ना? या बिझिनेसमध्ये तुला काही फ्यूचर नाही हे पटले ना? अजून वेळ गेलेली नाही... लीला, अजून वेळ आहे. माझे ऐक! हा नाद सोड! घरी जा! का या दगडाच्या भिंतीवर डोके आपटून घेतेस? हा नाद सोड, लीला, माझे ऐक!”

मनाची किमया कोणाला कळली आहे? संकटांचा, अपमानाचा, निराशीचा, अपयशाचा कोणावर कसा परिणाम होईल हे कोण सांगू शकेल? या दबावाखाली, या असह्य ताणाखाली काही मने ठिसूळ होऊन जातात, काही वितळून जातात, काही पार मोडून जातात-निकामी होऊन जातात; पण काही टणक होतात... हिऱ्यासारखी कठीण होतात!

मला कसे माहीत असणार? मला शंका तरी कशी येणार? माझा आवाज थांबला व मी तिच्याकडून काहीतरी उत्तराची वाट पाहत राहिलो. तिचाही हुंदक्यांचा आवाज थांबला होता.

खोलीत विलक्षण शांतता होती; पण मला एक अशी अत्यंत चमत्कारिक जाणीव झाली, की प्रत्यक्ष हालचाल होत नसूनसुद्धा खोलीत काही तरी होत आहे, काहीतरी जडणघडण होत आहे, काहीतरी चालले आहे.

इतका वेळ लक्षात न आलेला कोणत्या तरी टिनपाट घड्याळीचा टक्-टक्-टक् आवाज एकदम मोठ्याने यायला लागला. पण हा तो मला जाणवलेला बदल नव्हता. ते काहीतरी वेगळेच होते.

एक क्षणभर मला अगदी विलक्षण भास झाला, की ते घड्याळ आपल्या तालात अडखळले... अडखळले... आणि परत टक्-टक् करू लागले.

पण त्या निमिषार्धात ते झाले. मी त्याला नाव देऊ शकत नाही. इतका वेळचा तिचा राग हा एखाद्या भट्टीसारखा होता. त्याच्या गरम लहरी माझ्या मनापर्यंत पोहोचत होत्या. तर एकाकी भट्टीऐवजी तेथे थंडगार बर्फ आल्यासारखे मला वाटले. जिवाला शहारा देणारी ही थंड लाट माझ्यावरून गेली. आणि माझ्या सर्व अंगावर काटा आला, मानेवरचे केस थरारून ताठ उभे राहिले.

काहीतरी झाले होते आणि ते भयंकर होते, वाईट होते, धोक्याचे होते! दुसऱ्याच क्षणी लीलाचा आवाज आला आणि माझ्या मनातली उरलीसुरली शंका नाहीशी झाली. तिचा आवाज थंड होता-बर्फासारखा थंड! त्यात राग, खेद, निराशा, दुःख, अशी कोणतीही भावना नव्हती... अगदी लवलेशही नव्हता! असा तो निर्विकार आवाज तिच्या अंधाऱ्या कोपऱ्यातून आला.

"काकासाहेब, शेवटी तुमचे ढोंग उघडे पडले! हा सगळा बनाव एवढ्यासाठीच होता! आणि तुम्ही मला जवळजवळ फसवले होते! ठीक आहे. मला सर्व काही समजले. आणि कृपा करून आता येथून जा."

मी खरोखर मूर्ख! कोणती गोष्ट केव्हा संपवावी हेच मला कळत नाही. मी पुन्हा तिला सांगण्याचा प्रयत्न केला.

"लीला, प्लीज! माझं ऐक! हे ढोंग नाही, बतावणी नाही."

अंधाऱ्या कोपऱ्यातून एखाद्या वाघिणीसारखी झेप घेऊन लीला माझ्यासमोर उभी राहिली. मी तिचा चेहरा आजतागायत विसरलेलो नाही. तिचे डोळे आग ओकत होते. दातावरून ओठ मागे गेले होते. तिचा चेहरा पांढरा फटक पडला होता. फक्त गालावर दोन लाल ठिपके होते.

"काकासाहेब, मी शेवटचं सांगते- येथून बाहेर जा. निघून जा. विनाकारण अपमान करून घेऊ नका. मी यापुढे आपण होऊन तुम्हाला जन्मात तोंड दाखवायला येणार नाही. जा."

"पण लीला..." मी अजून मूर्खासारखा बोलत होतो.

आणि मग ती किंचाळली. एखाद्या रानटी श्वापदासारखी किंचाळली.

"बाहेरऽ! बाहेरऽऽ! चालते व्हाऽ! या क्षणी चालते व्हाऽऽ!"

मला वाटले ती आता खरोखरच माझ्या अंगावर धावून येणार आहे.

एक क्षणच मी तिच्या विस्फारलेल्या डोळ्यांत पाहिले. माझ्या ओळखीची लीला पार गडप झाली होती.

त्या जागी हे दुसरेच कोणीतरी होते.

माझ्या मनाला एक विलक्षण धक्का बसला. मी घाईघाईने त्या कोंदट, अंधाऱ्या, गुदमरविणाऱ्या , भयनाक खोलीतून बाहेर पडलो. खाली येताना पाय लटपटत होते. स्टिअरिंगवरचे हात कापत होते. डोळ्यांसमोर मधूनमधून लाल- काळी वर्तुळे सरकत होती.

केवळ नशिबानेच त्या दिवशी मी बंगल्यावर सुखरूप येऊन पोहोचलो.

मी तेथे नक्की काय पाहिले होते? मला समजले नाही.

पण त्यानंतर मी लीलाला भेटण्याचा किंवा तिला पत्र वगैरे लिहिण्याचा अजिबात प्रयत्नही केला नाही.

ते पिक्चर पुरे करायचेच अशा जिद्दीने मी काम करीत होतो.

वेळोवेळी शरीराकडून धोक्याच्या सूचना येत होत्या. मी तिकडे पार दुर्लक्ष केले. काम चालू ठेवले आणि ठरलेल्या वेळात पुरे केले. थाटाचा ऑल इंडिया प्रीमियर झाला आणि त्याच पहाटे माझा ब्रेकडाऊन झाला.

समोरचे सर्व जग गरगरत दूर कोणत्यातरी पोकळीत गडप झाले व मनावर एक दाट विषण्ण छाया आली. माझी कंडिशन अतिशय सिरिअस असली पाहिजे. मिनिटे, तास, दिवस यांची मला शुद्धही नव्हती.

पाच-सहा दिवसांनी मी या धुक्याच्या बाहेर आलो.

मी दमलो होतो! किती दमलो होतो! ओव्हर वर्क! टेरिबल स्ट्रेन!.. डॉक्टर म्हणाले. त्यांनी पूर्ण विश्रांती सुचवली, नाही, जवळजवळ हुकूमच दिला.

"धडपणे जगायचे असेल तर आता मी सांगतो ते ऐका आणि पूर्ण विश्रांती घ्या!" अगदी त्यांच्या तोंडचे शब्द! माझा निरुपाय झाला. विश्रांती तर विश्रांती! दोन महिन्यांनी शरीर परत ठिकाणावर आले; पण मनाला आलेली शिथिलता काही दूर होईना! कामाचा पूर्वीचा उत्साह पार मावळला होता. समोर कागद आला की डोके ठणकायला लागले.

वर्षानुवर्षे शरीराला एका चाकोरीतून दामटले होते. आता ते आपला सूड अशा रीतीने घेत होते. कंटाळून मी सर्व कामच बंद केले. आणि काही दिवसांसाठी तरी परदेशी जायचे ठरविले.

रोम, मिलॉन, बर्न, पॅरिस, लंडन, हॉलीवूड-कितीतरी ठिकाणी माझे स्नेही होते आणि त्यांची अगत्याची निमंत्रणे धूळ खात पडली होती.

मी किती कंटाळलो आहे, किती स्टेल झालो आहे, हे मला आता कळले.

हे माझ्या प्रवासाचे वर्णन नाही. तेव्हा मी भारताबाहेर जवळजवळ एक वर्षभर होतो. या पलीकडे काही लिहिण्याची आवश्यकता नाही. कालांतराने मनातली गुंतागुंत जरा जरा सुटत गेली. ज्या गोष्टींचे मला नावही नको होते त्यांच्यात हळूहळू गोडी वाटायला लागली.

जुने बंध परत मला इकडे खेचू लागले व मी ओळखले की आता परत जायची वेळ आली आहे. सुमारे सव्वावर्षाच्या दीर्घ पर्यटनानंतर एका पावसाळी सकाळी मी मुंबईत येऊन दाखल झालो.

घरी आलो, स्नान झाले, कपडे वगैरे केले, चहा घेतला आणि आमची व्यावसायिक साप्ताहिके, नियतकालिके चाळायला घेतली. नुसत्या हेडलाइन्स मी डोळ्यांखाली घालत होतो. कारण गेल्या सव्वा-दीड वर्षातल्या घटनांचा संदर्भ मला अजिबात माहीत नव्हता. मला केवळ कुतूहल होते.

अशा बेसावध अवस्थेत असताना तिचे पानभराचे चित्र एकाएकी माझ्यासमोर आले. ओळख क्षणात पटली; पण विश्वास बसायला वेळ लागला आणि... मी नावासाठी खाली पाहिले. खाली नाव लीला नव्हते-

सुवर्णा! त्यांनी तिला सुवर्णा नाव दिले होते.

पण हा प्रकार होता तरी काय? वर्षसव्वा वर्षापूर्वी एखाद्या लहानशा पार्टसाठी दारोदार हिंडणारी, अनामिकपणे एका काळोख्या कोपऱ्यात राहणारी लीला! तिच्यात हा एवढा आमूलाग्र बदल कसा झाला? केव्हा झाला? ती इतकी प्रसिद्ध केव्हा झाली? तिच्या फोटोसाठी पाचपाच हजारांची जाहिरात देण्याइतकी प्रसिद्धीस केव्हा आली? कशी आली?

भारतात पाय ठेवल्या ठेवल्या बसलेला हा धक्का चांगला नव्हता. मोठ्या प्रयासाने आलेला मनाचा तोल परत बिघडू लागला. मी पुन्हा पुन्हा तिच्या त्या पानभर पसरलेल्या चित्राकडे पाहत होतो. तिचे ते रूपांतर अगम्य होते. ती लीलाच होती; पण नवी लीला! कुरूप सुरवंट कोषात गेला होता आणि हे सोनेरी फुलपाखरू बाहेर आले होते! सुवर्णा! किती सार्थ नाव!

चित्रातल्या लीलाची नजर माझ्यावर खिळली होती. डोळे आधीचेच काळेभोर, टपोरे होते; पण आता त्यांच्यात खोल कोठेतरी अस्पष्टसे सोनेरी कण तरंगताना दिसत होते. तिच्या त्वचेला उजळलेल्या सोन्यासारखी झळाळी होती. सुवर्णा! मला पुन्हा वाटलं-किती सार्थ नाव!

पण हे कोडे मला स्वस्थ बसू देईना. सिने साप्तहिकांचे व मासिकांचे मागचे अंक मी काढले व ते सर्वच्या सर्व चाळून पाहिले. आणि मग इकडचा एक, तिकडचा एक असे तुकडे जमवून मी लीलाच्या या भव्य भरारीचे पूर्ण चित्र उभे केले.

सुमारे नऊ महिन्यांपूर्वी तिला मद्रासकडच्या एका पिक्चरमध्ये सपोर्टिंग ॲक्ट्रेसचा रोल मिळाला होता. हेही एक आश्चर्यच होते. पण अशा गोष्टीही नेहमी घडत असतात. खरे नवल त्यापुढेच होते. तिच्या कामाची विलक्षण स्तुती झाली होती. एक-दोन परीक्षकांनी तर तिचे नाव स्टेट ॲवॉर्डसाठीही घेतले होते आणि त्या परीक्षकांपैकी काहींना मी चांगला ओळखत होतो; तेव्हा प्रशस्ती केवळ भाडोत्री नाही, तर अगदी मनापासून केलेली आहे यात शंका नव्हती.

एवढी सुरुवात पुरेशी होती. त्यानंतर तिला मुंबईच्या एका प्रसिद्ध स्टुडिओने एक-दोन चित्रात कामे दिली होती व त्यावेळीही तिने सर्वांचे लक्ष वेधून घेतले होते.

पण माझ्या लक्षात एक गोष्ट ताबडतोब आली. अगदी प्रथमपासूनच तिचे बिलिंग 'सुवर्ण' याच नावाखाली झाले होते. लीलाची सुवर्णा सर्वप्रथम झाली होती व तिला संधी मिळाली होती. या सर्व प्रकारात मी जी विसंगती शोधत होतो ती येथे होती.

तिच्यात हा बदल कसा झाला? ही किमया कोणी केली?

मला तिच्या खोलीतली शेवटची भेट आठवली. शेवटच्या क्षणी झालेला किंवा भासलेला तो बदल आठवला. आणि आताही अगदी त्याच वेळेसारखी एक शहार आपल्या बर्फाच्या पावलांनी माझ्या सर्व अंगावरून गेली; मला मनोमनी खात्री पटली, की येथे जे काही झाले आहे ते नैसर्गिक नाही, चांगले नाही.

माझ्या गैरहजेरीत माझ्याकडे अनेक पत्रे आली होती. मागच्या व्यवहारातील काही देणी-घेणी शिल्लक होती. त्याचे अकौन्टस् होते. संध्याकाळपर्यंत वेळ त्यातच गेला. कामाने शीण येत नाही, परत एकदा उत्साह आला आहे, पूर्वीसारखा कंटाळा येत नाही, हे पाहून मला फार बरे वाटले होते. सगळे काम निदान जेवढे एका बैठकीत, कोणाच्या सल्लामसलतीशिवाय संपन्नता येण्यासारखे होते तेवढे तरी संपवायला संध्याकाळ झाली.

संध्याकाळच्या शोसाठी मी बॉक्स रिझर्व्ह केली होती. सर्वसाधारणपणे हे काम ऑफिस क्लार्क करतो. पण आज मीच स्वतः फोन केला होता. नाव ऐकताच बुकिंग क्लार्क म्हणाला होता.

"काकासाहेब, तसेच या की! साहेबही भेटतील."

"नो नो! मला बॉक्स हवी; आणि त्यांना सांगितलं नाहीस तरी चालेल. एखादेवेळी माझ्याबरोबर गेस्ट असतील."

"ठीक आहे काकासाहेब."

मी मुद्दामच जरा उशिरा गेलो. आज मला कोणी ओळखायला नको होते. मला कोणाचीही कंपनी नको होती. सुवर्णाचे पिक्चर होते व मला एकट्याला, एकांतात ते पाहावयाचे होते. एकाग्रतेने, डिस्टर्ब न होता, लक्ष देऊन पाहावयाचे होते.

माझ्या उत्कंठेचे मलाच एक विलक्षण नवल वाटले. माझे स्वतःचे पिक्चर असले तर इतक्या वर्षाच्या अनुभवानंतरही थोडीशी अँक्सायटी असतेच; पण हे वेगळेच होते. ही उत्कंठा नेहमीची नव्हती. एखाद्या शाळकरी पोरासारखी मी वाट पाहत होतो. आणि मला असे वाटले की, माझ्या मनात उत्कंठेबरोबर किंचितशी अस्वस्थताही होती.

सुवर्णा पडद्यावर आली आणि माझा श्वास छातीत अडकून राहिला.

'खोज' चित्र गेल्या दोन-तीन वर्षात लाखो लोकांनी पाहिले आहे. कथा सामान्य आहे, दिग्दर्शनही बेताचेच आहे. सेट्स, फोटोग्राफी, साउंडिंग प्लेबॅक, या सर्व तांत्रिक गोष्टी परफेक्ट आहेत. कामेही बेताचीच आहेत.

फक्त सुवर्णा सोडून!

गोष्ट थोडक्यात अशी आहे. चार बहिणी असतात. थोरलीचे लग्न एका खूप श्रीमंत माणसाशी झालेले असते. तिच्या खालच्या नंबरचे लग्न एका सुविद्य प्राध्यापकाशी झालेले असते व अगदी धाकटी एका प्रसिद्ध पण कंगाल देशभक्ताच्या प्रेमात सापडलेली असते. या मोमेन्टला चित्र सुरू होते... आणि सुवर्णा नंबर तीनची बहीण असते. एक श्रीमंत पण व्यसनी, एक बुद्धिमान पण दरिद्री आणि एक देशभक्त पण भूमिगत, असे तीन तरुण तिच्यावर प्रेम करीत असतात. देशभक्त गोळीबारात मरण पावतो आणि श्रीमंत शेवटी सुधारतो व त्याचे सुवर्णाशी लग्न होते.

सगळेच क्रूड होते, ओढून ताणून आणल्यासारखे वाटत होते. योगायोगाच्या भाराखाली मूळ कल्पनेचा चेंदामेंदा झाला होता.

पण सुवर्णा! तिला कोण विसरू शकेल?

तारेच्या कंपाउंडच्या आत मृत देशभक्ताच्या पार्थिव देहास अग्नी दिला जात असतो. अशक्य कोटीतला प्रसंग आणि बाहेर, हातात गज आवळून भरलेल्या नेत्रांनी आत पाहणारी सुवर्णा.

चांदण्या रात्री, गच्चीवर, अगदी एकांतात, लखलखत्या ताऱ्यासमोर आपले हृदगत उघड करणारी सुवर्णा.

शी वॉज मॅग्निफिसंट! सुपर्ब! टेरिफिक!

मेकअप आर्टिस्ट, कॅमेरामन यांच्या ट्रिक्स, लाइटिंग, बॅकग्राउंड संगीत या सर्वांनी तिच्याभोवती आकर्षक असे एक वलय निर्माण केले होते, पण या साऱ्यातूनही तिच्या व्यक्तिमत्त्वाची ज्योत धनधगत होती. ती एक अत्यंत श्रेष्ठ दर्जाची अभिनेत्री झाली होती यात शंका नव्हती.

मला खरोखर आनंद व्हायला हवा होता आणि तसा आनंद झालाही, पण तो निर्भेळ नव्हता. कारण मला सारखे वाटत होते, की सुवर्णाची ही धगधगती ज्योत शुद्ध नाही. ती धुराने थोडीशी काळवंडलेली आहे. एका क्षणात मनात उमटून गेलेली ही कल्पनाचित्रे आहेत. त्यांचा उगम, त्यांचा अर्थ मला विचारू नका.

पिक्चर संपले ते अँटीक्लायमॅक्सचा नोटवरच! पण प्रेक्षकांना त्याच्याशी कर्तव्य नव्हते. या सुवर्णाने त्यांचे हृदय जिंकले होते; आपल्या प्रत्येक भावनावेगाबरोबर त्यांना वाहावत नेले होते. तिच्यासाठी त्यांनी श्वास रोखले होते, तिच्यासाठी त्यांची अंतःकरणे पिळवटून निघाली होती, त्यांच्या मनासमोर ती आणि फक्त तीच होती!

तिला भेटणे आता आवश्यकच झाले होते, आणि शक्य तितक्या लवकर! तिच्यात आणि माझ्यात कोणते पाश निर्माण झाले होते ते मला समजत नव्हते, पण तिची मला काळजी वाटू लागली होती हे निश्चित!

तिच्या नावावर फोन होता, पण मी स्वतःफोन करायचे टाळले. मी प्रत्यक्ष बोलू लागलो तर ती मला भेटायला नकारसुद्धा देईल अशी मला भीती वाटत होती, तिला फोन करून संध्याकाळी सातची अपॉइंटमेंट घ्यायला मी क्लार्कला सांगितले.

"सुवर्णाबाईना सांग." मी त्याला बजावले-"की मला दुसरी वेळ नाही. त्यांना सांग की मी आता ऑफिसमध्ये नाही व तुला भेटणार नाही. सातला एकदम तिकडेच येणार आहे असे त्यांना सांगा."

माझी भेट टाळायला तिला पळवाट राहू द्यायची नव्हती. आणि माझी खात्री होती, की असा निश्चित निरोप मिळाल्यावर त्यावेळी बाहेर जायचा उद्दामपणा ती माझ्याशी करणार नाही. निदान या पहिल्या भेटीच्या वेळी तरी नाही.

पुढे काय होईल ते या भेटीवर अवलंबून होते,

“काय म्हणाल्या?” क्लार्क आत येताच मी त्याला विचारले.

“आधी म्हणत होत्या की आज वेळ नाही. पुन्हा केव्हातरी मी स्वतःच फोन करून कळवीन. दोन-तीनदा असं म्हणाल्या व मग शेवटी मी जेव्हा तुमचा निरोप सांगितला तेव्हा म्हणाल्या, ठीक आहे. मी घरी आहे.”

तिच्याबद्दलचा माझा अंदाज चुकला नव्हता!

सकाळीच पावसाची एक तुफान सर येऊन गेली होती. त्यानंतर ढग जरासे निवळले होते. मधेच जरासे मळकट पिवळे ऊनही पडले होते. दुपारभर पावसाची अधूनमधून रिपरीप चाललीच होती; पण मी संध्याकाळी लीलाकडे निघालो तेव्हा मात्र आकाश पोलादी करड्या ढगांनी काठोकाठ भरले होते. पाऊस वेळेच्या वळणापलीकडे होता; पण इतका जवळ, की तो जवळजवळ प्रत्यक्षच जाणवत होता. एखादे जनावर साखळीने खेचून मागे धरावे तसे ढग खेचले गेल्यासारखे वाटत होते. पण कोणत्याही क्षणी पाऊस धूमधडाक्याने कोसळायला लागेल...

आठ-नऊ खोल्यांच्या आलिशान फ्लॅट्सच्या इमारतीत लीला राहत होती. पैशांच्या बळावर येथे माणसे एकमेकांपासून शक्य तितकी दूर, शक्य तितकी अलिप्त राहत होती. पैशांच्या सोनेरी कवचांत.

सोनेरी-सुवर्णा! ती आता माझे स्वागत कसे काय करणार आहे याचा मला काही अंदाज बांधता येत नव्हता... आणि मग मला या विचाराचे जरासे हसूही आले. पूर्वी ती हवालदिल झाली होती. एखाद्या जखमी जनावरासारखी लपूनछपून अंधाराच्या आडोशाला बसली होती. तेव्हाही मला हीच शंका आली होती- आणि ती वैभवाच्या शिखरावर होती, तिला कशाचीही वाण नव्हती, तरीही मला तीच शंका येत होती!

आमच्या दोघांच्या स्वभावाची घडणच अशी विचित्र होती की केव्हाही, कोणत्याही परिस्थितीत आम्ही मित्रत्वाने, सहभावनेने एकत्र येऊच शकत नव्हतो! दोघांना एकमेकांच्या गुणाबद्दल आदर असूनही!

मी घंटा वाजवली आणि पाच सेकंदातच दार उघडले गेले. लीलाच दाराच्या आत उभी होती. लीला नव्हेच ती... सुवर्णा!

एखाद्या मासिकातल्या फॅशन प्लेटसारखी सजली होती. तिने वापरलेला उंची सुगंध माझ्यापर्यंत तरंगत येत होता. तिचे सारे रूपच मनाला मुग्ध करून टाकणारे होते. डोळे दिपवून टाकणारे होते.

माझी भेट तिला टाळता आली नव्हती. तिचा अल्पमती मेंदू कसा काम करीत होता ते माझ्या ध्यानात आले. माझी भेट घ्यावी लागणारच होती आणि मग त्यासाठीच ती सजली होती! बचावाचा सर्वोत्तम मार्ग म्हणजे हल्ला! तिने सर्व काही वापरले होते. उंची, तंग, झिरझिरीत वस्त्रे, मेकअप, केशभूषा, सेंट- आणि ते पाहूनच मला धीर आला. माझ्यासाठी ती जर इतकी हिशोबाने व विचाराने वागत असली तर- तर मग त्यांचा अर्थ हा की ती मला भीत होती!

दार उघडून ती माझ्याकडे एक-दोन सेकंद पाहत राहिली व मग हसली.

"काकासाहेब! या ना आत." ती गोड आवाजात म्हणाली व मी तिच्यामागोमाग हॉलमध्ये गेलो. डेकोरेशन, फर्निचर, शोभेच्या वस्तू, सर्व काही तिच्या रुबाबाला साजेसेच होते. पण पहिल्या एका नजरेनंतर मी खोलीकडे पाहिलेली नाही. माझी नजर सुवर्णावरच होती. माझ्यासमोर तीन-चार फुटांवर ती बसली होती. प्रथम काही वेळ तिने माझ्या नजरेला नजर दिली व मग ती खिडकीबाहेर पाहू लागली.

"लीला..." मी बोलायला सुरूवात केली आणि थांबलो. ते नाव ऐकताच तिच्या चेहऱ्यावर तिरस्कार उमटला होता. तिने डोळे मिटून घेतले होते.

"काकासाहेब, ते नाव वापरू नका." ती भरभर बोलत म्हणाली.

"ओ. के..! ॲज यू वुइश! सुवर्णा तर! सुवर्णा, मी काल तुझ्या पिक्चरला गेलो होतो." ती काही न बोलता होती तशीच बसून राहिली; पण तिच्या गळ्याजवळची एक निळी शीर थड्थड् उडायला लागली होती.

"सुवर्णा, इट वॉज वंडरफुल! मी पिक्चरसंबंधी बोलत नाही-तुझ्याबद्दल बोलतोय- यू वेअर सुपर्ब! मॅग्नीफिसंट! आणखी काय सांगू?"

तिची मान सावकाश वळली. तिचे डोळे उघडले व माझ्यावर खिळले. मी स्क्रीनवर तिचा क्लोजअप पाहिला होता; छापलेला तिचा मोठा फोटोही पाहिला होता; पण आता इतक्या जवळून माझ्यावर खिळलेली ही तिची नजर...

तिचा लोकांवर इतका प्रभाव कसा पडत होता ते मला समजले. मी या धंद्यात पूर्ण मुरलेला-पण माझ्यावरही त्या विलक्षण नजरेचा परिणाम झाल्याखेरीज

राहिला नाही. आणि डोळ्यांवरून ओळख पटते असे म्हणाल तर या डोळ्यांत मला लीला दिसत नव्हती-हे एका अपरिचित व्यक्तीचे डोळे होते आणि माझ्या मनात एक लहानसा धक्का देणारा विचार आला. अशी नजर असलेली व्यक्ती मी मित्र म्हणून जवळ केली नसती! ओ नो!

"काकासाहेब," सुवर्णा आपल्या गोड आवाजात म्हणाली, "ज्याने तुमचे वर्षा दीड वर्षापूर्वीचे शब्द ऐकले आहेत त्याचा आता आपल्या कानांवर विश्वास बसणार नाही, नाही का? त्यावेळी मी तुम्हाला रद्दी, टाकाऊ, थर्डरेट वाटत होते! आमचे ख्यातनाम दिग्दर्शक काकासाहेब राणे!

तिचा काय प्रयत्न चालला होता? मला भडकविण्याचा? माझी समजूत होती त्यापेक्षाही तिला कमी अक्कल होती! मी शांतपणे म्हणालो,

"खरं सांगू का सुवर्णा, माझा स्वतःचाही माझ्या डोळ्यांवर विश्वास बसेना! तुला माहीत आहे ना, गेले दीड वर्ष मी हिंदुस्थानात नव्हतो ते? परत आल्याला अजून दोन दिवससुद्धा झालेले नाहीत. मी काल पिक्चर पाहिले आणि मला शॉक बसला. खोटं नाही सांगत तुला सुवर्णा..."

अजून ती तशीच माझ्याकडे पाहत बसली होती. मी हलकेच म्हणालो,

"सुवर्णा, गेल्या दीड वर्षात काय झाले? वरवर दिसते तितकी ही गोष्ट साधी नाही. तू मला फसवू शकत नाहीस. मी तुला सुरुवातीस पाहिले आहे अन् आता पाहत आहे, मला स्पष्ट दिसत आहे की, काहीतरी घडले आहे, काहीतरी विलक्षण झाले आहे, सुवर्णा, मला सांग काय झाले आहे?"

एक क्षणभरच तिच्या डोळ्यांत मार्दव आले. मला माहीत असलेली लीला एक क्षणभरच त्या विशाल नेत्रात मला दिसली. मला वाटले की, सुवर्णा आता काहीतरी सांगणार आहे... महत्त्वाचं सांगणार आहे.

पण तो क्षण गेला. डोळ्यातली लीलाची आठवण मावळली. तिचे डोळे कठीण झाले. तिला आतूनच कशाची तरी उभारी होती. आणि ते आताइतके कधीही मला स्पष्ट दिसले नव्हते, ती एक दाहक ज्वाला होती, एक सोनेरी ज्योत होती... पण धुरकटलेली! काळवंडलेली!

"माझे गुपित केव्हा कळेल असं झालं असेल तुम्हाला, नाही का काकासाहेब? तुमचे प्रेस्टीज पणाला लागले आहे, नाही का? तुम्ही ज्याला हात लावता त्याचे सोने होते म्हणतात. मग हे तुम्ही खाली टाकून दिलेले मातीचे ढेकूळ, हा दगड

-त्याचे सोने कसे झाले? ही गावठी, अननुभवी, मूर्ख मुलगी-हिची सुवर्णा कशी झाली? समजून घ्यायला तुम्ही अगदी उतावळे झाला असाल, नाही का काकासाहेब?''

शब्दशब्दागणिक ती मला डिवचण्याचा प्रयत्न करीत होती प्रत्येक शब्द जहरी रागाने भरलेला होता, विषारी बाणासारखा होता. पण मला राग आला नाही. तिने असे वागण्याचे कारण काय, हे शोधण्यातच मी गर्क झालो होतो. तिच्या शब्दांना मी फारशी किंमत दिलीच नाही...

''सुवर्णा, मी तुला माझं मत सांगितलेलं होतं. कदाचित त्यावेळी मी वाजवीपेक्षा जास्त टीका केली असेल; पण ते माझं खरं मत होतं, माझ्या हाताखालून शेकडो नट-नटी गेल्या आहेत आणि मला अनुभव आहे. माझे मत झालं होतं ते योग्य होतं-माझी चूक होण्याची शक्यता नव्हती. अगदी उच्च दर्जाचा दिग्दर्शकसुद्धा तुला केवळ वर्षसव्वा वर्षात इतकी उत्तम अभिनेत्री बनवू शकला नसता-आणि म्हणून मी विचारतो-तू काय केलंस, सुवर्णा?''

पुन्हा एकदा तिला हा प्रश्न बोचला. रागाने तिच्या नाकपुड्या परत थरथरू लागल्या. किंचित कापणाऱ्या आवजात ती म्हणाली,

''काकासाहेब, मी यश मिळविलं की नाही?''

''होय; तू निर्विवाद यशस्वी झाली आहेस, सुवर्णा!''

''मग झालं तर! माझं ध्येय मी गाठलं!''

''पण कसं? तेच तर मी तुला विचारतो आहे, सुवर्णा! तू काय केलंस!''

''त्याच्याशी काय कर्तव्य आहे? माझं काम झालं ना? द एंड मॅटर्स, काकासाहेब बॉट द मीन्य!''

''ओ! बट दे डू, सुवर्णा, दे दनडीड्‌ डू!'' मी हलकेच म्हणालो...आणि एका क्षणात मला सारा उलगडा झाला. तिला माझा इतका राग का आला होता हेही स्पष्ट झाले-मी या नव्या ज्ञानाच्या दृष्टीने तिच्याकडे पाहिले आणि माझी खात्री पटली की तिने या यशासाठी काहीतरी केले आहे- काहीतरी भयंकर केले आहे. ती जाणीव तिला आता टोचत आहे व त्याचा राग ती आता माझ्यावर काढीत आहे. स्पष्ट विचाराच्या या लखलखणाऱ्या पण निःशब्द विजेखाली, जणू काही एक अनोळखी, अकल्पित आणि भयानक देखावा माझ्यासमोर क्षणभर उभा राहिला होता. सर्व प्रसंगाचे एकमेकांशी बरोबर संबंध जुळत होते-जर माझा हा तर्क खरा असेल तर!

"सुवर्णा, तू काहीतरी भयंकर केले आहेस आणि आता तुला त्याचा पश्चात्ताप होत आहे. मला सांगतेस का सुवर्णा! माझ्यावरचा राग विसर आणि मला विश्वासात घे. मी मदत करायला तयार आहे. खरंच सांग सुवर्णा माझ्यावर विश्वास नाही का तुझा?"

मला वाटते की एक पळभर खरोखरच बोलायला तयार झाली होती; पण पुन्हा एकदा ती संतापाची, रागाची धुमसणारी काळी लाट आली आणि तिचे मन बदलले. तिचे डोळे परत कठीण झाले.

"काकासाहेब", ती फसव्या गोड आवाजात म्हणाली, "तुमचा काहीतरी गैरसमज झाला आहे. डोळ्यांसमोर दिसणारी गोष्ट तुम्ही मान्य करीत नाही. कारण त्यात तुमची नामुष्की आहे. त्यासाठी तुम्हाला असले काही तरी गूढ, रहस्यमय कारण लागत आहे. पण मला या गूढ गोष्टी कळत नाहीत!"

पण ती मला फसवू शकली नाही. तिचे क्षणभर द्विधा झालेले मन, चाळवले गेलेले चित्त, मला आता प्रत्यक्ष दिसले होते.

"सुवर्णा, आता ही बतावणी पुरे! मला दिसत आहे की तुला मदतीची जरूरी आहे. फार फार जरूरी आहे. माझ्याजवळ मन मोकळे कर, सुवर्णा, मला सांग, काय झालं आहे?"

आणि तिचा राग उफाळून वर आला, "मला ढोंगी म्हणता?" ती कडाडली, "तुम्हीच ढोंगी आहात काकासाहेब! यू आर ए हंबग काकासाहेब! जा! माझा वेळ घेऊ नका!"

मला निघावेच लागले. मी शिष्टसंमत मर्यादा उल्लंघू शकत नव्हतो. तरी मी दारापासून तिला शेवटचे एकदा सांगितले... "सुवर्णा, तू आता मला काहीही बोललीस तरी मी ते मनावर घेणार नाही. जेव्हा मदत लागेल त्या क्षणी माझ्याकडे ये-अगदी मध्यान्हरात्रीसुद्धा-! मी तयार आहे."

"गेट आऊट काकासाहेब!" ती किंचाळली, "यू ओल्ड चीट!"

पुढचे शब्द मला ऐकू आले नाहीत. मी खाली आलो. गाडी सुरू केली व घराकडे निघालो. मी निराश झालो होतो हे तर खरेच आहे. पण त्यातल्या त्यात एका गोष्टीचे मला समाधान होत होते-ती शेवटपर्यंत मला 'अहो काकासाहेब' असेच म्हणत होती!

सुवर्णाची लोकप्रियता दिवसेंदिवस वाढतच होती. मी तिचे प्रत्येक पिक्चर पाहिलेले आहे. सुवर्णा सर्वांच्या स्मृतीत अमर झालेली आहे. तिने काम केलेल्या चित्रपटांची संख्या खूप होईल. आणि प्रत्येक वेळी तिचे काम अविस्मरणीय झालेले आहे. अशी अखंड यशस्विता फारच थोड्यांच्या नशिबात असते. कितीही चांगला कलावंत असला तरी काही काही वेळा त्यालाही अपयश येते; पण सुवर्णाचे तसे नव्हते. ती एकदा जी अजोड ठरली ती पार शेवटपर्यंत अजोडच राहिली. नवल नाही तिच्या व्यक्तिगत आयुष्याबद्दल, तिच्या आवडी-निवडीबद्दल, तिला मिळत असलेल्या पैशांबद्दल लोकांनी वाटेल तसल्या अफवांवर विश्वास ठेवला होता; पण या सर्व प्रसिद्धीमागची, खरी सुवर्णा कोण ओळखत होते?

मी वर 'शेवटपर्यंत' असे म्हटले आहे; कारण तिचाही शेवट झाला. आकाशात लखलखणारी उल्का एकदम अदृश्य व्हावी तशी सुवर्णा गेली. प्रसिद्धीच्या, वैभवाच्या, लोकप्रियतेच्या अत्युच्च शिखरावर असताना गेली. कोणाच्या ध्यानीमनीस्वप्नीही ही शंका आली नसेल.

झोपेच्या गोळ्या खाऊन सुवर्णाने आत्महत्या केली.

कॉटशेजारच्या टेबलावर दोन ओळींचीच एक चिठ्ठी होती-

यापुढे काहीही सहन करणे मला शक्य नाही.
माझा निरुपाय झाला आहे.

- सुवर्णा

बस! एवढेच! लोकांना बसलेल्या धक्क्याचे वर्णन अशक्य आहे.

पण मी? मी काय विचार करावा? माझा यात काही दोष होता का? केले यापेक्षा मी आणखी काही जास्त करू शकलो असतो का? शेवटपर्यंत तिने माझ्याविरुद्ध एक शब्दही काढला नव्हता; पण मी जर तिच्या पर्सनल गोष्टीत जास्त ढवळाढवळ केली असती तर तिने हा संयम पाळलाच असता असे कोण सांगू शकेल? आणि तिने एक शब्द बोलायचा अवकाश-आमच्या दोघांच्या मस्तकाभोवती अफवांचे आग्यामोहोळ उठले असते... नो!नो! मला माझ्या मर्यादा बरोबर माहीत होत्या, तरीही मला विलक्षण उदासीनता आली. सुवर्णा ज्या रीतीने वर आली ते मला पसंत नव्हते, आणि तरीही मला खेद होत होता.

जाऊ द्या! मन फार गुंतागुंतीचे आहे आणि फसवेही आहे.

तिच्या मृत्यूनंतर तिसऱ्या सकाळी मला तिचे पत्र मिळाले. अर्थात आधी मलाही कळले नव्हते, की ते तिचे पत्र आहे. कारण वर फक्त माझे नाव होते. आतली हस्तलिखिताची दोन पाने उलटली व मग पत्राच्या शेवटी मला तिची सही दिसली-आधी 'सुवर्णा' असे लिहिले होते व मग ती अक्षरे खोडून 'लीला' असे लिहिले होते.

प्रिय काकासाहेब,

तुमच्याशी बोलण्याची ही शेवटचीच संधी आहे. हे पत्र तुम्ही वाचत असाल तेव्हा मी हे जग सोडून गेलेली असेन. मला ही एकच आणि शेवटची संधी मिळणार आहे-काकासाहेब. हजारो लोकांशी माझा संबंध आला; पण तुम्ही एकच काय ते शेवटपर्यंत प्रामाणिक राहिलात, तुम्हीच काय तो मदतीचा हात पुढे केलात. मी तुमच्याशी उर्मटपणाने वागले, तुमची निर्भर्त्सना केली, तुम्हाला नाही नाही ती दूषणे दिली. माझ्या पैशांच्या, प्रसिद्धीच्या गर्वात मी तुमची कदर केली नाही. आणि तरीही तुम्ही जाताना म्हणाला होता... सुवर्णा, मदत लागली तर माझ्याकडे ये! केव्हाही ये! काकासाहेब, मी तुमच्याकडे आले आहे. शेवटच्या क्षणी आले आहे. माझी चारी बाजूंनी कोंडी झाली आहे. मी कोणाच्याही मदतीपलीकडे गेले आहे. आता मला मदत नको आहे. मनातल्या वादळाला वाट करून द्यायची आहे आणि त्यासाठीच तुमच्याकडे आले आहे. काकासाहेब, तुमची मुलगी अशी वागली असती व शेवटी तुमच्या पायांशी आली असती तर तुम्ही तिचे अपराध पोटात घातलेच असते ना? काकासाहेब, मलाही तुमची मुलगीच समजा. काकासाहेब, माझे आजवर फार चुकले आहे. मी आता तुमची क्षमा मागत आहे. आणखी काय लिहू?

घटना जशा घडत गेल्या-निदान जशा मला आठवतात, तशाच लिहीत आहे. काकासाहेब, सगळा मान गिळून मी तुमच्या स्टुडिओत आले होते. मला नकार आला. त्यावेळी मला माहीत नव्हते की ही गोष्ट तुमच्यापर्यंत आलीच नव्हती. सगळा दोष मी तुमच्या माथी मारला. तुम्ही मला भेटून गेलात-वास्तविक त्यानंतर माझे मन तुमच्याबद्दल साफ व्हायला हवे होते-पण नाही! माझा राग आणखीच वाढला. त्यावेळी मखाद्या पिसाट जनावरासारखी झाले होते. काम नव्हते-काही दिवस तर खायलाही मिळत नव्हते. खरे-खोटे, सत्यसृष्टी-भास यातला भेदच मला समजत नव्हता. आणि अशा एका काळ्या रात्री ते घडले-खरोखरच ते

झाले की, माझ्याच काचलेल्या मेंदूचा तो एक भास होता-मला सांगता येत नाही.

मला त्या खोलीत कोणी नेले ते आठवत नाही. खोली कोठे होती तेही आठवत नाही. मला एकदम दिसले, की मी एका सजवलेल्या खोलीत आहे व माझ्यासमोर कोणीतरी अनोळखी पुरुष बसलेला आहे. त्याच्यावर माझी नजर आश्चर्याने खिळून राहिली होती. तो काळाकुट्ट होता, अगडबंब होता. त्या प्रशस्त खुर्चीतही त्याचे थलथलीत शरीर कसेबसे मावले होते. त्याच्या प्रत्येक हालचालीबरोबर त्याच्या सर्व शरीरावरच्या वळकट्या हालत होत्या. तो सारखा चेहऱ्यावरचा घाम पुसत होता. चरबीत रोवलेले लहान बटनासारखे काळे कुळकुळीत डोळे माझ्यावर खिळले होते. मधून मधून एखाद्या नागिणीसारखी त्याची जीभ बाहेर येत होती, ओठावर फिरत होती. ते जर स्पप्न असेल तर ते विलक्षण खरे वाटत होते.

तो अगदी अनपेक्षित अशा चिरक्या आवाजात बोलू लागला. त्याचे शब्दही स्पष्ट येत नव्हते, बोबडा उच्चार येत होता-तो म्हणाला,

"पोली, तू घाबलली आहेस. मला भ्यायचे काहीच कालन नाही. मी तल सगल्यांची कामे कलतो. सगल्यांना मदत कलतो. माझे नाव कनवल आहे. मी कमिशन एजंट आहे. दलाल आहे, अडत्या आहे. आणि माझी दलाली मला मिलाली तल मी वाटेल ते काम कलतो! वाटेल ते! घाबलू नकोस पोली!"

कोळयांच्या धाग्यासारखे नाजूक पण असंख्य पाश माझ्याभोवती पडत आहेत असे मला वाटले. बोलणे तर दूरच राहिले, विचार करणेसुद्धा मला जड जायला लागले. माझ्याबरोबर जे कोण आले होते ती व्यक्ती म्हणाली,

"हिची खूप मोठी नटी व्हायची इच्छा आहे."

"नटी? मोठी नटी?" तो आपल्या बोबड्या आवाजात म्हणाला. "गाल्बोपेक्षा मोठी? जगप्लसिद्ध नटी व्हायचंय?"

ते पाश असंख्य संख्येने पडत होते. कान, नाक, डोळे, तोंड, सारे काही त्यात गुरफटल्यासारखे झाले होते. पण मला त्यापासून त्रास अजिबात होत नव्हता. असे वाटत होते की, हे थरावर पडणारे थर, हा खच, सारे काही आपल्या शरीरात शोषले जात आहे. माझ्यातच ही काहीतरी भर पडत आहे.

"होय." बोलले मीच, पण माझा आवाज मलाच ओळखू आला नाही. मला आत कोठेतरी सारखे वाटत होते की हा प्रकार चांगला नाही. यात आपण भाग घेता कामा नये; पण हे विचार मनाच्या ज्या एका भागात येत होते तो भाग, ती पूर्वीची लीला, हेच सारे या आवरणाखाली निष्क्रिय होत चालले होते. आणि इतके दिवस मनात सुप्त रूपाने राहिलेल्या गर्वाच्या, अहंकाराच्या, लालसेच्या भावना, मनाचा सर्व असंस्कृत भाग-हा मोकळा होत होता, वर येत होता.

"पण मग त्याला फाल फाल मोठी किंमत पडेल. आहे कबूल?

"होय." परत माझ्या तोंडून त्या नव्या, विचित्र आवाजात शब्द आला.

"वा वा! छान! तल मग आपण आता एक लहानसा कलाल कलून टाकू या, अं? नाव कोणतं घालायचं? लीला नको! नवीन हवं. अगदी नवीन. आणि अनुलूप-आठवलं! सुवलणा! पोली, मी तुझं नाव सुवलणा ठेवतो! आणि सोन्यासालखी तुला घडवतो! कबूल? कल तल मग येथे सही."

मला कशाचाच अर्थ कळत नव्हता. कसला करार? कसली सही? माझ्या हाताला टाचणीसारखे काहीतरी बोचले. एव्हाना आसपास काय चालले आहे याचीही मला शुद्ध नव्हती. ही हातातली बोच गेली. कोणीतरी माझा हात धरून मला विलक्षण आणि भयानक खोलीतून बाहेर आणले. आणि मी माझ्या खोलीत जागी झाले.

माझे डोके विलक्षण ठणकत होते. हातालाही रग लागली होती व जेव्हा मी हात पाहिला तेव्हा डाव्या हातावर एक चांगला दीड इंच लांबीचा ओरखडा दिसला. रात्री कोठेतरी खरचटले असले पाहिजे व मनाच्या त्या विलक्षण अवस्थेत एखाद्या स्वप्नाच्या रूपाने ते मला दिसले असले पाहिजे, अशी मी माझ्या मनाची समजूत काढली. तीन-चार दिवस ते स्वप्न सारखे डोळ्यासमोर येत होते व मला भयंकर धास्ती बसली होती. पण काही झाले नाही व मी सारे पार विसरून गेले. सर्व काही विसरून गेले!

मद्रास स्टुडिओचे नाव मला कोणी सुचवले आठवत नाही; पण मी तिकडे जायचे धाडस केले. सारख्या मिळत गेलेल्या नकारांनी माझ्यात एक प्रकारची बेपर्वाईही आली होती-जास्त काय करतील? 'नको' म्हणुन सांगतील ना! मला तो पार्ट मिळाला-आणि मी आजवर घेतले नव्हते इतके कष्ट घेतले-आणि मला कल्पनेबाहेर यश आले!

त्यानंतर मला काहीही कठीण गेले नाही. यश, कीर्ती आणि पैसा पायांशी लोळण घेऊ लागला. माझ्या मनाची खात्री झाली, की माझ्या अंगी प्रथमपासूनच हे गुण होते, फक्त त्यांना वाव मिळायला हवा होता-तो आता मिळाला!

आणि काकासाहेब! तुम्ही मला भेटायला आलात. ती भेट मला आठवते आणि शरमेने माझे मन करपून जाते. तुमच्यासारख्याशी मी अशी वागले! पण आता ते सर्व होऊन गेले आहे, नुसता पश्चात्ताप मात्र हाती आहे!

काहीतरी बदल झाला होता ही गोष्ट तुमच्या तीक्ष्ण नजरेतून सुटली नाही. काकासाहेब, आता वाटतं त्याच वेळी तुमच्याजवळ सर्व काही सांगितलं असतं तर? पण तुम्ही तरी काय करू शकला असता? आणि सांगण्याइतकी माझी तरी खात्री कोठे होती? तो प्रसंग म्हणजे मी एक विकृत स्वप्नच समजत होते.

अगदी परवापरवापर्यंत... आणि एका रात्री मला कळाले, की ते स्वप्न नव्हते. ते सत्य होते! कितीही भयानक, अविश्वसनीय वाटले तरी ते सत्य होते!

मी त्या रात्री आठ-साडेआठला अगदी थकून घरी आले. नव्या पिक्चरची महुरात झाली होती. माझ्या आयुष्यातला हा सर्वात मोठा चान्स होता. पिक्चर इंटरनॅशनलला जाण्याची शक्यता होती. इतर वेळी दगडासारखी थंड असणारी मी- मीही यावेळी उत्कंठित झाले होते.

तर मग मी त्या रात्री घरी आले आणि माझ्या हॉलमध्ये तो बसला होता.

एक क्षणभर माझ्या डोळ्यावर माझा विश्वासच बसेना-कनवल!

ही स्वप्नातली आकृती, हा रात्रीच्या अंधाराचा तुकडा, हा भास, हा भ्रम, हा येऊच कसा शकला? मी वेड्यासारखी त्याच्याकडे पाहतच राहिले.

"वा! वा! किती छान दिसतेस तू सुवलणा!" पुन्हा त्याचा तो बोबडा आवाज, ते बटणासारखे डोळे आणि ती ओठावरून फिरणारी जीभ-

मी एखाद्या खुर्चीत अंग झोकून दिले असले पाहिजे.

"मला विसललेली दिसतेस तू सुवलणा!" चेहऱ्यावरचा घाम पुशीत तो म्हणाला, "विसलून कसं चालेल? आपला कलाल झाला नाही का? सौद्याची माझी बाजू मी पुली केली आहे, आणि आता आमची दलाली वसूल कलायला आलो आहे!"

"कसला करार? कसली दलाली!"मी अस्पष्ट आवाजात म्हणाले.

"खलंच विसललीस की काय? मग मी सांगतो-" तो हलक्या, घाणेरड्या आवाजात म्हणाला. "तुला खूप मोठी नटी व्हायचं होतं आणि त्याच्यासाठी तू पडेल ती किंमत द्यायला तयार झाली होतीस, आठवतं? माझा भाग मी पुला केला आहे; आणि आता माझी किंमत वसूल कलायला आलो आहे.

त्या रात्रीचा तो भयंकर प्रकार आठवून मनाला चटका बसला. सगळं काही खरं होतं-मी कसं नाकारू? कोणत्या तोंडानं नाकारू?

"ठीक आहे. काय तुमची किंमत असेल ती सांगा." मी शेवटी म्हणाले. त्या-त्या नीचाने आपले दोन्ही लट्ठ हात पसरले.

"ये, सुवलणा, ये!" तो म्हणाला. एक एक शब्द सावकाश म्हणत.

"काय?" मी चवताळून उभी राहिले व ओरडले.

"ये, कनवलला सुखी कलायला ये! इतके दिवस जिवाभावानं जोपासलेलं हे फळ-त्याचा आस्वाद घेऊ दे! ये, प्लिय सुवलणा, सुंदल सुवलणा, माझ्या बाहुपाशात ये!" मी रागाने बेभान झाले होते. माझ्याजवळ जर पिस्तूल असते तर त्याला तेथल्या तेथेच गोळी घालून ठार केला असता!

"बदमाश माणसा, तू जर एका मिनिटाच्या आत येथून चालता झाला नाहीस तर गड्याला बोलवीन आणि धक्के मारून बाहेर काढीन! यू ब्रूट! यू फिल्थी ब्रूट! गेट आऊट!".

"आलडा ओलडा कलायचं काही कालन नाही सुवलणा! मी जातो. पण मी पलत येणाल आहे बलं! माझा सौदा मी पुला कलतो! नेहमी!"

थबथबत्या चरबीचा तो ढीग डुलत डुलत खोलीबाहेर गेला आणि मी डोके गच्च आवळून ओक्साबोक्सी रडत बसले.

सारी रात्र अशी घालमेलीची गेली.

काळ कोणासाठी थांबतो? पृथ्वी आपल्या आसावर कलंडली-सकाळ झाली-दिवस सुरू झाला.

रात्रीचा भयानक प्रकार मी मनाच्या कोपऱ्यात कसातरी कोंडून ठेवला होता. शुटिंग सुरू होणार होते, मी वेळेवर सेटवर हजर झाले.

आणि एक भयंकर गोष्ट झाली.

काकासाहेब, मला कामच करता येईना! पोज घेता येईना, चेहरा कंट्रोलखाली आणता येईना, एक शब्द धड उच्चारता येईना-मला! सुवर्णाला!

डायरेक्टर, कॅमेरामन, नट, इतर लोक माझ्याकडे डोळे विस्फारून पाहत होते. आणि मी एखाद्या अमॅच्युअरसारखी बडबडत होते.

मी गप्प बसले व एकदम सगळीकडे शांतता झाली.

"सुवर्णाबाई, आज तुम्ही ऑफ आहात-आजचा प्रोग्रॅम कॅन्सल करू."

डायरेक्टर म्हणाले, "उद्या तुमचे सीन्स घेऊ."

मला सेटवर राहणेही अशक्य झाले. मी तडक घरी आले.

पंधरावीस मिनिटांतच फोन खणखणला. मी रिसीव्हर उचलला.

"हॅलो! सुवलणा का?" फोनवर बोबडा कनवल होता.

"मला एक शब्दही बोलायचा नाही."

"थांब!" तो ओरडून म्हणाला, "सुवलणा, आज सेटवल काय झाले ते मला माहीत आहे आणि मागणी मान्य होईपल्यंत लोज असे होणाल! सुवलणा विचाल कल!"

मी रागाने टेलिफोन खाली आपटला. पण त्याची शेवटची वाक्ये सारखी कानात घुमत होती. माझा त्यावर विश्वास बसणे शक्यच नव्हते. काल रात्रीच्या भयंकर प्रसंगानेच मी अपसेट झाले होते व म्हणूनच मला आज काही काम जमले नाही असे मला खात्रीने वाटत होते. या खात्रीच्या आधारावर मी तो दिवस काढला.

दुसरी सकाळ उजाडली, सेटवर जायची वेळ झाली. खाली गाडी तयार होती. मी दारापर्यंत आले आणि एकदम माझा आत्मविश्वास ढासळला. परत जर कालच्याप्रमाणे झाले तर? ही शंका मनात थैमान घालू लागली आणि काकासाहेब, त्यावेळी मला तुमची फार फार आठवण झाली! माझी खात्री आहे की, तुम्ही मला धीर दिला असता, माझी समजूत काढली असती.

पण आता मला कोणाचाच आधार नव्हता. मी स्वतःला रेटत खाली नेले, गाडीत बसले व सेटवर आले.

इतरांच्या डोळ्यांतही कालच्या आठवणींची अस्वस्थता दिसत होती. एका बाजूस बसून मी स्क्रिप्टवरून एक नजर फिरवली-या सर्व गोंधळात मी या पिक्चरबद्दल सारे काही विसरून गेले होते.

आम्ही कॅमेऱ्यासमोर उभे राहिलो. माझी बोलायची वेळ आली... आणि त्याचवेळी माझ्या डाव्या हातातून वेदनेची एक शिणका आली. मी आश्चर्याने

हाताकडे पाहिले. डाव्या हातावर एक चांगला दीड इंच लांबीचा लालभडक वळ होता-तो आता टरारून फुगला होता व सारखा ठणकत होता.

कालच्या ट्रॅजिडीची आजही पुनरावृत्ती झाली! मी काहीही करू शकत नव्हते, बोलू शकत नव्हते. सुवर्णा जणू काही माझ्यातून पार नाहीशी झाली होती. फळ्यावरची रेघ बोळ्याने पुसावी तशी-आणि माझ्यात फक्त अननुभवी, गोंधळलेली लीलाच तेवढी बाकी राहिली होती.

आणि हातावरच्या वळातून एकामागून एक निघणाऱ्या कळा...

मला वाटते, मी बेशुद्ध पडले असले पाहिजे. तासाभराने त्यांनी मला गाडीतून घरी आणून पोचते केले.

दुपारी तो आला. काळा, कुरूप, लठ्ठ, बोबडा कनवल. त्याने गडीमाणसांना काय सांगितले कोणास ठाऊक... तो पार माझ्या बेडरूममध्ये आला आणि मी काही न सांगताही एका खुर्चीवर बसला. त्याचे ते काळे कुळकुळीत डोळे पाशवी लालसेने माझ्या सर्व अंगावरून फिरत होते आणि तो सारखा सारखा घाम पुसत होता.

"सुवलणा," तो खालच्या आवाजात म्हणाला, "विनाकालन का त्लास कलून घेतेस? माझी मागणी मान्य कल-सगलं पूल्वीसालखं होईल." त्याने आपल्या एका हातावरची बाही मागे सरकवली-आणि त्याच्या त्या ओबडधोबड, लठ्ठ हातावरही माझ्या हातावरच्यासारखा एक मोठा वण होता.

"सुवलणा, तुझा अजून विश्वास बसलेला दिसत नाही! हा बघ आपला कलाल! तू तुझ्या लक्ताने सही केलीस तो कलाल!"

मला काहीच कळेना- हे करारप्रकरण होते तरी काय? आणि मी त्याला विचारायच्या आधीच त्याने मला तो भयंकर प्रकार सांगितला.

"सुवलणा, तू त्या लात्ली माझ्याकडे आलीस-तुझ्या महत्त्वाकांक्षेसाठी काहीही किंमत द्यायची तयाली दाखवलीस-तेव्हा हे झाले आहे."

"पण काय? काय?" मी जवळजवळ ओरडलेच.

"ही लक्ताची सही! आपल्या दोघांच्या हातावल मी बालीक पात्याने जखमा केल्या आणि दोघांचे हात एकमेकावल टेकवले- आपल्या दोघांच्या लक्ताची अदलाबदल झाली आहे सुवलणा! थोडीशीच; पण तेवढी मला पुलेशी आहे! तू माझ्या हातची बाहुली झाली आहेस सुवलणा! माझी किंमत पुली झाल्याशिवाय तुझे ॲक्टिंग सुलू होनाल नाही सुवलणा!"

मी यावर कसा विश्वास ठेवू? आणि नाही ठेवायचा म्हटले तर गेल्या दोन दिवसातील प्रसंगाचे स्पष्टीकरण कसे करू? सेटवर एकाएकी आलेली विस्मृती, एकाएकी हरवलेले सुवर्णाचे सर्व कसब, हातावरच्या जखमेचा ठणका-तो खरे सांगत नसला तरीही केवळ दोन दिवसात त्याने माझ्या आयुष्याची धूळधाण उडविली होती. एकदा माझा आत्मविश्वास गेला की संपले!

त्याने आपली बाही आणखी वर सरकवली. त्याच्या हातावर असे कितीतरी वण होते! कितीतरी! ओ गॉड! ओ माय गॉड!

"पाहिलंस ना सुवलणा! मला खूप गिल्हाइंक आहेत-कोणाला पैसा हवा असतो, कोणाला मूल हवे असते, कोणाला प्लसिद्धी हवी असते-ज्याला जे पाहिजे ते मी देतो- फक्त माझ्या किमतीला! माझ्या किमतीला!"

तो हसला. घशातल्या घशात, गुदमरल्यासारखा हसला.

"मी-मी तुला पैसे देते- लाख रुपये -" मी पुटपुटले. पण तो मान हलवीत होता. काळे डोळे माझ्या शरीरावर खिळवून.

"दोन लाख-पाच लाख-"

"मला पैशांची गलज नाही सुवलणा! ते मला कोठेही मिळतात! माझी गलज वेगळीच आहे-मला तू हवी आहेस सुवलणा!"

हातात तोंड लपवून मी रडत बसले.

"मी जातो सुवलणा!" तो उठत "आज लात्ली येणाल आहे. त्यावेळी मात्ल जल नकाल दिलास तल मी स्वतः पलत येनाल नाही. माझ्यासाठी, मला शोधण्यासाठी, माझे पाय धलून माझी विनवणी कलण्यासाठी तुला लानोमाळ भटकावे लागेल, सुवलणा!"

दारापाशी तो पुन्हा थांबला व वळून म्हणाला,

"मी लात्ली येतो सुवलणा! नीट विचाल कल!"

आणि तो गेला.

काकासाहेब, मी अशी कोंडीत सापडले आहे. मला यातून सुटायची वाट दिसत नाही. माझे यशस्वी जीवन पुढे चालू ठेवायचे असेल तर-तर मला या कनवलची बटीक म्हणून राहावे लागेल. त्याच्या हातावरच्या वणांची हकीगत जर खरी असेल तर अनेकांनी त्याची मागणी मान्य केली होती. अनेकजण त्याचे जन्माचे गुलाम बनले होते. मी ते करू शकत नाही. इतके मोल द्यायची माझी

तयारी नाही. अनेक चित्रपटात हे वाक्य माझ्या तोंडून निघाले आहे-'या पेक्षा मी मरण पत्करीन-'आणि काकासाहेब, खरोखरच तसं वागण्याची वेळ आता माझ्यावर आली आहे.

काकासाहेब, खरोखर तुम्ही कोणाचे कोण! पण शेवटपर्यंत तुम्ही माझ्याशी प्रेमाने, आपुलकीने, मायेने वागत आलात आणि चुकलेलं लेकरु जसं आपल्या माता-पित्याकडेच शेवटी वळतं, तशी मी या अखेरच्या क्षणी तुमच्याकडे वळले आहे. काकासाहेब, अहंकाराच्या आणि श्रीमंतीच्या तोऱ्यात मी तुम्हाला नाही नाही ते बोलले, तुमचा अपमान केला; ते सारं विसरा. याक्षणी माझ्यातली सुवर्णा पार नष्ट झाली आहे, राहिली आहे ती तुम्हाला प्रथम भेटलेली साधीभोळी लीला, तिचीच आठवण मनात ठेवा. जास्त काय लिहू...?

मी आज रात्री जाणार आहे. हा शेवटचाच निरोप घेते.

एकदा चुकलेली, पण वेळीच मार्गावर आलेली,
- लीला

असे हे लीलाचे पत्र होते. पत्र वाचून संपले आणि माझ्या हातातून गळून खाली पडले. तिने प्रांजलपणे लिहिले होते, पण त्यापैकी खरे किती मानायचे? थकलेल्या मेंदूचे ते भास नसतील कशावरून? तिच्याविरुद्ध एखादा घातकी कट रचला गेला नसेल कशावरून? कारण तिने पत्रात लिहिलेल्या 'कनवल'च्या खरेपणापेक्षा इतर काहीही मला पसंत पडले असते. मी तपास केला! पण कनवल किंवा कनवर किंवा कुंवर-पार जमिनीत गडप झाल्यासारखा दिसला. त्याचा काहीही थांगपत्ता लागला नाही. मनात एक कडवट विचार आला-ज्यांना त्याची खरोखर माहिती आहे, असे लोक तर एक शब्दही बोलणार नाहीत! मानसशास्त्राची मला काही माहिती नाही. माणसाचे मन माणसाला अनेक तऱ्हांनी फसवते, कळत नकळत झालेल्या चुकांचा भरपूर मोबदला पदरात घालते असे ऐकले आहे. पण जाऊ द्या! लीला कायमची गेली आहे.

आता हे मंथन करीत बसण्यात तरी काय अर्थ आहे?